Phiếm 19

Phiếm 19

song thao

NHÂN ẢNH
2017

Phiếm 19

Song Thao

NHÂN ẢNH xuất bản

Bìa: Khánh Trường

Kỹ thuật: Tạ Quốc Quang

www.songthao.com

ISBN: 979-8-3492-4155-0

MỤC LỤC

BAO	9	BỒ	19	CHẠY	27
COFFEE	37	CỐNG	47	D.U.I.	57
FACEBOOK	67	HÈ	77	HÔN	87
IN	97	I.Q.	107	JEHOVAH	117
KIÊNG	127	LỒNG	137	MẦN	147
MỞ	159	MỚI	169	MUỐI	179
NÀNG	189	NỊT	199	NÓI	209
PHÁP	219	PHỐ	229	PHƠI	239
PITBULL	249	ROBOT	259	SOLAR	269
TÈ	279	THIỆN	289	THƯỞNG	299
TỊCH	309	TIẾC	319	TÓC	329
TRĂM	339	TWEET	349	XUÂN	359
YÊU	369				

BAO

Bao dùng để làm gì, đứa con nít cũng biết. Ông bố dẫn con trai 8 tuổi tới một *drugstore.* Đi ngang qua một góc trưng bày bao, cậu bé giật tay bố đứng lại. Ông bố lúng túng sợ con hỏi, khó trả lời. Ông ấp úng: "Thứ này…". Cậu bé cắt ngang: "Con biết rồi! Cô giáo có dạy trong lớp. Con chỉ muốn biết tại sao người ta lại làm ba cái dính với nhau như thế này?". Ông bố cương: "Loại này dùng cho học sinh. Một cái cho thứ sáu, một cái cho thứ bảy và một cái cho Chủ Nhật". Cậu bé chỉ vào thứ có sáu chiếc dính nhau: "Còn thứ này?". Ông bố đã chót phải chét, cương tiếp: "Thứ này dùng cho sinh viên. Hai cái thứ sáu, hai cái thứ bảy và hai cái Chủ Nhật". Cậu bé gật đầu ra bộ hiểu. Cậu chỉ loại một chùm 12 cái treo tuốt trên cao: "Sao thứ cao tít trên kia lại có tới 12 cái dính nhau vậy bố?". Ông bố nói ngay: "Thứ đó dành cho những người đã có vợ. Một cái cho tháng giêng, một cái cho tháng hai, một cái cho tháng ba…".

Bao cần thiết như thế nào, một đám đông không biết. Đám đông này đứng xếp hàng trước một quầy thuốc, chờ tới lượt vào mua. Một anh thanh niên hộc tốc chạy vào, chen lên phía đầu hàng, hổn hển phân bua: "Xin các ông các bà cho tôi vào trước, chuyện khẩn cấp lắm. Ở nhà có người đang nằm đợi trên giường!". Mọi người thông cảm trường hợp khẩn cấp. Không ai phàn nàn chi. Tới lượt, chàng thanh niên vội vàng tiến lên, nói với cô bán hàng: "Cô làm ơn bán gấp cho tôi hai bao cao su!".

Nói là chuyện cần thiết, không sai. Đó là một cách ngăn ngừa gia tăng dân số. Thực ra có nhiều cách kìm hãm nạn nhân mãn nhưng cách ngăn sông cách núi này tiện lợi và hữu hiệu nhất. Không cho nước và bột gặp nhau thì không cách chi mà nên hồ được. Đây là chuyện cần thiết của nhân loại. Tổ chức Dân Số Liên Hiệp Quốc đã lên tiếng báo động: "Với đà gia tăng dân số hiện nay, mức tiêu thụ tài nguyên của các nền kinh tế đã vượt qua khả năng điều chỉnh của trái đất. Nếu đà tiêu thụ tài nguyên này vẫn tiếp tục, biến đổi khí hậu sẽ diễn ra nhanh hơn và có thể gây nên thảm họa khủng khiếp". Trong một báo cáo, cũng của Liên Hiệp Quốc vào năm 2006, đã báo động: dân số thế giới có thể đạt tới mức 9,2 tỷ người vào năm 2050! Ông Tú Xương của chúng ta đã đi trước Liên Hiệp Quốc từ khuya. *Phố phường chật hẹp người đông đúc / Bồng bế nhau lên núi ở non!* Giải pháp Liên Hiệp Quốc đề nghị để bịt đường con trẻ oe oe là gia tăng việc phát bao cao su miễn phí.

Cần thiết hơn nữa là công dụng của chiếc bao đối với việc phòng chống sự lây lan của các bệnh tình dục nhất là căn bệnh thế kỷ AIDS. Chuyện này thì ai cũng biết. Ngay các học sinh trung học cũng đã tỏ tường nhờ được dậy bảo cẩn thận trong các giờ học sinh lý. Cứ nai nịt cho chắc là cứu được biết bao mạng người, tránh được biết bao phí tổn thuốc thang cho xã hội. Chuyện cứu nhân độ thế này ai cũng thấy nhãn tiền.

Hai lý do chứng tỏ sự cần thiết của bao cao su trên đều quy vào chuyện dùng bao trong việc đánh cờ người. Nguyên thủy việc ra đời của chiếc bao quả thật chỉ nhắm vào một công dụng này. Vì vậy chiếc bao lâm vào tình thế ọ ẹ của mọi người. Nhìn chiếc bao, người ta nghĩ ngay tới chuyện giường chiếu. Rất ngại ngùng. Mua bao, người ta nhìn trước nhìn sau coi có ai thấy không. Bị bắt gặp có chiếc bao nhét trong ví, chủ nhân lúng túng. Nếu đó là ví của ông chồng và người bắt gặp là bà vợ thì muôn vàn đớn đau. Biết ăn nói ra sao. Tất cả những bất tiện đó ngày nay sẽ là chuyện quá khứ. Bởi vì người ta mới khám phá ra nhiều công dụng bên lề nhưng rất hữu ích của chiếc bao bé tí đã có một quá khứ làm rắc rối tương quan gia đình.

Giả dụ như ông chồng sắp đi công tác xa, bà vợ thấy trong túi của ông vài chiếc bao bèn trợn ngược mắt, hất hàm ra ý hỏi, ông chồng sẽ rất bình tĩnh: "Anh mang theo phòng bị khi lỡ độ đường, gặp những tai họa bất thường". Sau đó ông mang sách vở ra dẫn chứng, bà vợ chỉ có nước gật đầu. Có khi còn nhét thêm vào hành lý của chồng thêm vài chục cái nữa cho chắc ăn!

Chiếc bao trông bé chút xíu vậy mà là thứ bé hạt tiêu. Muốn cỡ nào nó cũng chơi hết. *One size fits all!* Chuyện này dân xài bao đâu có lạ chi. Nhưng chuyện giãn nở tôi nói ở đây là chuyện khác. Dân xài bao chẳng bao giờ ngờ tới. Hết hồn luôn. Vốn được làm từ chất liệu đặc biệt có độ đàn hồi cao, dai chắc, chiếc bao rất được việc trong các trường hợp khẩn cấp. Bao lại được đóng gói nhỏ, nhẹ, giá rất rẻ, dễ dàng mang theo mà không sợ tốn chỗ trong ba-lô, nên rất hữu dụng. Trong trường hợp chúng ta đang du lịch mà gặp mưa hay phải băng qua sông qua suối, chiếc bao nho nhỏ nhưng có thể thổi phồng lớn là cái túi chống nước rất tốt. Chiếc *iPhone* của chúng ta có thể nằm gọn trong bao, dù có bị nhúng vào nước cũng không để nước thấm qua. Đi chơi, chúng ta thường phải mang máy hình để ghi lại những bước chân du lịch. Nếu chiếc máy tài tử của chúng ta nhỏ gọn, chúng ta cũng có thể cho nó vào bao. Nếu là nhiếp ảnh gia với máy hình cồng kềnh, chiếc bao cũng là người bạn trong việc gìn giữ các thiết bị cần mang theo với máy hình. Dù chúng ta có lặn xuống biển để chụp lòng đại dương thì những thiết bị nằm trong bao cao su vẫn cứ an toàn trong nước biển.

Nếu du lịch trên vịnh Hạ Long chẳng hạn, chiếc bao nho nhỏ có thể cứu mạng sống của chúng ta. Tôi ví dụ vịnh Hạ Long vì thực tế đã có nhiều chiếc thuyền du lịch bị chìm, không đủ phao cứu cấp, khiến du khách bị thương tích hoặc mất mạng sống. Chiếc bao được chế tạo để dùng cho những kích thước không lấy gì làm lớn lắm nhưng, khi cần, chúng ta có thể thổi cho lớn thành một chiếc phao cứu cấp được. Thường khi tàu thuyền bị chìm, họ không có đủ phao cho tất cả hành khách. Nếu chúng ta không dành được phao thì cứ ra sức dùng miệng thổi cho chiếc bao cao su lớn hết cỡ và thắt chặt đầu bao rồi bám vào đó để thoát nạn. Tuy chiếc bao con ếch to bằng con bò này không chắc chắn như chiếc phao cứu cấp nhưng công dụng của nó cũng một chín một mười.

Thổi cho bao lớn ra cũng có thể biến chiếc bao thành một túi đựng nước. Mỗi bao chứa được tới hai lít nước nếu thổi căng hết cỡ! Nếu đi lạc trong rừng có thể dùng bao hứng sương đêm hoặc nước mưa để dùng dần. Có một chút bất tiện: bao thổi phồng lên hết cỡ trở nên mỏng manh dễ bị cành cây hoặc ngay cả đầu ngọn cỏ đâm thủng. Dân "mưu sinh thoát hiểm" khắc phục điểm này bằng cách dùng áo hoặc tất bọc ở bên ngoài.

Bao chứa nước này còn có công dụng y khoa. Nếu bị thương hay bị sốt nóng, người ta dùng nó để chườm những vết sưng hoặc hạ nhiệt vừa nhanh vừa hiệu quả.

Nếu chúng ta bị thương chảy máu, chiếc bao cao su nho nhỏ này sẽ giúp ta cầm máu. Cắt đầu bao bịt kín thành một chiếc túi. Xỏ chiếc túi vào tay sẽ giúp cầm máu hoặc có thể dùng thay băng keo để giữ bông băng đắp trên vết thương. Khi săn sóc vết thương, chỉ việc xỏ tay vào chiếc bao thay cho găng cao su để tránh nhiễm trùng. Khi bị rắn cắn, trước khi kịp di chuyển đến một cơ sở y tế, chúng ta có thể đặt bao cao su lên vết rắn cắn để hút nọc độc ra. Đồng thời, dùng một chiếc bao khác, thắt chặt bên cạnh vết rắn cắn cho nọc độc khỏi lan sang các bộ phận khác.

Bao cao su cũng mang lại cho người ta thực phẩm khi cắm trại trong rừng. Dĩ nhiên chẳng ai có thể ăn bao cao su dù chỉ nhai như nhai kẹo cao su! Bao giúp chúng ta có thực phẩm một cách gián tiếp. Nếu chúng ta có một tuổi thơ nơi đồng quê hẳn nhớ tới những ngày đi bắn chim bằng ná. Thông thường chúng ta dùng sợi dây thung, cột vào một chạc ba để làm súng cao su bắn chim. Chiếc bao cao su có thể thay thế sợi dây thung trong chiếc ná tự chế này. Nó sẽ giúp chúng ta có thịt chim ăn, với điều kiện chúng ta bắn giỏi. Ngoài những con chim bay trên trời hay đậu nơi cành cây, chúng ta có thể dùng ná bắn những thú rừng lấy thịt ăn. Bắn thú thì không thể dùng đạn bằng gạch đá như bắn chim được. Chúng ta phải dùng tên. Muốn làm những mũi tên, dễ ợt. Chỉ cần tìm những cành nhỏ, có mắt cây dính vào một cành nhỏ hơn. Cắt vát cành cây này, chúng ta sẽ có những mũi tên nhọn hoắt, dư sức bắn gục một chú thỏ, chú chuột hoặc ngay cả một chú nai tơ ngơ ngác. Nhưng đừng đụng tới những con thú có thể sơi tái lại chúng ta như cọp, gấu và các hung thần tương tự. Khi đó chính chúng ta lại trở thành thực phẩm cho những con thú dữ dằn này!

Có ai trong chúng ta nghĩ tới chuyện dùng bao cao su để tạo ra lửa nấu nướng hoặc sưởi ấm trong rừng không? Chắc không ai nghĩ tới chuyện…thần thoại này. Nhưng đã có người làm được. Họ đổ một ít nước vào bao, dùng bao như một tấm gương phản chiếu. Kiếm một nơi có nhiều ánh nắng, để cành cây nhỏ và khô bên dưới, xoay cho ánh nắng chiếu thẳng vào bao để hội tụ sức nóng. Với thời gian, khi sức nóng đủ, củi sẽ phực cháy.

Thường chúng ta có diêm hay quẹt lửa trong người nếu chúng ta hút thuốc lá. Chuyện này ngày nay hiếm hơn vì số người hút thuốc đã giảm đi nhiều. Với những người thích đi thám hiểm rừng núi, việc bỏ thuốc lá coi bộ là việc tai hại! Giả dụ chúng ta có diêm quẹt nhưng nhiều khi gặp mưa, cành cây trong rừng ướt nhẹp, đâu có dễ mồi thành lửa dùng được. Trong trường hợp này, bao cao su là chất đốt bén lửa rất nhậy khiến chúng ta gây lửa dễ dàng hơn.

Chuyện bao cao su là chuyện của các ông, các bà ít khi dính tới. Vậy cho nên khi cần mưu sinh thoát hiểm, các bà bị thiệt thòi chăng? Không đâu! Các bà đã có băng vệ sinh. Trong rừng rậm, băng cũng có giá như bao. Đang nói chuyện mồi lửa bằng bao cao su, chúng ta nói tiếp. Nếu không có bao cao su, chúng ta có thể xé bao vệ sinh của các bà ra mồi lửa cũng tốt như bao vậy. Vậy là đồ của ông hay của bà cũng tốt như nhau.

Có khi của bà tốt hơn ông! Băng vệ sinh của các bà có thể dùng làm đèn cầy giúp thắp sáng, sưởi ấm hoặc nấu nướng. Nhúng băng vào chất sáp, chất béo hoặc ngay dầu ăn, các bà có thể giúp cho sinh hoạt bình thường trong tình trạng khẩn cấp, thiếu thốn phương tiện.

Như nói ở trên, bao cao su có thể dùng làm dụng cụ y tế trong việc chữa vết thương. Bao có thể cải biến thành chiếc túi giữ vết thương cho khỏi chảy nhiều máu. Nhưng nếu có băng vệ sinh dùng thay cho bông băng thì giúp cho máu bớt chảy ra nhiều. Băng đúng tiêu chuẩn thường đã được khử trùng và rất thấm chất lỏng nên có thể là thứ giúp cầm máu nhanh và sạch. Vậy là ông bà đề huề, công cán đồng đều, vui vẻ cả làng. Trên chiến trường ông bà cũng đề huề như vậy. Trong Thế Chiến Thứ Nhất và sau này, trên chiến trường Irak và Afghanistan mới đây, người ta cũng dùng băng vệ sinh và bao cao su để cầm máu các vết thương trong những trường hợp không có các dụng cụ y tế chính hiệu con nai vàng.

Bao có thể dùng để bịt miệng chai hoặc bịt nòng súng cho đất cát khỏi chui vào làm súng không xử dụng được. Chuyện bịt này, băng của các bà chiếm thế thượng phong. Xé băng ra chúng ta tạo thành những chiếc nút chai hoặc bịt nòng súng tốt hơn bao. Chuyện bịt này các ông thua đứt là phải. Tài nghệ đâu mà đòi bằng các bà!

Băng là để bịt. Đó là công dụng đầu tiên khi băng được chế tạo. Bịt vào đâu, chuyện ai cũng biết. Nhưng băng còn được những người đi rừng, đi cắm trại, thiếu mọi tiện nghi cần thiết, bịt vào chỗ không ai ngờ. Đó là bịt các lỗ thủng của chiếc lều. Lấy một miếng băng, đè lên chỗ lũng, dán tí băng keo, vậy là muỗi mòng đừng hòng chui vô hút máu! Xé băng cho mỏng, đút vào tất hoặc găng tay sẽ giúp chống lạnh hữu hiệu hơn.

Tất cả các cách dùng băng vệ sinh của các bà trong những trường hợp trên đều là các cách phòng thủ. Dùng băng để tạm thời chống thứ nọ thứ kia. Nhưng băng còn dủng để tấn công. Nghe mà hết hồn! Chúng ta thường nghe nói tới một thứ bom tự chế mang tên *Molotov cocktail.* Đó là thứ vũ khí mà dân biểu tình thường dùng để ném vào lực lượng đối lập. Người ta có thể dùng băng vệ sinh để làm ra thứ vũ khí nổ ròn rã này. Đây là loại băng khác với loại băng chúng ta nói ở trên, loại cuộn tròn hình ống có sợi dây toòng teng. Thứ này các cô thường dùng cho kín đáo. Đây là vũ khí các bà các cô phòng thủ mà người ngoài thấy như không phòng thủ.

Dùng một chiếc chai thủy tinh, nhúng băng vào xăng

hoặc dầu thắp đèn, đút băng vào chai, để sợi dây ra phía ngoài chai. Khi dùng, châm lửa vào sợi dây, ném về phía địch thủ. Lửa sẽ cháy chầm chậm trên sợi dây, khi lửa bắt vào băng là bom nổ.

Băng nổ được, bao thì chịu. Nếu bao nổ thì…chết mẹ! Hết công dụng. Vậy mới biết các bà bao giờ cũng ở thế thượng phong.

Chuyện các bà mang theo băng đi đó đi đây là chuyện không có chi phải thắc mắc. Nhưng các ông thủ chiếc bao ra đi khi trời vừa sáng là một điều phải giấu giếm. Ông mang cái của nợ này đi làm chi vậy? Câu hỏi chắc chắn phải có, khi bí mật trong chiếc ví bị lộ. Thường thì ông sẽ lúng túng như thợ vụng mất kim. Nhưng nay, đọc xong bài này, các ông có thể ngẩng mặt, ưỡn ngực, nói dõng dạc: tôi mang thứ này để phòng thân! Dùng bao cách nào mà chẳng là phòng thân!

01/2017

BỒ

Bồ là một loại ma. Nếu trở thành vợ thì, như lối nói đã cũ mèm của mọi người, là "ma-phăm". Nếu không đi tới nơi tới chốn thì trở thành ma thiệt đánh đu hoài trong đầu. *Tình ngỡ đã quên đi/ Như lòng cố lạnh lùng/ Người ngỡ đã xa xăm/ Bỗng về quá thênh thang*. Ai cũng bị ma bắt như vậy. Nhưng nói không được vì lộ ra thì bị ma…phăm ngay! Nhưng mấy ông thơ thẩn lại khác. Ma do nàng thơ dẫn về thì còn biết sợ ai. Vậy nên mấy ông cứ ông ổng đưa vào thơ, chẳng sợ con ma nào cả!

Muốn nắm chân nắm cẳng các ông thi sĩ thật dễ. Hầu như ông nào cũng có một bóng hồng để vọng tưởng. Nhưng, vốn là người có tình thương…nhân loại, tôi làm lơ. Chỉ nắm áo vài ông, trúng ông nào ráng chịu!

Người tôi quơ tay vớ được đầu tiên là ông Quan Dương. Ông này oai hùng hết biết. Tới bây giờ ông vẫn quân phục hiên ngang. Đó chỉ là bề ngoài. Bên trong ông cũng hiên ngang không kém khi ông chơi hẳn một màn đầy nhóc thơ mà ông gọi là "thơ thời ướt nhẹp"!

Mượn thơ ta vẽ dáng người
Vẽ hai con mắt nụ cười phù vân
Vẽ ta một gã phong trần
Lỡ yêu em buổi tóc hong hai màu

Thời gian nhuộm trắng chiêm bao
Chỉ còn thơ nhảy lộn nhào nhói tim

Ông Hồ Chí Bửu công khai ngồi nhớ lại những hẹn hò xưa.

Mây với gió quyện nhau thành cuộc hẹn
Ta với em sao giống với bèo, mây
Tình dang dở nghĩa là tình không vẹn
Ta còn đây với nỗi nhớ vơi, đầy

Ông Hoàng Lộc cũng đầy vơi kỷ niệm với người cũ cảnh xưa.

rồi cũng mình anh ngùi thương kỷ niệm
giận ngày xưa quên tính chuyện ngày về
khi rong ruổi với trăm lần lỡ vận
bỗng nghe thèm tắm lại nước sông quê

Bồ bịch thế hệ chúng tôi rất quê mùa. Ánh mắt, nụ cười, bàn tay là những khí cụ của một cuộc tình. Khi có bờ môi tham dự vào là cuộc tình đã đi hết cỡ. Vậy mà bâng khuâng. Đọc lại mấy câu thơ của các ông bạn tôi, thấy các ông viện mây với gió, sông với nước, toàn những thứ lơ lơ lửng lửng mới biết bồ bịch ngày đó cù lần đến thế nào. Nhưng mà như vậy mới có cái mà vấn vương tới ngày nay.

Nỗi nhớ khi không nằm trước mặt
Làm hai con mắt xốn vô cùng
Em xuất hiện chi thêm ác nghiệt...
Để lòng vớ vẩn nghĩ lung tung

Mỗi sáng lái xe mò đến sở
Mỗi trưa đi tiểu giờ break time
Nỗi nhớ đu theo như đòi nợ
Ray ráy rùng mình mỗi sớ gân

(Quan Dương)

Con ma bồ là con ma rất kiên nhẫn. Chẳng bao giờ chúng buông bỏ những ông bạn của chúng tôi. Dù không thơ thẩn, không văn chương, chúng ta cũng chẳng bao giờ thoát được cái nắm áo của những con ma dễ chịu này.

Cũng là bồ nhưng thuộc một *category* khác là "bồ nhí". Đó là lãnh vực khác xa với loại bồ của chúng tôi ngày còn son trẻ. Thứ bồ nhí này vật chất hơn. Nói rõ ra là tiền. Nặng về buôn bán hơn tình cảm. Nói vậy chứ làm gì có tình cảm. Chuyện bồ nhí đang sôi nổi trên báo chí là chuyện của tỷ phú Hoàng Kiều và người mẫu Ngọc Trinh. Chàng 72, nàng 27 tuổi. Chàng có gia tài khoảng 3 tỷ 800 triệu theo bảng sắp hạng tỷ phú của tạp chí Forbes. Nàng có thứ khác: vòng eo 56 phân. Họ là đôi tình nhân khập khiễng không những về tuổi tác mà còn về chiều cao. Đứng với nhau, cái đầu của Ngọc Trinh gần trời hơn cái đầu của Hoàng Kiều rất nhiều. Cuộc bồ bịch của họ rất ồn ào trên báo chí ở Việt Nam và hải ngoại với những bức hình khắng khít và những thề thốt mạnh bạo. Vui duyên mới, nhà tỷ phú chơi nguyên một bài thơ trên Facebook của ông.

"Vui vẻ... Hạnh phúc... Tưng bừng hoà ca
Trai tài... Gái sắc... Đậm đà
Giao thoa... Kết hợp... Thật là happy
Mọi người xin chớ... So bì
Tình yêu bình đẳng...chẳng gì ...cách ngăn
Bao ngày vất vả khó khăn
Giờ được đền đáp... thêm chăn ấm nồng
Xin đừng gạch đá ... Được không
Mà thay... Lời chúc... màu hồng bình yên
Bỏ qua ... Quên hết ưu phiền
Niềm vui... Sức khoẻ... Có tiền khó mua!"

Bài thơ có thể làm đỏ mặt các bạn thơ của tôi nhưng vì tác giả gọi đó là thơ thì cứ cho là thơ đi. Có chết con ma nào đâu!

Cuộc tình có thơ phụ họa tưởng sẽ tồn tại cho tới mãn kiếp của một trong hai người mà xác suất xảy ra nghiêng về phía chàng. Vậy mà chỉ ba tháng sau nhà tỷ phú thông báo chia tay. Mọi người bật ngửa chẳng biết thực hư ra sao vì chỉ mới một ngày trước đó chàng còn ra tận sân bay Hawaii đón nàng từ Trà Vinh qua. Ngày định mệnh cho một mối tình là ngày 23 tháng 1 vừa qua. Trên trang cá nhân, nhà tỷ phú đã viết như sau: *"Tôi đã dành cả tình yêu của mình cho em với ý muốn được gắn bó lâu dài cùng nhau trong suốt phần đời còn lại của mình. Nhưng Ngọc Trinh chỉ muốn có môt cuộc tình ngắn và tạm thời, điều mà trước đó em đã viết trên* Instagram *của mình. Do vậy, em không còn xứng đáng với tình yêu và sự quan tâm của tôi nữa"*.

Trên *Instagram*, Ngọc Trinh viết trước đó: *"Dạo này bay hơi bị nhiều, tuy mệt nhưng bù lại trong đó lại có niềm vui. Vì yêu nên có động lực, đi đâu, làm gì, miễn bên cạnh nhau là không thấy mệt mỏi nữa. Công nhận rằng lúc mới iu (sic) nhau thật zui (sic) biết bao nhiu (sic) nhưng đối với 1 cô gái đã từng bị tổn thương như mình thì thật sự cũng dè dặt về mơ ước cả 2 cùng nhau đi đến cuối con đường lắm. Không còn phải là cô bé hồn nhiên như lúc trước, chỉ nhìn cuộc sống đơn giản bằng màu hồng. Nhưng thôi, cứ hi vọng vậy, hi vọng rằng dù có đến giai đoạn nào, thì cũng sẽ vui như lúc mới yêu".*

Cuộc vui ngắn chẳng tầy gang, cứ như một màn kịch. Hay đây chính là một màn kịch?

Bồ nhí là thứ trang sức của các anh đại gia lắm của nhiều tiền. Nói vậy coi bộ vơ đũa cả nắm. Có nhiều đại gia chỉ biết dùng tiền để làm việc từ thiện. Nhưng thứ đại gia tầm cỡ như vậy rất hiếm ở các nước mà việc làm giầu bằng những phương tiện bất chính là phổ quát.

Tôi mới đọc được một bài báo của ký giả James Palmer nói về chuyện các quan cộng sản ở Trung Quốc. Ông James Palmer là một nhà báo Anh, sống ở Bắc Kinh, có liên hệ chặt chẽ với giới truyền thông Trung Quốc. Trên trang mạng *Aeon Magazine,* ông ghi lại lời một người Hoa : "Khi đã là một viên chức, người ta phải có vợ nhỏ, hoặc chí ít cũng là một cô bồ nhí, nếu muốn là một người đàn ông thực sự". Những bồ nhí này phần lớn là gái quê lên tỉnh làm tại các tiệm *karaoke,* tiệm tắm hơi hay tại các hộp đêm mà các quan chức thường lui tới gặp gỡ các thương gia để bàn về công việc làm ăn. Một nghiên cứu của *Crisis Management Center* thuộc Đại Học Bắc Kinh được công bố vào tháng 1 năm 2013 cho biết có tới 95% viên chức tham nhũng ở Trung Quốc có bồ nhí và 60% trong số này nuôi dài hạn những cô bồ này.

Để có cái nhìn sâu sát vào hiện tượng phổ biến trong giới đảng viên của cộng sản Trung Quốc, chúng ta nên theo dõi một trường hợp cụ thể do ông James Palmer kể lại. Trường hợp cô Shanshan. *"Đôi giầy giá 550 đô của Shanshan do bồ của cô mua tặng nhưng những vết chai dưới bàn chân của cô, cứng như da thuộc, là của cô, có từ những ngày thơ ấu. Cô nói với tôi: "Ở làng quê, chúng tôi phải đi chân đất. Tất cả các cô gái ở quán karaoke đều có đôi bàn chân như vậy". Năm 26 tuổi, Shanshan rời ngôi làng ở vùng quê Tứ Xuyên, một tỉnh nghèo ở miền Nam, lên Bắc Kinh. Ngày nay, tình nhân của cô, ông Vũ, để cô ở trong một căn hộ ở Bắc Kinh trị giá 2 triệu rưỡi tệ (410 ngàn Mỹ kim), và tới với cô mỗi khi ông trốn được bà vợ. Ở tuổi gần 50, ông Vũ là một quan chức tại một công ty dầu hỏa quốc doanh. Ông mới được cử đi Phi châu sáu tháng để giúp mở rộng một giếng dầu. Shanshan rảnh rỗi nên muốn tìm một người để trao đổi học tiếng Anh trên mạng. Đó là lý do vì sao tôi quen nàng vào mùa xuân năm nay. Shanshan không bao giờ nói ông Vũ là* boyfriend *mà chỉ gọi ông ta là "người đàn ông" hay "nhân tình", đôi khi còn gọi là "chú". Cô chỉ gọi là* boyfriend *người con trai bằng tuổi cô ở Tứ Xuyên, người mà cứ rảnh rỗi là cô* text *nói chuyện và chỉ gặp nhau hai lần mỗi năm. Shanshan đi theo con đường quen thuộc của những cô gái quê trở thành* ernai *(vợ bé). Cô lên Thành Đô, thủ phủ của Tứ Xuyên, vào năm 17 tuổi, làm việc tại một quán* karaoke *trong một khách sạn, trước khi lên Bắc Kinh để làm nghề tương tự. Công việc của cô là giúp vui khách đàn ông, và nếu họ chịu chi thì ngủ với họ. Tại đây, cô gặp ông Vũ và được ông nuôi sau bốn lần "hẹn hò". Người ta có thể hiểu được sự chọn lựa của ông: Shanshan rất sexy, vui vẻ và thông minh. Phần nàng, đây cũng là một chọn lựa dĩ nhiên. Một đống tiền từ những viên chức và doanh gia chạy vào túi nàng. Lại còn nhà cửa và đồ trang sức. Ông "chú" của Shanshan chu cấp cho nàng mỗi tháng khoảng 20 ngàn tệ (3260 đô Mỹ)".*

Chơi dao có ngày đứt tay, chơi với bồ rất có hy vọng tiêu tan sự nghiệp. Vậy mà ở Trung Quốc, các quan tham, người thì một hai cô, có người có tới 18 cô! Vậy nên cũng không phải là không có lý khi người dân nghĩ giá nhà ở Bắc Kinh sở dĩ bị đẩy cao như hỏa tiễn là vì cái nạn bồ bịch của các quan.

Khi anh chán ả, anh ô-rờ-lui. Ả không phải vừa, chơi anh cho đến te tua. Vũ khí của các nàng bồ rất hiện đại: mạng *internet.* Cựu Phó Giám Đốc của cơ quan Văn Khố Quốc Gia đã thấm đòn thù của bồ. Bồ của ông là xướng ngôn viên truyền hình Ji Yinan. Khi hai người bắt đầu hẹn hò thì nàng mới 21 tuổi. Ông rộng tay chi cho nàng một ngàn đô mỗi ngày. Lại chi thêm một chiếc xe Audi và một chiếc Porsche. Bốn năm sau, ông đá nàng. Ji Yinan liền tung những hình hai người ân ái với nhau lên mạng. Cô còn kê thêm tổng số tiền ông tặng cô trong bốn năm lên tới 1 triệu 640 ngàn đô! Tiếp đó là một câu thòng: ông chỉ là một quan chức cấp trung thì tiền đâu mà bao cô dữ dội vậy. Ông Fan bị sa thải ngay tức khắc. Ông Fan không cô đơn. Ông Liu Tienan, Phó Chủ Tịch cơ quan kế hoạch kinh tế nhà nước, bị bồ tố đã tham nhũng khoản tiền lên tới 200 triệu đô Mỹ. Ông Lôi Chính Phú, bí thư cấp quận tại Trùng Khánh bị cô bồ 18 tuổi phát tán cuốn băng *sex* trên mạng. Vậy là tiêu tan sự nghiệp. Một quan khác ở Sơn Đông bị bồ trưng lên mạng bức thư viết tay cam đoan chia tay vợ để cưới cô. Cũng lúa đời luôn. Người dân vốn có khiếu khôi hài nên đề nghị với nhà nước dẹp cơ quan chống tham nhũng và giao việc này cho các cô bồ coi bộ được việc hơn!

Bồ bịch là một con ma bám riết chúng ta cho tới cuối đời. Đó là thứ bồ đúng nghĩa chứ không phải thứ bồ vụ vào tiền bạc và quyền hành của loại tham quan kể trên. Con ma này ghê gớm lắm. Vua chúa nó cũng không tha. Vua Tự Đức, khi chết vẫn còn tới 103 bà phi, mà vẫn bị con ma bồ hành:

Ới Thị Bằng ơi đã mất rồi!
Ới tình, ới nghĩa, ới duyên ôi!
Mưa hè, nắng chái, oanh ăn nói,
Sớm ngõ, trưa sân, liễu đứng ngồi.
Đập cổ kính ra tìm lấy bóng,
Xếp tàn y lại, để dành hơi.
Mối tình muốn dứt càng thêm bận,
Mãi mãi theo hoài cứ chẳng thôi.

Vua mà còn lụy như vậy thì các bạn thơ thẩn của tôi ăn thua chi!

03/2017

CHẠY

Ông Donald Trump đã thực sự đặt chân vào Tòa Bạch Ốc khi được ông Obama mời, chỉ một ngày sau khi ông thắng cử chức Tổng Thống Mỹ. Cuộc hội kiến dự trù 15 phút nhưng đã kéo dài tới một tiếng rưỡi. Họ nói gì với nhau, ông Trump mới tiết lộ là trong khoảng thời gian dài đó ông Obama đã "lên lớp" cho ông Trump về những gì ông chưa biết của chức vụ đứng đầu nước Mỹ.

Kể lại trong chương trình "60 Minutes" với nhà báo Lesley Stahl của đài CBS, ông Trump cho biết 90 phút vẫn chưa đủ, phải cần tới 4 tiếng may ra mới hết chuyện, "vì chúng tôi có quá nhiều điều để nói với nhau. Và ông Obama nói cho tôi nghe điều hay điều xấu, nhiều điều mà bây giờ tôi thấy không phải là đơn giản. Chúng tôi nói chuyện về Trung Đông, Bắc Hàn và cả chương trình y tế Obamacare, tất cả đều gai góc cả…Chỉ trong một thời gian ngắn tôi có thể tiếp thu được thật nhiều. Tôi thấy ông ấy thật tuyệt vời, thật thông minh và rất tử tế. Ông ấy có óc hài hước, cả khi đề cập đến những vấn đề gai góc". Sau câu chuyện giữa hai người, báo chí mới được vào chụp hình. Nhìn những tấm hình trên báo tôi thấy rõ vẻ gượng gạo của cả hai nhưng ông Obama có vẻ ảm đạm hơn. Dù sao ông cũng ở bên thua cuộc. Họ gượng gạo cũng phải. Ông Trump đã rêu rao trong suốt 5 năm là ông Obama không sanh ra ở Mỹ nhưng đã khai gian để được ra ứng cử. Phần ông Obama, chỉ mới mấy ngày trước, còn lớn tiếng trước 30 ngàn người dân Philadelphia là ông Trump không xứng đáng ngồi trong tòa nhà quyền lực nhất nước Mỹ. Vậy mà bây giờ cha đó ngồi lù lù trước mặt. Nhột chứ!

Trong khi hai ông to nhất nước, một ông sắp phủi bàn tọa ra đi và một ông đang ngắm nghé coi chỗ sắp đặt cái phía sau vào, thì hai bà gặp nhau ở một phòng khác. Không biết bà đạo văn và bà bị đạo văn ngồi trước mặt nhau có cấn cái không. Chắc có. Chắc mọi người còn nhớ là trong bài diễn văn đọc trong Đại Hội Toàn Quốc của Đảng Cộng Hòa, bà Melania Trump đã cóp-pi nguyên văn nhiều đoạn trong bài diễn văn của bà Michelle Obama đọc trước đó. Truyền thông đã so sánh từng đoạn, chẳng chối vào đâu được. Ông Trump vốn là người giảo hoạt, không chối được thì đánh trống lấp. Trong buổi tiệc do quỹ từ thiện *Alfred E. Smith Memorial Foundation* của Công Giáo được tổ chức hàng năm ở New York vào ngày 20 tháng 10, giữa lúc hai bên tranh cử còn đang cãi lộn tóe lửa, cả hai đối thủ đều tới tham dự và họ được xếp ngồi hai bên Hồng Y Timothy Dolan, Tổng Giám Mục New York. Điểm đặc biệt của buổi tiệc là khách phải thắt cà-vạt trắng và năm nào có bầu cử Tổng Thống thì các ứng cử viên phải tới để đùa giỡn với nhau. Đây coi như phút giải lao giữa hai hiệp đá banh. Ông Trump và bà Hillary có bắt tay nhau. Và họ lên *micro* châm chọc nhau khá sắc bén. Tôi không thể kể hết ra đây những câu châm chọc thú vị, rất lịch sự nhưng đầy mỉa mai của hai bên. Chỉ xin kể lại chuyện ông Trump lên gỡ tội đạo văn cho bà vợ Melania đang ngồi ở dưới. Ông nói: "Michelle Obama phát biểu và mọi người đều thích. Vợ tôi, Melania, cũng có một bài diễn văn tương tự như vậy nhưng người ta lại chỉ trích. Tôi thực sự không biết tại sao!". Nay hai bà ngồi bên nhau trong tòa Nhà Trắng, kể cũng khó ậm ừ với nhau.

Tình thế khó chịu này xảy ra vì ông Trump đã thắng bà Hillary Clinton trước sự ngỡ ngàng của cả thế giới. Cứ theo như những thăm dò tổ chức trước đó thì bà Hillary ăn trùm. Tính cách nào bà cũng trên cơ ông Trump. Chiếc ghế cao nhất nước Mỹ ắt sẽ về tay bà. Thậm chí tạp chí nổi tiếng Newsweek, chắc mẩm là bà Hillary sẽ trăm phần trăm thắng nên, hai ngày trước ngày bỏ phiếu, đã ra số báo với hình bà Hillary trên bìa báo dưới hàng chữ to tổ chảng *"Madam President"* in tới 125 ngàn ấn bản. Báo đã phát hành trên một số sạp báo tuy Newsweek đã dặn các đại lý chỉ bán sau khi có kết quả bầu cử. Khi có kết quả bầu cử, ngựa về ngược, họ đã vội thu hồi báo và in lại 150 ấn bản với hình ông Trump trên bìa báo với hàng chữ *"President Trump"*. Thật là một tai nạn nghề nghiệp vô tiền khoáng hậu!

Mọi người trên khắp thế giới căng mắt theo dõi cuộc tranh cử tàn bạo nhất từ trước tới nay. Có lúc ông Trump đã gọi bà Hillary là *"nasty woman"*, mụ đàn bà kinh tởm. Cũng trong buổi tiệc từ thiện ở New York, ông Trump đã nửa đùa nửa thật nói: "Đêm qua tôi gọi Hillary là một người đàn bà kinh tởm, nhưng điều đó còn tùy vào ngữ cảnh. Bây giờ tôi khuyên Hillary hãy đi xưng tội trước khi tới dự buổi tiệc tối này, nhưng vị linh mục giải tội bối rối khi hỏi bà về tội lỗi của bà, và bà trả lời rằng không thể nhớ được 39 lần". Bà Hillary cũng cay hơn ớt khi nói: "Nếu ông Trump thắng cử, ông sẽ trở thành Tổng Thống đầu tiên gây chiến trên *Twitter* với ca sĩ Cher".

Ngay sau khi Trump đắc cử, đám đông dân chúng Mỹ, phần lớn là các học sinh và sinh viên, đã giận dữ xuống đường biểu tình phản đối trên nhiều thành phố khắp nước Mỹ. Từ Los Angeles, Oakland, Berkeley đến Chicago, Philadelphia, Boston, Seattle. Và nhất là tại khách sạn tráng lệ Trump International Hotel ở thủ đô Washington và tòa tháp Trump ở New York và Chicago. Họ trương nhiều biểu ngữ như "Trump Không Phải Tổng Thống Của Tôi", "Donald Trump Hãy Cút Đi, Kẻ Phân Biệt Chủng Tộc, Phân Biệt Giới Tính, Chống Người Đồng Tính", "Thông Điệp Cho Thế Giới: Phần Lớn Dân Mỹ Không Bầu Cho Hắn". Họ có lý vì, theo tin của hãng thông tấn AP, tính tới ngày 15 tháng 11 số phiếu phổ thông của dân chúng bầu cho bà Hillary là 61,324,576 trong khi ông Trump chỉ được có 60,526,852 phiếu. Ông Trump thua bà Hillary 797,724 phiếu. Cũng bộn đấy nhưng thua vẫn thua vì phải tôn trọng luật chơi!

Người kéo nhau đi biểu tình phản đối, người đe dọa chạy ra khỏi nước Mỹ. Nơi họ muốn tới là Canada chúng tôi. Trong đêm kiểm phiếu, khi thấy Trump có mòi thắng thế, *website* của Sở Di Trú Canada quá tải, dân Mỹ muốn bỏ nước, chen chúc nhau vào kiếm đường vượt biên giới phía Bắc. Canada đất rộng, người thưa, bụng không hẹp và nhất định không có chuyện xây tường ngăn chia biên giới với Mỹ. Công dân Mỹ nào muốn qua ở cho vui thì qua. *Welcome* hết. Nhà báo Brian Hutchinson ở Montreal hô to: *Bienvenus à tous!* Và ông giới thiệu vài nơi đáng sống ở Canada. Trước hết là Nelson, một địa điểm dựa triền núi nằm ngay sát biên giới giữa Hoa Kỳ và Canada, thuộc tỉnh bang British Columbia. Nơi đây đã có một quần thể những người trốn quân dịch ở Mỹ chạy sang sống từ thời chiến tranh Việt Nam, và họ ở lỳ nhất định không về Mỹ. Họ mở trang trại, trồng rau trồng củ rất vui. Không chừng di dân Mỹ có thể tìm được bà con họ hàng tại đây.

Vùng Rivìere-du-Loup ở Québec, nếu muốn quý vị có thể gọi là *Wolf's River.* Nhưng chỉ lẩm nhẩm trong miệng thôi, không nên nói ra vì đây là vùng nói tiếng Pháp rặt. Quý vị phải học thứ tiếng Pháp vặn vẹo rất khó nghe nhưng đây là vùng đất xã hội chủ nghĩa duy nhất mà quý vị có thể tìm được mà không cần ra ngoài Bắc Mỹ. Nơi này rất thích hợp cho các ủng hộ viên của ông Bernie Sanders. Ông Brian Hutchinson còn giới thiệu vài vùng nữa nhưng chúng ta biết đến thế là đủ. Chúng ta có phải dân Mỹ muốn chạy trốn Trump đâu mà mất thời giờ nghiên cứu thêm!

Tại sao ngựa về ngược? Thế giới bàn tán xôn xao. Người cho là vì cử tri gốc da đen và gốc Nam Mỹ lười biếng không đi bầu vì nghĩ là bà Hillary chắc thắng. Người bảo ông Trump đã kéo được thành phần dân Mỹ không có trình độ Đại Học và dân miền quê ồ ạt đi bầu. Người thì tức tối cha nội cầm đầu FBI James Comey phá thối. Còn nhiều lý do nữa, nhắc ra hết chắc nhức đầu dữ.

Nhưng nhức đầu thì nhức, tôi cũng phải nói ra một lý do nữa liên quan đến tâm linh cho thỏa lòng những người tin vào các ông bà sờ mu rùa. Trump đắc cử vì "thánh" đã nói từ khuya. Thánh đây gồm một thánh nam và một thánh nữ. Nói về thánh nữ trước vì bà này sống gần chúng ta hơn. Đó là bà tiên tri mù Baba Vanga, người nước Bulgaria, sanh năm 1911 và mất năm 1996, thọ 85 tuổi. Bà bị mù sau một cơn lốc bị gió thổi vào mắt khi bà mới 12 tuổi. Trong cái rủi cố cái may: không có mắt nhưng bà lại thấy được nhiều việc trong tương lai. Bà tiên đoán về nhiều chuyện trên khắp thế giới. Kiểm chứng trong thời gian qua cho thấy những gì bà tiên đoán đã trúng đến 85%! Bà tiên tri gì về vụ bầu Tổng Thống Hoa Kỳ? Bà nói ông Barack Obama là Tổng Thống da màu đầu tiên và cũng là cuối cùng của nước Mỹ. Vị Tổng Thống thứ 45, kế vị ông Obama, khó được lòng dân và có nguy cơ bị ám sát khi gần hết nhiệm kỳ. Ông này rất cà chớn, đưa ra nhiều quyết định khó hiểu và gây xung đột với các nước lớn khác.

Vị thánh thứ hai là một người rất quen tên: ông Nostradamus. Ông này…già hơn bà Vanga. Ông sanh năm 1566, người Pháp gốc Do Thái. Ông học rất giỏi, mới 15 tuổi đã đậu Tú Tài, am hiểu về thiên văn và chiêm tinh. Ông đã đưa ra trên một ngàn lời tiên đoán về tình hình thế giới cách sau thời đại ông sống hàng trăm năm. Hơn một nửa trong số những lời tiên tri này đã thành sự thật. Ông tiên đoán vị Tổng Thống cuối cùng của nước Mỹ là một người Mỹ gốc Phi. Đúng là ông *tonton* Obama. Sau ông da đen này là một người mà ông hài ra bằng lối nói trài trại là *"trumpet"*. Me sừ Trumpet này sẽ có những quyết định khó hiểu và người ta sẽ bị sốc bởi những phát ngôn của ông tại tòa Bạch Ốc. Ông tiên đoán thêm là nhân vật này sẽ gây chia rẽ lớn lao trong quan hệ quốc tế. Ngoài ra ông cũng sẽ gây thù hận sâu sa giữa các đảng phái và giữa người dân.

Nghe hai ông bà thánh này phán mà rùng mình. Đúng y chang anh Trump ăn nói bỗ bã, phát ngôn tùm lum rồi cải chánh, tiền hậu bất nhất. Nhưng còn rùng mình hơn nữa khi hai vị này phán về tình hình nước Mỹ sau này. Bà Vanga nói về ông Obama: "Ông ấy trở thành Tổng Thống khi nước Mỹ đang vật lộn trong cơn khủng hoảng kinh tế trầm trọng. Người dân Mỹ sẽ đặt niềm tin vào ông ấy và coi ông như một phép màu dẫn dắt đất nước bước qua giai đoạn khủng hoảng và vươn lên trở thành cường quốc của thế giới. Sau khi ông ấy rời nhiệm sở, nước Mỹ sẽ bước vào giai đoạn loạn lạc, sẽ chìm trong đống đổ nát kinh tế, các tiểu bang Nam Bắc sẽ phân chia nhau, không khác gì một cuộc nội chiến".

Thánh Nostradamus cũng nhấn mạnh trong bài thơ nói về Trumpet: "Mỹ sẽ bước vào thời kỳ hỗn loạn và những cường quốc khác sẽ vươn lên vị trí đầu, tầm ảnh hưởng của Mỹ sẽ không còn như trước nữa".

Nghe hai ông bà sờ mu rùa này tiên đoán mà *stress!* Nếu đúng như vậy thì việc ông Trump chễm chệ trong nhà trắng coi bộ nguy to. Thôi thì cứ quẳng gánh lo đi mà…hy vọng.

Nếu vị nào không muốn ngửi nhang khói thì tôi tặng thêm một tiên đoán khác không vương khói nhang.

Tôi mới đọc được một bài báo của ký giả John Follain cho thấy việc ông Trump nghễu nghện bước chân vào nhà trắng là xu hướng của thời đại. Ông gọi xu hướng này là *populist,* chủ nghĩa dân túy. Tầng lớp bình dân trên khắp thế giới nay đã chán ngấy với những nhà chính trị chuyên nghiệp, ăn trên ngồi trốc, tạo ra những bất công, nên họ nổi dậy bằng bất cứ giá nào. Bắt đầu bằng vụ nước Anh tách ra khỏi Liên Minh Âu Châu mà người ta gọi là vụ *Brexit.* Dân tỉnh thành ở Luân Đôn thua lớn đám dân đen ở Anh. Nay tiếp theo là vụ ông Trump gạt bà Hillary sang một bên để tiến lên ngôi…vua nước Mỹ. Người ta tiên đoán trong vòng một năm sắp tới, hiện tượng tương tự sẽ diễn ra ở các nước có tổ chức bầu cử như Ý, Áo, Hòa Lan, Pháp và Đức. Ông Nigel Farage, lãnh tụ đảng Độc Lâp Anh, nhà thiết kế vụ *Brexit* nói sau khi có kết quả bầu cử tại Mỹ: "Hai vụ về ngược to lớn đã xảy ra trong năm 2016. Liên minh ma quỷ giữa các tổ sư thương mại, các ngân hàng và các tay chính trị nhà nòi đã tới ngày cùng, tôi tin như vậy!". Ông lưu ý mọi người chú ý tới cuộc trưng cầu dân ý vào ngày 4 tháng 12 sắp tới tại Ý. Ông Beppe Grillo, đồng sáng lập Phong Trảo Năm Sao đối lập tại Ý, đã viết trên *blog*: "Chiến thắng của Trump đã gây chấn động. Đây là dấu hiệu tan rã của một thời kỳ. Đây là ngày tận thế của hệ thống truyền thông gồm truyền hình, các tờ báo kỳ cựu, tầng lớp trí thức và tập thể các nhà báo". Người ta ví sự sụp đổ tuần tự này như sự ngã quỵ liên tiếp của những con cờ *domino.* Dân Việt ta đã quen tai với chủ thuyết *domino* này từ hồi Mỹ tham chiến ở Việt Nam. Chúng ta chờ xem những con cờ gục ngã tiếp theo ở Ý và Áo vào ngày 4 tháng 12 năm nay, ở Hòa Lan vào ngày 15 tháng 3 năm 2017, ở Pháp vào ngày 7 tháng 5 năm 2017 và ở Đức vào mùa thu năm 2017.

Nhưng giới tôn giáo, nhất là Công Giáo, thì tin rằng ông Trump thắng vì người Công giáo đã ngăn chặn đường vào tòa Bạch Ốc của bà Hillary. Sự việc cơm không lành canh không ngọt giữa Công giáo và chính sách của Obama bắt nguồn từ cuộc chiến giữa ông Obama và các cơ sở tôn giáo và các Giám Mục Hoa Kỳ về việc Obamacare bắt các cơ sở tôn giáo mua bảo hiểm tránh thai. Tránh thai, phá thai và triệt sản đi ngược lại với đức tin Thiên Chúa Giáo. Nghiêm trọng hơn nữa là vụ rò rỉ các *e-mail* của ông John Podesta, Giám Đốc ban tranh cử của bà Hillary. Trong các *e-mail* này có nói tới việc thành lập hai tổ chức Công giáo trá hình là *Catholic United* và *Catholics in Alliance* nhằm tạo ra mầm mống nổi loạn trong lòng giáo hội Công Giáo. Ngay lập tức, Tổng Giám Mục giáo phận Louisville Joseph Kurtz, Chủ Tịch Hội Đồng Giám Mục Hoa Kỳ, đã ra tuyên bố phản đối. Tiếp theo, vào tháng 10/2016, các mục sư người Mỹ gốc Phi đã gửi một bức thư mang tên "Thư Ngỏ Gửi Hillary Clinton Về Tự Do Tôn Giáo Cho Người Mỹ Da Đen". Họ lo ngại những gì bà Hillary làm với Công giáo cũng có thể làm với Tin Lành. Bà cũng từng nói quan điểm tôn giáo về vấn đề phá thai cần phải thay đổi. Những quan điểm về việc ngừa thai và phá thai của bà Hillary đã khiến bà mất một số phiếu đáng kể của người Công giáo. Cuối cùng bà đã thua một cách tức tưởi trong một cuộc đua mà phần thắng hầu như bà đã chắc chắn nắm.

Cái thua của bà Hillary đã đưa ông Trump lên ngôi. Một trong những điều ông Trump đã công khai phổ biến là trong 100 ngày đầu vào tòa Bạch Ốc ông sẽ bãi bỏ Obamacare. Vậy là chị em phụ nữ Mỹ nhốn nháo khi ông thắng cuộc bầu cử.

Theo Obamacare, phụ nữ được hưởng miễn phí 18 loại ngừa thai được Cơ Quan Quản Lý Thực Phẩm và Dược Phẩm FDA chấp thuận. Nếu ông Trump bãi bỏ Obamacare thì ăn trớt nên chị em phụ nữ Mỹ hối hả rủ nhau đi khám phụ khoa trước khi hỏng giò. Họ nhắc nhau chỉ còn 70 ngày nữa để… chạy. Chuyện sanh tử chứ chơi sao. Chạy càng nhanh càng tốt trước khi bị ông Trump nắm lại. Ông Trump nắm như thế nào, cứ coi cuốn *video* bị rò rỉ của chương trình Access Hollywood trong đó ông Trump văng ra những lời tục tĩu về phái nữ khắc rõ!

11/2016

COFFEE

Nha Hành Chánh của Hạ Viện Canada vừa phổ biến bản chi tiêu về ăn uống qua các *bill* của các dân biểu Hạ Viện. Ông nào tiêu bao nhiêu cho tiệm nào, bà nào chi về mục ăn uống hết bao nhiêu, con số nói rõ hết. Tôi không phải người tò mò nên chẳng nhìn vào miệng của những ông bà được dân bầu làm chi. Chuyện ăn uống của người ta là chuyện riêng tư, chẳng nên chõ mũi vào. Nhưng mục *coffee* thì khác. Chuyện thơm điếc mũi phải nên ngó tới, coi xem các ông bà đại diện dân có uống cà phê như mình không. Trong tài khóa từ tháng 4 năm 2015 tới cuối tháng 3 năm 2016, các dân biểu chi khá bộn cho tiền cà phê. Cà phê có nhiều nhãn hiệu. Tim Hortons là một hãng Canada nên các dân biểu yêu nước hoặc giả vờ yêu nước mặn mà nhất với anh Tim này. Nhưng anh Tim Hortons ngày nay đã lưu vong, không còn là của Canada nữa. Dù vậy, nó vẫn được 190 dân biểu chi 14 ngàn đô cho tài khóa vừa qua. Người chi mạnh tay nhất là dân biểu Kevin Lamoureux thuộc đảng Tự Do. Ông này đã chi trả 345 đô chỉ một lần vào giữa tháng 12 năm 2015. Uống như ông có mà say cà phê! Ông giải thích: "Đó là vào dịp lễ Giáng Sinh, tôi đi mua ít quà, cà phê và bánh *doughnuts* đãi các cụ cao niên trong vùng tôi ở. Tim Hortons là tiện nhất vì các cụ đã quen uống cà phê ở đây rồi".

Anh chị em viết lách chúng tôi ở Montreal thỉnh thoảng vẫn hú nhau đi cà phê cà pháo. Mấy ông dân biểu uống *coffee* còn chúng tôi cà phê cà pháo. "Cà pháo" là một chữ ăn theo cho có vần có điệu. Trên bàn chỉ có cà phê. Cứ tưởng tượng có thêm một đĩa cà pháo thì lạc điệu tới mấy ngàn cây số! Nhưng cái chữ ăn theo "cà pháo" hình như không chịu yên phận ăn theo. Nó cũng…ý nghĩa. Mang tên là cà pháo chắc vì thứ cà này nổ như pháo. Khi chúng tôi đã mỗi người một ly cà phê trước mặt thì cũng nổ như pháo. Cà phê một mình là cà phê buồn. Cà phê phải chen vai thích cánh mỗi người một câu mới ra cái thứ cà phê cà pháo của chúng tôi. Tác giả Nguyễn Mạnh An Dân, một người rất rành cà phê cà pháo, đã tán: *"Cà phê ngon chỉ mới được một nửa, nhưng chúng ta đâu chỉ cần uống cà phê, chúng ta còn ghiền "uống" con người cà phê. "Uống" không khí và cảnh sắc cà phê. "Uống" câu chuyện quanh bàn cà phê và nhiều thứ nữa. Vậy thì mời bạn đi với tôi, quanh quanh Sài Gòn làm vài ly chơi. Dĩ nhiên là tưởng tượng, cả bạn và tôi đều biết, đã xa rồi, biền biệt lắm rồi, ngày đó. Tôi xin bắt đầu từ giữa thập niên 60, những năm đầu tôi sống ở Sài Gòn và cũng là giai đoạn đất nước thực sự có những trở mình to tát. Những cơn lốc kinh hồn. Những bùng vỡ vượt mọi giới hạn. Những xô đầy, mời gọi đầy lôi cuốn và cũng nhiều cạm bẫy".*

Thường thì chúng tôi cũng hay ngồi đồng ở Tim Hortons. Chẳng phải yêu nước yêu non chi nhưng vì đây là tiệm tiện đường cho mọi người, lại rộng rãi, thường thì có chỗ. Đã đặt được cái bàn tọa vào ghế rồi thì tha hồ muốn ngồi lâu tới bao nhiêu cũng đặng. Nhưng cà phê sau một chầu ăn ở nhà hàng lại khác. Chẳng cần phải Tim Horton mà bất cứ tiệm nào gần tiệm ăn là được. Khi rời tiệm ăn vào lúc muộn màng, có khi gặp McDonald's chúng tôi cũng cà phê đại trà như thường. Ăn thua là lúc có nhau, ngồi bên nhau, cảm thấy hạnh phúc được gặp nhau.

Van Houtte Coffee là tiệm các dân biểu chi tiền nhiều thứ hai. Có lẽ vì tiệm tiện cho việc *order* cà phê vào văn phòng cho các dân biểu tiếp khách. Van Houtte đã vớ được 5.734 đô.

Starbucks chiếm vị trí thứ ba nhưng thua xa số tiền của hai tiệm trên. Chỉ có 1.156 đô! Và chỉ có 33 dân biểu nhấm nháp thứ cà phê này. Tôi nghĩ Starbucks phải có số phận ít hẩm hiu hơn vì đây là hệ thống tiệm cà phê có tiếng nhất ở Mỹ. Bằng chứng là mỗi lần qua Mỹ, gặp bạn bè, hầu như các bạn...Mỹ của tôi cũng đưa tôi vào Starbucks. Hai ông bạn của tôi trung thành nhất với Starbucks đều đã đi xa. Ông Nguyễn Xuân Hoàng chỉ thoải mái chuyện trò khi môi đã nhấm nháp được vị cà phê Starbucks. Ông Đinh Cường có thể mang tên *Mr. Starbucks* mà không oan ức chút nào. Cuộc sống của ông, ngoài gia đình, là bàn cà phê Starbucks. Từ Montreal phôn cho ông, hầu như lần nào tôi cũng được ông cho biết là đang ngồi ở Starbucks với một bạn nào đó. Gặp ông là được ông dẫn ngay tới cà phê Starbucks. Nhưng không phải bất cứ tiệm Starbucks nào mà phải là tiệm Starbucks của ông. Nói như vậy dễ có sự hiểu lầm: ông không hề đầu tư vào tiệm cà phê. Nhưng ông là người dắt khách cho tiệm Starbucks của ông nhiều nhất, tôi có thể đánh cá như vậy. Starbucks đã đi vào thơ của ông, dĩ nhiên có đính theo bè bạn.

Chiều ngồi Starbucks chờ tạnh mưa nhớ
hai câu thơ Phạm Cao Hoàng thử làm theo
Chiều ngồi quán chờ tạnh mưa
Chiều ngồi Starbucks cùng Như Hạnh
Chiều mưa xám
Chiều Nguyễn Xuân Hoàng gọi từ San Jose
Chiều ngồi Starbucks Coffee cùng Như Hạnh
phone thăm Nguyễn Trọng Khôi ở Boston
Chiều ở Starbucks coffee bấm mini iPad lên xem
tranh Chagall
Chiều quạnh, nhớ bạn
Chiều ra ngồi ở Starbucks một mình nhớ thầy Tuệ Sỹ
Chiều rằm Đức Phật Đản Sanh vẫn đi bộ
sau cánh rừng, nhớ thầy Tuệ Sỹ
Chiều tạnh mưa
Chiều thứ bảy
Chiều thứ bảy chờ trời dịu mát ra cắt cỏ nhớ và thử ghép
vào cùng mấy câu thơ Bùi Giáng, Nguyễn Đức Sơn,
Hoài Khanh
Chiều thứ bảy cùng Nguyễn Tường Giang
ghé thăm Duy Lam và ngồi cùng Phạm Cao Hoàng
ở quán 102

Chiều thứ bảy ở café la Madeleine
cùng Phạm Cao Hoàng và Nguyễn Minh Nữu
Chiều thứ bảy phone thăm Nguyễn Xuân Hoàng
sau khi đọc từ những đoạn ghi của Hoàng Xuân Sơn

Chiều ngồi ở Starbucks phôn lung tung và nhớ lung tung nhưng không qua vòng bè bạn. Đinh Cường ở với bạn bè rất đầy đặn. Starbucks còn là "trại sáng tác" của Đinh Cường. Giấy vẽ chính là những tờ giấy lau của tiệm có cái *logo* màu xanh lá. Từ những tờ giấy chỉ có một đời sống ngắn ngủi, khách lau chùi và vứt vào thùng rác, Đinh Cường, bằng bàn tay tài hoa, đã phú cho chúng một đời sống vĩnh cửu của một tác phẩm nghệ thuật. Biết bao khuôn mặt bạn bè đã hiện lên trên mặt giấy tưởng chỉ đáng vứt đi. Chúng đã được lưu giữ và được chủ nhân quán cà phê treo trên tường bán cho khách. Nhớ tới Đinh Cường là nhớ tới những tác phẩm ngẫu hứng này.

Ngay cháu Đinh Như Tranh, 11 tuổi, cháu nội của Đinh Cường, con của Đinh Trường Chinh, nhớ ông nội khi ông nội đã bỏ cháu ra đi, cũng đã dùng giấy lau tay của Starbucks để vẽ chân dung ông nội. Tranh của cháu Tranh khiến tôi giật mình khi vừa nhìn vào. Cháu đã lột tả được nét mặt của người họa sĩ tài hoa. Tôi thấy ngay những nét riêng của Đinh Cường. Nhưng điểm tôi cảm nhất với cô họa sĩ tí hon chưa ra nghề là đã dùng nguyên hình tròn của cái *logo* Starbucks làm một bên mắt của ông nội. Bức tranh xuất thần đã làm tôi thẫn thờ nhớ bạn.

Ông Đinh Cường dính với cà phê hơi nặng. Tôi không

được như vậy. Thường tôi chỉ một ly vào buổi sáng. Cà phê… nhà chứ chẳng Tim Hortons hay Starbucks chi cả. Đi cà phê cà pháo với bạn bè vào buổi tối, tôi thường gian lận. Có khi một ly nước cam, có khi một ly *iced cappucino* ngọt và lạnh như chè.Vậy mà nói ra chắc ít người tin: tôi đã mở quán cà phê ở Sài Gòn trước khi qua Canada. Quán cà phê vườn với những chiếc bàn rẻ tiền bằng gỗ mộc thấp lè tè không chút tiện nghi nhưng cứ mở cửa là khách ùn ùn kéo vào chiếm hết chỗ. Được như vậy là nhờ khung cảnh thơ mộng chứ không phải vì cà phê ngon. Ngon làm sao được khi gia đình tôi là những tay mơ về cà phê. Đó là khách của chiều tối. Khách ban ngày là những người bạn hẹn hò nhau ngồi cà…pháo. Trong số này, vị khách trung thành nhất, sáng nào cũng có mặt đúng giờ mở cửa là ông Bùi Tường Huân, Tổng Trưởng Quốc Phòng cuối cùng của Việt Nam Cộng Hòa. Cái dáng mảnh khảnh yếu ớt của vị Giáo sư Đại học này tương phản cật lực với chức vụ đấm đá. Tại sao vậy? Vì chính phủ của Đại Tướng Dương Văn Minh muốn chứng tỏ là họ muốn hòa bình, không đánh đấm chi cả. Cho ông Giáo sư Đại Học trói gà không chặt vào ngồi ở Bộ Quốc Phòng thì phòng cái chi! Ông bị giữ lại không cho xuất cảnh tuy vợ con ở hết bên Mỹ. Có lần ông đã cổ cồn cà vạt ra sân bay nhưng bị ách lại không cho lên máy bay mặc dù giấy tờ đầy đủ. Ông tới quán cà phê cà pháo với bạn bè cho vơi nỗi phiền muộn. Ông chờ ngày đoàn tụ với vợ con cho tới khi chết, chẳng bao giờ đặt được chân lên máy bay, thứ ông làm hà rầm trong những ngày chưa mất nước!

Mở quán cà phê mà tôi vẫn là người ngoại đạo với thứ

nước đen xì này. Lỗi tại mấy ông anh họ tôi. Khi tôi vừa đậu xong cái Tú Tài toàn phần, hai ông anh họ tôi, những người ở ngoài đường nhiều hơn ở nhà, đã bứng tôi đi làm người lớn. Bài học đầu tiên là uống cà phê. Các ông ấy dẫn tôi tới quán Thu Hương, một quán nổi tiếng cà phê ngon. Ngon đâu chẳng biết nhưng ly cà phê đắng ngắt, đen xì đó đã làm hại tôi. Cả đêm tôi chong mắt nhìn đình màn, mắt mở thao láo không nhắm được tới một phút. Sáng ra người khó chịu như muốn thải một thứ gì ra khỏi người mà không thải được. Ly cà phê tuyệt hảo mà các ông ấy khen lấy khen để đối với tôi như một thứ thuốc đắng. Không đau ốm thì thuốc thang chi cho nẫu người.

Từ đó tôi cạch cà phê. Bạn bè rủ đi cà phê Thu Hương, tôi lắc đầu lia lịa. Chúng chê tôi nhà quê, sống trên đời mà không biết thưởng thức cà phê Thu Hương là coi như mất nửa đời người! Tôi đối lập cật lực với cà phê Thu Hương. Có ai hỏi tôi tiệm cà phê này ra răng, chắc tôi chỉ cười trừ. Mới đây đọc được bài viết của ông Nguyễn Mạnh An Dân tôi mới thấy ông này tả rõ cà phê Thu Hương . *"Những ngày này tôi là khách thường trực của quán cà phê Thu Hương đường Hai Bà Trưng. Quán nằm ở một vị trí đẹp, chiếm ba lô đất ngó chéo qua phía trại hòm Tobia. Nơi đây có một căn phòng hẹp vừa đặt quầy thu tiền, vừa là chỗ ngồi cho những ai thích nghe nhạc với âm thanh lớn, phần còn lại là một sân gạch rộng, có mái che nhưng không ngăn vách, từ trong có thể nhìn rõ ra đường qua những song sắt nhỏ sơn xanh với một giàn hoa giấy phủ rợp. Ngồi đây có thể nghe được văng vẳng tiếng nhạc vọng ra từ bên trong. Cảm được chút riêng tư cách biệt, nhưng đồng thời cũng có thể nhận ra được sức sống bừng lên mỗi sáng, dáng vẻ mệt mỏi, u ám mỗi chiều đang lặng lờ chảy qua trên đường phía ngoài. Chủ quán ở đây là một người đặc biệt: khó chịu một cách dễ thương. Hình như với ông, bán cà phê chỉ như một cách tiêu khiển và pha cà phê là một nghệ thuật kỳ thú. Ông hãnh diện với tên tuổi của Thu Hương và muốn bảo vệ nó. Bạn là khách uống cà phê phải không? Xin cứ ngồi yên đó, việc của bạn là uống vậy thì đừng táy máy đụng vào làm hư cà phê của tôi. Cà phê được bưng tới, ông chủ sẽ ngồi đâu đó quan sát và chờ. Yên tâm đi, đừng nôn nóng gì cả, bạn sẽ có cà phê ngon để uống mà. Ông chủ sẽ xuất hiện đúng lúc cạn phin, sẽ bỏ đường cho bạn, khuấy đều cho bạn và sẽ lịch sự "xin mời" khi mọi việc hoàn tất. Ly cà phê như vậy mới là cà phê Thu Hương. Đó là cung cách của Thu Hương, đặc điểm của Thu Hương. Nhiều người mới đến lần đầu không biết, cà phê bưng tới là tự lo liệu cho mình đều bị chỉnh ngay: Ông nôn nóng mở phin lỏng như vậy nước chảy ào ào còn gì là Thu Hương! Ông bỏ đường ngọt như ăn chè vậy còn gì là Thu Hương! Ông khuấy cốp cốp kiểu đó cà phê sẽ chua lét là ông giết Thu Hương rồi! "Thằng cha" này rắc rối thật nhưng là sự rắc rối có thể hiểu được, thông cảm được miễn là cà phê ngon. Mà cà phê Thu Hương ngon thiệt, ngon lắm. Trong lãnh vực kinh doanh quán cà phê, có người dùng âm thanh. Có người dùng ánh sáng và trang trí. Có người nhờ sự duyên dáng của tiếp viên. Có người dùng phẩm chất của cà phê để hấp dẫn khách. Ông chủ Thu Hương đã chọn cách cuối cùng, cách khó nhất và ông đã thành công".*

Mặc các tao nhân mặc khách ca tụng cái thú uống cà phê

đậm ngắt, tới nay tôi vẫn làm lơ. Có uống chăng chỉ là cà phê pha ở nhà, vừa đủ thơm, thêm tí sữa đặc có đường, cũng đủ cho đời lên hương. Cái thứ cà phê phin đầy mùi tân khổ như cà phê Thu Hương, tôi vẫn kính nhi viễn chi. Vậy mà tây đầm lại khoái. Nói đâu xa, chàng rể Tây chính cống dân Pháp của tôi mê cà phê phin như điếu đổ. Ngày hè, cho thêm mấy cục đá vào thì thiên đường là đây.

Bản tin của *Daily Loaf* mới đây có kể về cô đầm Machol qua du lịch Việt Nam bị cà phê phin Việt Nam hớp hồn. Cô mê từ cái phin cà phê mê đi: hình ảnh chiếc phin trên chiếc ly trắng trông ngộ nghĩnh như một người đội mũ. Cô mê từng giọt cà phê nhỏ long tong trên lớp sữa trắng ngần. Cô mê cái hỗn hợp màu sắc khi quấy đều cà phê lên. Cô mê mùi thơm "bát ngát như trời mây". Trở về Mỹ cô vẫn chỉ uống cà phê Việt Nam. Cô mua loại cà phê New Orleans có hương vị giống cà phê Việt Nam, một bộ phin mà tiệm tạp hóa Á Đông nào cũng có bán. Vậy là cô có thứ Việt Nam cô mê trên đất nước Mỹ. Nhưng khi làm biếng cô có thể mua ngay tại một vài cửa hàng Mỹ có bán loại cà phê *Vietnamese style.*

Tôi mơ có ngày có tiệm cà phê Việt Nam trong khu Quốc Hội Canada để mấy ông bà dân biểu có cơ hội mê thứ cà phê mà cô Machol...phê hết mình. Biết đâu khi đã nếm được mùi cà phê Việt Nam, họ sẽ bỏ rơi các anh Tim Hortons, Starbucks, Van Houtte để chạy theo cà phê Việt Nam.

Lúc đó họ sẽ không uống *coffee* mà uống cà phê. Còn thứ cà phê cà pháo của chúng tôi chắc họ sẽ chẳng bao giờ có!

08/2016

CÕNG

Cõng là chuyện tôi rất rành. Chắc những người cùng trang lứa với tôi cũng rứa. Ngày đó, khi chơi đánh đáo bắn bi, chúng tôi ăn thua nhau bằng cái cõng. Đứa nào thua thì phải cõng đứa thắng. Cõng như thế nào đều được chúng tôi ra điều kiện trước. Hoặc tính theo chiều dài phải cõng bao nhiêu thước, hoặc tính theo thời gian phải cõng bao nhiêu lâu hoặc cõng bao nhiêu lần. Nhiều tên ác ôn, khi được cõng nhảy choi choi trên lưng đứa phải cõng như phi ngựa. Không thiếu chi những cuộc cãi vã đi tới thượng cẳng chân hạ cẳng tay.

Cõng quen thuộc với chúng tôi như vậy nên ông thày lớp Nhất trường Trần văn Thưởng trong khuôn viên nhà thờ Hàm Long, Hà Nội, đã cho cõng vào một bài giảng trong môn Pháp văn. Tiếng Pháp có chữ đồng âm khác nghĩa. Ông giảng phân biệt ba chữ đồng âm như sau: chữ *foie* nghĩa là lá gan, có "*e*" ở sau trông như lá gan; chữ *foi* trơn trụi không có chi ở sau nghĩa là lòng tin, tin thì cứ nhắm mắt mà tin, chẳng cần biết chi cả; chữ *fois* có nghĩa là "lần", như chơi đánh đáo bắn bi, đứa nào thua thì phải cõng bao nhiêu lần vậy, chữ *fois* này có *"s"* ở sau trông như cái lưng đang cõng người. Nhìn vào chữ *"s"* đánh bằng *computer* này thì không hình dung ra được cái lưng cong nhưng chữ *"s"* viết tay thì y chang. Ngày đó, chúng tôi không dùng chữ "lần" mà thường nói là "phùa". Chắc là một cách Việt hóa chữ *fois!* Cho tới bây giờ, tôi vẫn không quên được bài giảng này và không bao giờ bị sai chánh tả.

Cõng như vậy là trò chơi thuở bé tí của chúng tôi. Lớn hơn một chút, máu cờ bạc trong người mới manh nha, chúng tôi ăn thua nhau không bằng cái cõng nữa mà bằng viên bi, tranh hình và, cuối cùng, bằng tiền xu!

Càng lớn chúng tôi càng xa rời cái cõng. Nhưng bây giờ người lớn lại chơi trò cõng! Đầu tháng 10 năm nay, tại Newry, tiểu bang Maine của Mỹ, có cuộc thi cõng mang tên *North American Wife Carrying Championship.* Nghe tên đủ biết đây là trò chơi chồng cõng vợ. Cuộc thi này bày ra lắm chướng ngại trớ trêu, cứ như là "đoạn đường chiến binh" trong quân trường. Anh chồng phải cõng vợ băng qua rào chắn, thân cây, hố cát và bãi sình. Nghe đã thấy vất vả nhưng cũng đã có tới 44 cặp thử lửa. Quán quân thuộc về cặp Elliot và Giana Storey. Họ băng qua đoạn đường khổ ải dài 278 thước trong 59 giây 18. Phần thưởng gồm bia và tiền mặt. Số lượng tùy theo sức nặng của cô vợ. Nặng bao nhiêu thì được ẵm về từng đó *pound* bia, tiền mặt được lãnh bằng 5 lần trọng lượng của người vợ. Cặp này đã lãnh 11 két bia hiệu

Goose Island và 655 đô tiền mặt. Suy ra thì cô nàng Giana nặng 131 *pounds*. Mấy ông bạn tôi vốn có tính tham lam nên tính ra ngay là vợ càng nặng phần thưởng càng bộn. Khổ nỗi lòng tham làm mờ mắt khiến các ông ấy quên là vác trên vai bà vợ càng nặng cái lưỡi le ra càng dài. Đây là kỳ thi đua thường niên thứ 17 của thành phố Newry.

Tại thị trấn Dorking ở miền Đông nước Anh cũng có thi cõng vợ. Địa điểm thi là một đoạn đường đồi dốc, dài 380 thước, có các chướng ngại vật bằng rơm. Lại nữa, khán giả hai bên đường sẽ tạt nước vào các đấu thủ nên khi về tới đích cặp nào cũng ướt nhẹp! Có một điều trong điều lệ thi chắc sẽ làm buồn lòng các ông bạn tôi, đó là cô vợ phải nặng ít nhất là 50 kí! Nếu bà nào không đủ số kí thì phải ôm kèm theo một ba lô cho đủ số kí quy định. Ông nào có bà vợ nặng kí nhắm không thể tha nổi tới đích thì có thể đổi để vợ cõng chồng. Các cặp đồng tính thì tha hồ đổi vì điều lệ không phân biệt ai là chồng ai là vợ. Phần thưởng cho cặp thắng cuộc cũng là bia nhưng chỉ có một két thôi. Vô địch năm nay là cặp Jonathan Schwochert, người Mỹ, và cô vợ gốc Pháp Charlotte Xiong. Họ chạy mất 1 phút 40 giây. Ngoài phần thưởng bia, họ còn được đại diện nước Anh qua tham dự giải cõng vợ chạy đua quốc tế tại Phần Lan.

Cõng vợ chạy hóa ra lắm chuyện. Quốc tế đàng hoàng! Năm đầu tiên giải này được tổ chức là năm 1992, có 40 cặp thi đua trước sự cổ võ thích thú của 10 ngàn khán giả ở Sonkajarvi vào tuần lễ đầu tiên của tháng 7. Đường đua dài 253 thước gồm một chặng đường mòn, một chặng đường dốc trải cát và một hồ sâu 1 thước. Trọng lượng của người vợ tối thiểu là 49 kí và phải trên 17 tuổi.

Tại sao khơi khơi cõng vợ chạy đua như vậy? Người ta nhắc tới giai thoại về một người tên Herkko Rosvo-Ronkainen. Vì là giai thoại nên có nhiều phiên bản khác nhau. Phiên bản thứ nhất nói hắn là một chúa đảng cướp vào thập niên 1980 chuyên dẫn đồng bọn đi cướp thực phẩm và cướp gái cõng về làm vợ. Giai thoại thứ hai, ngược lại, cho rằng chính dân làng Sonkajarvi bị dân làng bên tới cướp vợ của họ và cõng về. Phiên bản thứ ba cho rằng chẳng có chuyện cõng vợ cướp được mà đây chỉ là một hình thức huấn luyện của đám cướp do Herkko Rosvo-Ronkainen làm thủ lãnh.

Gì chứ chuyện chơi vui như vậy dân ta bắt chước liền. Dân Hải Phòng cũng cõng vợ chạy đua như dân Phần Lan. Tôi đọc được một bản tin về chạy đua cõng vợ ở đất Cảng được tổ chức vào tháng 8 năm 2015. Cuộc đua mang tên *"Marathon-Tình Yêu và Thử Thách"*. Cái tên nghe hách hơn Phần Lan nhiều. Trong cuộc đua, chẳng biết có phải được tổ chức lần đầu tiên không, có một…sự cố! Một anh tên Hồng Trường vốn nhỏ nhắn lại có sức khỏe không được tốt nhưng cũng muốn cõng vợ chạy hộc tốc cho hơn người. Anh tâm sự: "Biết là không thể cõng được nhưng mình cũng muốn "thể hiện" lắm! Rất vui vì đây là lần đầu tiên cõng thử sau hơn một năm yêu nhau!". Không biết "thể hiện" làm chi cho khổ tấm thân khi kém người yêu về cân lượng, thấp hơn vợ sắp cưới 4 phân chiều cao lại thêm căn bệnh huyết áp thấp có thể xỉu bất cứ lúc nào. Còn 50 thước chướng ngại vật cuối cùng trước khi về đích, anh chàng bỗng nhào té. Cô vợ sắp cưới

Minh Tâm, vốn nhanh trí, nên cúi xuống cõng anh chồng oặt oẹo chạy về tới đích đoạt giải thưởng 30 triệu đồng. Câu chuyện bất ngờ này làm giới trẻ thích thú. Được hỏi có dám cõng vợ chạy đua nữa hay không, anh chàng Hồng Trường nói: "Chắc không dám nữa cho tới khi nào chú rể cao bằng cô dâu và cân nặng bằng cô dâu!". Anh chàng coi bộ cũng lẻo mép, đúng là "mồm miệng đỡ tay chân"!

Sau cuộc thi, hình ảnh cô Minh Tâm cõng chồng xuất hiện lung tung trên truyền thông. Cô gái sanh năm 1995 này bỗng nổi như cồn. Công nhận cô bé cao tới 1 thước 75 này xinh thật. Đã đẹp lại học giỏi. Cô hiện là sinh viên năm thứ ba trường Đại Học Kinh Tế Quốc Dân. Bài học rút ra được: nên cõng chồng cho sớm nổi tiếng!

Hải Phòng đã cõng chạy đua thì Hà Nội đâu có chịu lép vế. Cũng trong tháng 8 năm 2015, Hà Nội tổ chức lễ cưới tập thể cho 50 cặp và thi đua cõng chạy sau đó. Nghe đã thấy mấy chú rể thật sớm vất vả. Vừa thề thốt xong là phải vác vợ trên lưng liền. Được cái phần thưởng cũng xứng đáng cho nỗi nhọc nhằn: một chuyến du lịch Mã Lai trị giá 30 triệu đồng!

Tôi không phải là đệ tử của phim bộ Hàn quốc nhưng thỉnh thoảng có ghé mắt vào màn hình coi ké. Hình như các cặp tình nhân trong phim đều có màn cõng nhau. Không biết tại sao nhưng thấy cũng thú vị. Thường họ cõng nhau trong công viên hoặc trên bãi biển cho thêm phần tình tứ. Mà tình tứ thiệt. Coi cũng mát mắt ra gì.

Đại Hàn cõng nhau được thì Việt Nam cũng cõng được chứ! Phim Việt Nam gần đây cõng nhau như điên. Có điều tôi nhận thấy là vai nam trong phim Việt lại là các tài tử Hàn quốc. Bộ trai Việt không biết cõng sao? Cũng có thể. Vì sau thời đánh đáo bắn bi của thế hệ chúng tôi, bọn trẻ sau này không dùng đơn vị ăn thua là cõng nữa. Phải chi phim Việt biết cõng sớm thì có thể các bạn tôi đã có vai trong phim. Cam đoan cõng rất nghề! Trong bộ phim *Tuổi Thanh Xuân* vai nữ do Nhã Phương đóng được tài tử Kang Tae Oh cõng. Khán giả coi bộ khoái chuyện tình yêu xuyên biên giới này.

Chuyện tôi nói trai Việt không biết cõng ở trên là nói quá đáng. Thực ra chỉ vì thấy anh tài tử Đại Hàn đẹp trai cõng cô gái Việt xinh như mộng, tôi không ưa. Thực ra tài tử Việt cũng cõng như điên. Cũng chính giai nhân Nhã Phương này đã nhong nhong trên lưng của tài tử đẹp trai không kém tài tử Hàn quốc là chàng Hồng Đăng. Trong phim *49 Ngày* cũng vẫn em Nhã Phương này lại được Trường Giang cõng. Coi bộ Nhã Phương có số được cõng. Kể ra cũng phải vì cõng đang được mùa trong phim Việt. Chi Pu và Nhan Phúc Vinh trong *Vẫn Có Em Bên Đời,* Bê Trần và Jun Vũ trong *12 Chòm Sao: Vẽ Đường Cho Yêu Chạy,* Diễm My và Linh Sơn trong *Kungfu Phở,* Thiên Kim và Trường Thế Vinh trong *Nợ Ân Tình* và nhất là Bảo Trung và Belle Mai trong *Mùa Oải Hương Năm Ấy.* Hai tài tử trẻ này đóng một màn cõng hết sức tình tứ trên những đồi trà Đà Lạt.

Chuyện cõng đâu chỉ là chuyện vui chơi. Cõng là một cách vận chuyển thô sơ trong cuộc sống. Nhớ những ngày nhỏ, khi đôi chân đã ngán đường xa hoặc khi muốn nhõng nhẽo một chút, chúng ta hay vòi vĩnh ông bà cõng. Nằm soải người trên lưng người yêu mến có cái ấm áp kỳ diệu. Cõng như vậy vẫn là chuyện cõng chơi, không phải cõng sinh tử trong cuộc sống khó khăn nghèo khổ.

Em Nguyễn Phương Linh, ngụ tại khu tập thể Tân Mai, Hà Nội, bị liệt từ nhỏ. Sanh ra mới được hai tuần, em bị sốt lên tới 42 độ. Bố em, ông Nguyễn Tấn Nghĩa, vội đưa con tới bệnh viện. Em bị sốt bại liệt. Đôi chân em yếu dần. Tệ hơn nữa, em còn có khối u ác tính ở cột sống. Khi khối u lớn bằng trái xoài thì gia đình quyết định cho em mổ. Sau đó, các bác sĩ cho biết em chỉ sống được 3 tháng nữa. Vợ chồng ông Nghĩa đã âm thầm chuẩn bị việc hậu sự cho em. Nhưng trời còn thương cho em sống. Ông Nghĩa bùi ngùi nói: "Linh mỗi ngày một lớn lên và điều tồi tệ nhất đã không đến. Tôi thầm cảm ơn Trời Phật và cố gắng dành những điều tốt nhất cho con". Em được bố ngày ngày cõng đi học. Em thích nhất môn Văn bởi vì văn chương đã ghi lại những chuyển động của cuộc sống và mở trước mắt em nhiều điều mới mẻ nơi những vùng đất em không thể đặt chân tới. Lên Đại Học, em Linh chọn vào Đại Học Công Đoàn tuy em không thích, nhưng bởi vì trường có thang máy! Hôm thi Đại Học, bố Nghĩa đã cõng em vào tận phòng thi. Tính ra bố đã cõng em đi học suốt 7 năm. Nhiều khi ông Nghĩa phải cõng con leo từng bực thang tới lớp học. Ông tâm sự: "Linh đã đến trường trên lưng tôi suốt 7 năm qua!".

Sinh viên Nguyễn Chung Tú của Đại Học Khoa Học Tự Nhiên Sài Gòn cũng đi học trên tấm lưng của mẹ trong suốt hai chục năm ròng rã, từ tiểu học tới Đại học. Mẹ anh là bà Chung Thị Do. Có những lần hai mẹ con suýt ngã gục khi bước lên thang lầu. Anh Tú đã hỏi mẹ: "Sao mẹ không bỏ con đi?". Bà mẹ gạt nước mắt trả lời: "Vì con là con của mẹ!". Chị Do có một chiếc xe đạp. Khi Tú còn học tiểu học. chị chở Tú tới trường rồi cõng con vào lớp. Nhưng cùng với thời gian, bệnh của Tú ngày càng nặng. anh không thể bám được vào chiếc xe thì chị phải dùng lưng cõng con tới trường. Đoạn đường hai mẹ con đi lại mỗi ngày là 4 cây số. Chị tính chỉ cho Tú học tới hết lớp 9 rồi nghỉ. Nhưng Tú lại học rất giỏi nên chị không nỡ cắt đứt đường học vấn của con.

Cuối cấp 3, Tú tốt nghiệp phổ thông loại giỏi. Vậy là hai mẹ con lại tiếp tục đoạn đường thi Đại học. Ngày thi, mẹ cõng con tới trường từ 4 giờ sáng cho chắc ăn. Tú không được hưởng bất cứ một đặc ân nào, vậy mà em cũng trúng tuyển vào hai trường Đại học. Khó khăn khác hiện ra. Làm sao có tiền theo học. Thời may, thầy giáo Bùi Ngọc Thạch của trường cấp 3 Chợ Gạo, Tiền Giang, cũng là một người khuyết tật, tiếc cho một em khuyết tật ham học nên đã đứng ra quyên tiền của các giáo viên đài thọ chi phí ăn học cho em. Thân tật nguyền vẫn chưa hết gian nan. Em cùng mẹ đi tìm nhà trọ quanh khu vực Linh Trung ở Thủ Đức nhưng không kiếm được phòng trọ nào hợp với tình trạng tật nguyền của em với cái giá vừa với túi tiền. Chín giờ tối, hai mẹ con thất vọng định trở về quê, bỏ mộng học hành của em Tú. Dịp may lại tới. Bác sĩ Bùi văn Hiệp ở Vũng Tàu nghe tin đã chủ động liên lạc với hai mẹ con để cho mượn một căn phòng tại phường Long Thành Mỹ thuộc Quận 9. Vị bác sĩ đầy lòng hảo tâm này còn tặng một chiếc xe máy. Khi tới trường, chị Do cõng con vào lớp rồi kiếm một góc hành lang ngồi dán thuê những chiếc hộp, kiếm thêm vài chục ngàn để hai mẹ con sinh sống hàng ngày.

Cõng không còn là một thứ để vui chơi mà để bày tỏ lòng thương con. Trong cái cõng có cái tình. Không biết có phải vì tình nằm trong cõng không mà em bé Trương văn Tú, 10 tuổi, bị ung thư máu, liệt hai chân, nằm chờ chết nhưng vẫn có ước mơ được cõng mẹ một lần trước khi giã từ cuộc sống. Bệnh của em mới được phát hiện khoảng hai năm trước và được điều trị tại Viện Huyết Học Truyền Máu Trung Ương, rồi chuyển qua bệnh viện Bạch Mai, cuối cùng tại Viện Y Học Cổ Truyền. Em đã nghỉ học từ khi phát bệnh. Tình trạng sức khỏe bết bát lại thêm đôi chân bất khiển dụng, không tự đi đứng được, làm sao cõng mẹ. Các thiện nguyện viên thương cảm trước ước muốn tha thiết này nên, nhân sinh nhật thứ 10 của em, đã giúp em mãn nguyện. Một người cõng em trên vai, rồi mẹ em nằm trên lưng em. Với sự chống đỡ của vài thiện nguyện viên khác, thiện nguyện viên cõng cả hai mẹ con và di chuyển trong phòng. Em mãn nguyện vì mẹ đã trên lưng em. Với vẻ mặt hớn hở, em cám ơn mọi người: "Bây giờ, cháu đã sẵn sàng đối phó với căn bệnh rồi".

Một bức hình xuất hiện trên các trang mạng vào cuối tháng 5 vừa qua đã dấy lên những chỉ trích của dân mạng. Trong hình là một cán bộ đi xe hơi tới họp tại một học viện. Trời mưa lớn làm đường ngập nước khoảng vài phân. Ông cán bộ từ xe hơi bước lên một chiếc ghế thấp được hai người mặc áo xanh, có lẽ là bảo vệ, đặt ngay trước cửa xe. Sau đó, một người đã ghé lưng cõng ông cán bộ này vào cơ quan để giữ cho đôi giầy của ông không bị ướt. Cái cõng trông không tình nghĩa chút xíu nào như những cái cõng của các bậc cha mẹ cõng con tật nguyền đi học, hay của em bé bị ung thư muốn cõng trả ơn mẹ trước khi mãi mãi xa mẹ. Trong một chế độ thường rêu rao làm cách mạng chống cảnh "người bóc lột người", bức ảnh như bóc trần sự thật.

Nhìn vào bức ảnh cõng này tôi như thấy cái cúi rạp người cam chịu của người dân Việt trong nước hiện nay. Dân nước ta sẽ còn phải nai lưng cõng cái chế độ bất nhân, bất tài và bất xứng này bao lâu nữa?

10/2016

D.U.I.

Chuyện này nói ra có thể mất tình bạn nhưng vẫn phải nói. Ông bạn Trà Lũ là người hết lời ngợi ca đất nước Canada mà chúng tôi đang sống. Ông đã nâng cấp đất nước này lên tới cấp "thiên đường". Vậy là hết láng. Không còn chi để nói nữa. Vậy mà chuyện tôi sắp nói đây lại là chuyện góc tối của thiên đường. Đụng chạm quá đi chứ!

Thiên đàng của ông Trà Lũ dẫn đầu về tai nạn xe hơi do uống rượu lái xe trong số 19 quốc gia giầu mạnh nhất. Đó là kết luận mới nhất của một nghiên cứu do *Centers for Disease Control,* viết tắt là CDC, của Mỹ tiến hành. Chuyện giết người không gươm giáo mà bằng những giọt cay tại Canada đã tới hồi báo động. Andy Murie, Giám Đốc Điều Hành của Hội *Mothers Against Drunk Driving,* Hội của những người Mẹ chống say rượu lái xe, viết tắt là MADD, của Canada tuýt còi: " Cơ quan CDC của Mỹ đã hoàn thành bản nghiên cứu xuất sắc, không cãi vào đâu được. Đây là một lời cảnh tỉnh. Chúng ta phải làm nhiều hơn trong việc giải quyết vấn đề nhức nhối này". Trong khi số người tử nạn vì tai nạn xe hơi ở Canada giảm đi, năm 2013 là 5,4 trên 100 ngàn người, giảm 43% so với năm 2000, thì số người chết vì tai nạn xe hơi do các đệ tử của Lưu Linh gây ra là 34%, cao nhất so với các nước được nghiên cứu. Bám sát Canada là Mỹ với 31%, Úc với 30% và Pháp với 29%. Ba nước ngon lành nhất là Do Thái với 3,2%, Nhật với 6,2% và Áo với 6,8%.

Mần răng chừ? Ông Andy Murie cho cách phòng chống những anh say xỉn lái xe gây tai nạn chết người tốt nhất là thường xuyên kiểm soát nồng độ rượu của những tay lái. Nếu nồng độ rượu trong người quá 0,08% là xin lỗi, đừng chạm tới tay lái. Chuyện kiểm soát nồng độ rượu này tiếng Mỹ gọi là D.U.I. Rõ ràng là tiếng Mỹ nhưng sao lại có nghĩa tiếng Việt. Nghe ra như "đui". Đui là không thấy hoặc thấy không rõ. Có chất cay tràn trong người thì mắt mũi nhập nhòe là cái chắc. Vậy nên khi vác cái chữ biến thiên nghĩa lạ lùng này lên làm tít của bài, tôi khoái chí tử.

D.U.I. là chữ viết tắt của *Driving Under The Influence.* Lái xe dưới ảnh hưởng của chất cồn. Có tí chất cay vào, con người thêm hưng phấn, dễ tưởng mình là anh hùng xa lộ. Không nên làm anh hùng trong trường hợp phiền phức gây ra chết người này. Vậy nên chúng ta mới thấy nhan nhản ngoài đường câu nhắn nhủ: *Don't drink and drive!* Không nên uống rượu và lái xe. Hai thứ đó không hợp nhau. Nhìn vào câu khẩu hiệu này tôi bỗng nổi máu gàn. Có bao giờ tôi vừa uống rượu vừa lái xe đâu. Bao giờ cũng vậy, uống xong rồi mới lái!

Thường thì cảnh sát lập những chốt để thử nồng độ rượu trong các dịp lễ hoặc những ngày cuối tuần, thời gian mà dân chúng vui chơi rượu chè. Tôi ít khi chê rượu vì tôi mê cái màu hổ phách. Ăn nhậu với bạn bè mà thiếu tí chất cay coi bộ hỏng bữa nhậu. Vậy nên thường thì tôi chắc lưỡi chiều theo cái...lưỡi! Có cái may là tôi chưa bao giờ bị phú lít chặn lại bắt ngậm ống thử. Vậy nên tôi thực sự chẳng biết chuyện thử này ra sao. May quá, cô cháu Orchid Lâm Quỳnh đã từng thử nên biết rất rõ và kể lại rất thú vị. Phải nói ngay kẻo có vị hiểu nhầm về cô Orchid dễ thương này. Cô không uống rượu nhưng cô theo đội kiểm tra thử nồng độ rượu với tư cách là phóng viên của tờ Người Việt.

Chúng ta theo chân cô phóng viên Orchid Lâm Quỳnh: *"Đúng 8 giờ tối, hơn 20 nhân viên cảnh sát thành phố Westminster đã có mặt tại trường trung học Westminster, để chuẩn bị cho một đêm dài tại trạm kiểm soát DUI. Sĩ quan Mark Lauderback, trưởng ban tổ chức trạm kiểm soát tại Westminster giải thích thật cặn kẽ những công việc họ phải thực hiện. Quên mất mình đến quan sát với vai trò của một phóng viên, cộng thêm bản tính nhút nhát trước những người mặc đồng phục, đeo súng, tôi chọn cho mình một chỗ đứng thật xa. Nhưng ngay sau đó, Trung Úy Jack Davidson như nhận thấy sự hoang mang (có lẽ khá quen thuộc đối với ông), ông đưa cho tôi chiếc áo khoác có chữ Cảnh Sát/Police, và dẫn tôi đến giới thiệu với một cảnh sát viên đang làm việc... Trước khi rời, ông không quên trấn an tôi, con nhỏ nhút nhát, "Cô đừng lo sợ, chúng ta chỉ làm công việc cần thiết, giúp đồng bào. Cô sẽ thấy, những người cảnh sát rất cởi mở."*

Đối với một tay mơ, cuộc xét hỏi D.U.I. của cảnh sát trông như trò chơi con nít, đó là cảm nghĩ của cô phóng viên lần đầu tham gia một cuộc truy tìm người lái xe uống rượu. *"Họ chặn từng chiếc xe đi ngang để hỏi bằng lái xe, và một số giấy tờ quan trọng. Với nụ cười trên gương mặt, người sĩ quan cảnh sát hỏi những câu thật đơn giản, "Xin cô/ông cho xem bằng lái xe? Cô/Ông có uống rượu không?" Trước khi để người tài xế lái xe đi, ông ta không quên câu quen thuộc, "Merry Xmas!" Tôi rất ngạc nhiên vì tính đơn giản, có phần ngờ nghệch của câu hỏi. Tôi hỏi Trung Sĩ Mark Nye: "Vậy dại gì họ nhận là họ có uống rượu để bị bắt vào hỏi cung?" Ông bật cười: "Đôi mắt không thể nói dối! Chúng tôi hỏi vì luật. Nhưng khi đôi mắt cô đỏ ngầu, thì cô có trả lời 'không' chúng tôi cũng phải xét."* Từ những câu hỏi nghe tưởng là vô hại, người cảnh sát đã nắn gân con mồi. Những người trả lời không nhưng con mắt đỏ kè hoặc cử chỉ thiếu chính xác được lùa vào để chơi trò mới. Trò này được gọi là *Field Sobriety Test,* viết tắt là FST. Cô Orchid Lâm Quỳnh kể tiếp: *"Lần đầu tiên tôi được chứng kiến cảnh thử nghiệm ngộ nghĩnh này. Cảnh sát viên bắt đầu bằng những câu hỏi mà theo tôi rất ngô nghê, "Anh có ăn gì chưa? Anh có uống alcohol không? Anh có biết góc đường chính ở tại đây không? Anh đã cảm được sự ảnh hưởng của alcohol chưa?" Sau một loạt câu hỏi đơn giản, phần tiếp theo là những động tác. Phần này còn ngộ nghĩnh hơn cả phần câu hỏi nữa. Anh chàng trẻ tuổi bị chặn xét phải đứng trên một chân trong một khoảng thời gian cố định. Sau đó, anh phải đi trên đúng một đường thẳng. Officer Mạnh Ingwerson còn diễn tả rất rõ: "Tôi muốn anh đi ngay ngắn, và không được dang hai tay để lấy thăng bằng!"Động tác thật đơn giản, vì được thực hiện trên mặt phẳng, vậy mà đúng như lời người sĩ quan cảnh sát đã tiên đoán, anh chàng giơ hai tay cứ như người xiếc đi trên giây!".*

Vậy là hết thuốc chữa! Thần Lưu Linh đã nhập vào khiến anh chàng đi đứng lạng quạng. Có viện tới ông Tản Đà cũng chẳng cứu vớt chi được. Ngày xưa, ông thi sĩ của chúng ta say sưa, hồi đó chưa có D.U.I. nên chưa vướng vào vòng biểu diễn trò chơi con nít cũng cười cho thối mũi, ông chơi trò bài bây:

Say sưa nghĩ cũng hư đời
Hư thời hư vậy, say thời cứ say,
Đất say đất cũng lăn quay
Trời say mặt cũng đỏ gay ai cười!

Thiệt là một bài cãi xuất sắc, các ngài thầy kiện thua xa. Nhưng nếu ngày đó ông bị D.U.I. thì tài thơ có cứu ông được chăng? Thưa: chẳng được! Vì mấy ông dùi cui cứ y luật thi hành, không phân biệt thi sĩ hay không. Anh chàng đi đứng lạng quạng trên cuối cùng phải vào vòng chót: thở vào máy đo nồng độ rượu, tiếng Anh kêu là *breathalyzer.* Theo đúng luật thì can phạm có quyền chọn lựa: thở vào máy hay từ chối không thở. Anh thanh niên bữa đó từ chối thở vào máy. Chúng ta nghe cô Orchid Lâm Quỳnh kể tiếp: *"Phần thử nghiệm sau cùng là thở vào máy đo nồng độ rượu. Theo luật chúng ta vẫn có quyền từ chối cuộc thử máy breathalyzer. Nhưng chuyện gì sẽ xảy ra? Tôi chứng kiến cảnh người đàn ông bị còng tay ngay lập tức, sau khi ông không đạt được kết quả tốt cho những cuộc thử nghiệm! Cuối cùng ông đã từ chối thở vào ống nghiệm. Trước khi vào xe để được đưa về trạm cảnh sát thử máu, ông cố gắng nói thêm một câu với officer Phan, người sẽ chở ông về trạm cảnh sát: "Anh có thể mở còng cho tôi được không?" Officer khẽ lắc đầu: "Không được ông à, vì đây là luật!"*

Không ai giỡn được với luật pháp. Nghị viên Andy Quách cũng vậy. Cô phóng viên Orchid Lâm Quỳnh theo đoàn kiểm tra D.U.I. vào cuối năm 2009. Tháng 8 năm 2009 trước đó, Nghị viên Andy Quách đã lái xe khi say rượu gây ra tai nạn. Lúc đó ông mới 37 tuổi, nồng độ rượu trong máu ông đã lên tới 0,20%, vượt xa ngưỡng 0,08%. Khi cảnh sát tới thì đầu máy chiếc xe Mercedes Benz S550 đang bốc cháy. Ông tránh một xe khác và đụng vào bức tường bê-tông của một khu nhà trên đường McFadden ở Little Saigon, làm gãy một cột điện. Hơn 300 căn nhà đã bị mất điện. Khi cảnh sát yêu cầu ông làm trắc nghiệm về rượu, ông đã không giữ được thăng bằng và đối đáp nhừa nhựa không rõ lời.

Trong cuộc kiểm tra D.U.I. cuối năm 2009, tai nạn này mới xảy ra được 4 tháng. Còn tươi rói. Vậy mà ông nghị này đã có mặt. Cô phóng viên kể lại: *"Chắc chắn không một ai trong chúng ta thức dậy buổi sáng và nghĩ rằng, hôm nay mình có thể bị DUI", đó là câu nói của Andy Quách khi tôi hỏi anh về sự việc đã xảy ra cho anh ấy. Tôi còn nhớ rất rõ, lời anh nói sau tai nạn: "Andy đau lắm!". Tôi hỏi: "Thể xác hay tinh thần?" "Cả hai!" Giọng anh đứt quãng. Quen biết Andy khá lâu, đó là lần đầu tiên tôi thấy Andy xuống sắc, từ ánh mắt lơ láo, nét mặt thất thần, giọng nói khô đục...Đêm 18 Tháng Mười Hai, tôi đã gặp Andy tại trạm kiểm soát DUI. Anh tham gia, cùng bà Gail Martinez và nhiều người khác, phát flyer của hội MADD (Mothers Against Drunk Driving) - Hội của những người Mẹ chống say rượu lái xe. Tôi hỏi có phải anh đi phát flyer trong số giờ lao động công ích do bị tội DUI, anh bảo không phải. Anh tình nguyện đi. Tôi nhìn sự xuất hiện của Andy tại checkpoint không chỉ như một nỗ lực cụ thể, chuộc lỗi lầm của mình; mà tôi còn thấy ở anh cái tinh thần can đảm, tự tin đáng quý. Bởi vì theo tôi, hầu như ai cũng cố quên hoặc chôn sâu lầm lỡ của mình. Hơn thế nữa, khi chuyện đã qua đi, tôi không nghĩ có một ai muốn trở lại nơi chốn gây oan nghiệt, chỉ vì một phút bốc đồng của tuổi trẻ! Sự trở lại của Andy, trong khung cảnh mà cách đây chưa lâu, Andy từng là người phạm tội, không chỉ có nghĩa Andy phải đối diện với tai nạn do mình gây ra mà Andy còn phải sống lại những giây phút sinh tử hiểm nghèo, có thể đưa tới chỗ nát tan sự nghiệp của Andy nữa. Vì thế, tôi đã tự hỏi mình rằng, nếu ở trường hợp của Andy, tôi có thể làm được như anh? Và, tới hôm nay, giờ phút này, khi ngồi trước chiếc computer, rất thành thật, tôi chưa có được cho mình, câu trả lời dứt khoát!".*

Tưởng như vậy là ông nghị viên trẻ, đã từng tham gia binh chủng Hải Quân, cương quyết vứt bỏ quá khứ lại phía sau. Nhưng không, đúng như cụ Tản Đà đã phán: *hư thời hư vậy, say thời cứ say,* ông Andy Quách đã dẫm trên vết xe đổ lần nữa. Tháng 11 năm 2014, ông lại lái xe trong lúc say xỉn. Năm đó ông vừa 42 tuổi, lái chiếc xe Mercedes Benz đời 2003 tông vào cổng sắt phía bên ngoài hàng rào của chung cư Cinnamon Creek Apartments trên đường Brookhurst. Chuyện xảy ra lúc 10 giờ sáng và ông có biểu hiện của một người đang bị ma men hành. Cảnh sát Westminster tới hiện trường nhưng họ đã kêu cảnh sát Công Lộ California tới điều tra vì ông đang là một viên chức của Westminster nên nếu cảnh sát Westminster điều tra sẽ vướng vào chuyện mâu thuẫn quyền lợi. Lần tông xe trước vào năm 2009, ông đã bị giám sát ba năm, phải dự chương trình giáo dục cai rượu chín tháng và mười ngày làm việc cộng đồng.

Tác giả Hiệu Minh, chắc chưa bị phạt D.U.I. bao giờ, nhưng đã sưu tầm được cái giá phải trả của những người vừa chơi với anh Lưu Linh vừa ôm tay lái xe tại Mỹ. Ông cho biết, lần đầu vi phạm D.U.I. bị treo bằng lái trong 7 ngày, lần thứ hai tối đa 60 ngày, lần thứ ba treo hoàn toàn! Khi bị treo bằng thì quên chiếc tay lái xe đi kẻo cái xảy nảy cái ung. Bị bắt khi lái xe với tấm bằng bị treo thì chỉ có nước khóc dở! Sơ sơ bị phạt tù từ 1 tới 5 năm, phạt tiền lên tới 2.500 đô.

Nhưng khi ra tòa xong, nộp phạt, chịu án, thì có thể lái xe một cách hạn chế theo các quy định của tòa. Thường chỉ được lái xe đi làm, đi chợ và trong trường hợp khẩn cấp.

Ngoài chuyện treo bằng còn chuyện phải thọc tay vào túi nữa. Lần đầu vi phạm D.U.I. bị phạt ít nhất 250 đô, lần thứ hai gấp đôi: 500 đô, lần thứ ba lại gấp đôi: 1000 đô. Mấy ông tòa chỉ biết làm tính nhân! Từ lần thứ tư trở lên thì cái túi bị đe dọa trầm trọng.

Tôi đã có cảm tưởng ông Hiệu Minh là người cẩn thận, chưa hề bị phạt khi lái xe. Nhưng ông cho biết ông cũng đã bị phạt: *"Cảnh sát có thể bắt lái xe, cẩu xe vì sự an toàn của hệ* *thống giao thông, nhưng phạt bao nhiêu, tù thế nào thì cảnh sát không có quyền. Đó là việc của tòa án. Tam quyền phân lập chính là chỗ này. Tôi từng bị phạt vé vượt tốc độ một lần trong đời. Đang xuống dốc chỗ đó hạn chế tối đa là 45km, nhưng xe trôi nhanh lên 55 km/giờ, bị cảnh sát tuýt còi. Hỏi phạt bao nhiêu, cứ ra tòa sẽ rõ. Đợi 02 tháng mới đến lượt, họ phạt 100$ lần đầu, án phí 60$, tổng cộng 160$, nhưng không bị bấm lỗ. Hôm đó, các vụ vi phạm nhỏ như vượt tốc độ, vượt đèn đỏ, tòa chỉ gõ búa và tuyên bố bao nhiêu tiền. Nhưng say rượu có luật sư đi theo. Như vậy vi phạm DUI, ngoài chuyện bị phạt tiền, có khi bị tù, đôi khi phải trả tiền phí cho luật sư hàng ngàn đô la mỗi giờ. Tịch thu phương tiện hay giam giữ phương tiện trong một thời gian là do tòa án quyết định. Cảnh sát giao thông chỉ làm nhiệm vụ đưa xe về nơi qui định. Họ có thể làm chứng về hành vi của người lái xe có chấp hành hay chống đối. Như vậy, nếu lái xe vi phạm DUI, cảnh sát bắt, tòa án phán quyết, với tình tiết tăng nặng dần nếu tiếp tục vi phạm, từ phạt tiền, phạt tù, lao động công ích, vi phạm 03 lần trở lên mới tịch thu xe. Nước Mỹ có 320 triệu dân nhưng có tới 350 triệu xe lưu thông. Hàng năm có khoảng 20 ngàn người chết và khoảng gần 300 ngàn bị thương do liên quan đến rượu cồn. Tuy nhiên trong thời gian 2001-2010 con số này không có xu hướng tăng lên vì luật về DUI rất khắt khe".*

Phạt lái xe khi say xỉn, nước Mỹ chỉ biết tới phạt tiền, treo bằng lái, phạt tù, quá lắm mới tịch thu xe. Nhưng nước đứng thứ hai thế giới về tai nạn do say rượu lái xe là Thái Lan thì...sáng kiến hơn nhiều. Mới đây họ đưa ra một hình phạt rất độc đáo cho những đệ tử của Lưu Linh gây ra tai nạn xe hơi: bắt làm lao động công ích trong nhà xác! Mang chiếc xe ra đường khi loạng quạng không làm chủ được tay lái là một cách reo rắc sự chết chóc không biết xảy ra lúc nào. Khi tội ác đã xảy ra, thân người đã gục ngã, có hối hận thì đã muộn. Vậy thì cứ cho các tài xế tiếp xúc với xác chết trước. Thấy xác chết thì tay sẽ chùn, không dám lái xe ẩu trong tình trạng say xỉn.

Các cụ ngày xưa đã nói: chưa thấy quan tài chưa đổ lệ. Thấy xác chết còn quá cha là thấy quan tài!

07/2016

FACEBOOK

Người ta ví *Facebook* như một ngôi làng, tôi thấy nó nhỏ hơn, chỉ như một thôn xóm, một thôn xóm nhỏ. Mỗi ngày ít nhất tôi phải về thôn xóm nhỏ này một lần. Để biết tin tức bạn bè, để vui chơi với mọi người. Dù bạn tôi đang ở đâu, bên Anh bên Mỹ hay Bến Hải Cà Mau thì tôi đều có thể với tay tới trong tích tắc.

Thường gặp nhất là các ông Luân Hoán, Hoàng Lộc, Quan Dương. Ba ông nhà thơ này hầu như ngày nào cũng *post* một bài thơ cho dân thôn thưởng thức. Thành thực nhất là ông bạn Luân Hoán. Ông khơi khơi kể chuyện ông làm mỗi ngày. Từ chuyện ông đi chơi tới chuyện ông…tắm. Giờ này đừng ai làm rộn ông vì ông đang dí mũi vô màn hình để coi chân cẳng các chàng và nàng tại Thế Vận Hội Rio bên Brazil. Coi rồi ông làm thơ kể lại chuyện chạy nhảy mỗi ngày của các thể thao gia khắp năm châu bốn biển. Ông Hoàng Lộc mỗi ngày một chuyện tình. Hình như toàn những tình không trọn vẹn. Nếu trọn vẹn chắc ông giấu bay giấu biến, kể ra làm chi cho nhạt mùi tình đi! Ông Quan Dương thì kể vanh vách các cuộc tình từ "thời còn ướt nhẹp" tới "thời tim còn đập nhịp". Ông này chắc tẩm quất chuyên nghiệp nên thơ ông nhiều lúc quay về tán vợ. Vậy là chắc ăn!

Khi anh và em dạt bước vào nhau
Hai đường thẳng vấp mô số mệnh
Cởi chiếc áo bẻ cành khô dĩ vãng
Trồng lên vùng đất nứt đợi mưa em
mỗi một ngày sợi nhớ mọc dài thêm
mỗi một ngày ngóng dài theo sợi nhớ
Em ngọt lịm như cỏ non đang thở
Anh con bò nhai lại mỗi canh thâu.

Từ những bạn văn trên *Facebook,* những tin tức được thông báo nhanh chóng. Ngày nhà văn Dương Nghiễm Mậu qua đời, tôi biết tin rất sớm qua các bạn trên *Facebook.* Trận lụt khủng khiếp tại Lousiana đang diễn ra, ông Quan Dương cập nhật đầy đủ mỗi ngày. Chẳng là ông hiện đang nằm vùng tại tiểu bang này. Kỳ bão Katrina năm 2005, nước đã đuổi ông ra khỏi nhà, chạy tuốt tới Houston, tiểu bang Texas. Tình cờ tôi đang có mặt tại đó được chia sẻ với ông nỗi bất hạnh. Nhờ *Facebook* mới biết ông nhà văn Đỗ Khiêm ưa sưu tầm máy hình cổ. Thỉnh thoảng ông kể chuyện ra mắt sách nơi này nơi kia. Tôi ra được cuốn sách nào cũng khoe nhắng nhít trên *Facebook* khiến bàn dân thiên hạ khắp thế giới mất công ấn nút *like* để trả nợ quỷ thần. Chuyện nhà thơ Du Tử Lê coi hai đứa cháu ngoại sanh đôi ra sao, chị Hạnh Tuyền khai tuốt trên trang này.

Vòng bạn bè chúng tôi thêm chặt chẽ nhờ *Facebook.* Nhưng *Facebook* đâu chỉ là chốn vui chơi. Cả thế giới nằm gọn trong trang này. Những gì xảy ra trên khắp thế giới đều được các phóng viên nghiệp dư bất đắc dĩ đưa lên đầy đủ và chính xác. Chuyện vui cũng như chuyện buồn. Lại còn lập trang mạng tương trợ những trường hợp đặc biệt. Chuyện mới nhất là chuyện bà bầu Marie-Pier Gagné, 27 tuổi, ở Quebec City. Bà có mang đã được 40 tuần, sắp sanh, đi khám thai bị xe tông chết. Bác sĩ đã nhanh tay cứu được thai nhi bị chấn thương sọ não. Theo điều tra của cảnh sát thì có thể tài xế bị bệnh nên gây ra tai nạn. Tin này được bạn bè *post* lên *Facebook.* Chỉ trong vài ngày, số tiền quyên giúp đã lên tới 55 ngàn đô!

Đối với người Việt hải ngoại chúng ta, nhờ *Facebook,* chúng ta được biết những chuyện đau buồn mà dân ta đang gánh chịu hiện nay. Những tin tức này được chính các bạn trong nước kể lại, kèm theo hình hoặc *video* rõ ràng. Những cuộc biểu tình phản đối nhà cầm quyền được quay lại đầy đủ và xuất hiện hầu như ngay lập tức trên *Facebook* làm cả thế giới hướng nhìn về Việt Nam. Tác giả Nguyễn Vũ Bình, từ Hà Nội đã viết: "*Mạng xã hội facebook ở Việt Nam là môi trường phản biện tuyệt vời đối với các văn bản, các quyết định và chính sách thiếu cơ sở khoa học, vi phạm Hiến Pháp và trái pháp luật. Theo số liệu của bộ Tư Pháp, chỉ trong vòng 10 tháng đầu năm 2014 đã có hơn 9000 văn bản có dấu hiệu vi hiến, trái pháp luật được các bộ ngành và địa phương ban hành. Với một môi trường như ở Việt Nam, nơi mà các văn bản, chính sách được ban hành bất chấp hiến pháp và pháp luật, lại chưa hề có cơ chế phản biện của người dân, thì mạng xã hội facebook đã trở thành môi trường, kênh phản biện hữu hiệu nhất hiện nay. Gần đây nhất, chúng ta thấy các quyết định sai trái, đã bị hủy bỏ do phản biện của người dân (có sự đóng góp quan trọng của những người dùng facebook), đó là dự định tịch thu phương tiện của người sử dụng rượu bia khi tham gia giao thông; dự định chặt hạ 6,700 cây xanh của Hà Nội; vụ lấp sông Đồng Nai..."*

Trong một xã hội bưng bít thông tin như xã hội Việt Nam hiện nay, *Facebook* là cánh cửa mở ra cho người dân bày tỏ phẫn nộ cũng như thu thập tin tức chính xác xảy ra ở trong nước cũng như ở ngoại quốc. Kể từ giữa năm 2012, số người tham gia vào *Facebook* tăng nhanh. Hiện có khoảng 30 triệu lượt người tham gia vào *Facebook* trên dân số khoảng 90 triệu người. Vẫn theo tác giả Nguyễn Vũ Bình, nếu trừ đi số tài khoản *Facebook* ảo, không hoạt động, và số người có trên một tài khoản, thì số tài khoản hoạt động vào khoảng 15 triệu. Đây là một con số khá lớn khiến nhà cầm quyền, vốn thường bưng bít sự thực, rất lo ngại. Họ tìm cách phá rối không cho đăng nhập, nhất là khi có những cuộc chống đối quy mô xảy ra tại các thành phố lớn trong nước như Sài Gòn, Hà Nội.

Ra đời vào năm 2004, tính đến cuối năm 2013, *Facebook* có tới 1 tỷ 230 triệu người mở *account*. Đây là trang mạng lớn nhất thế giới. Bạn bè, gia đình tôi hầu như ai cũng chơi *Facebook* nên ở cách xa nhau mấy đại dương lúc nào cũng có thể trò chuyện với nhau được. Theo một nghiên cứu của

Pew Research Center thì 62% số người có tài khoản *Facebook* có thói quen ghé vào trang này mỗi ngày. Nói là ghé cho nhẹ...tội chứ thật ra họ mải miết sa đà không biết lối ra. Có người tiêu đứt mỗi ngày năm bảy tiếng la cà vào thôn nhỏ, gặp gỡ bạn bè, kể chuyện mình, chuyện người, chuyện bàn dân thiên hạ. Những người sống cô đơn là những người sống với trang ảo này nhiều nhất. Có những ông hết chuyện nói, viết: "Buồn ngủ quá, thôi đi ngủ đây!". Làm như có bạn ở bên. Cũng cảm thấy bớt cô đơn trên cõi đời này.

Cô ký giả Hà Giang của báo Người Việt, trong bài viết: *"Ghiền Facebook, Những Chuyện Cười Ra Nước Mắt"*, đã kể trường hợp của ông Duy M. Trần, nhà ở Huntington Beach, mê đá banh, đã tạo được một nhóm bạn cùng sở thích. Ông cho biết: "Nhờ *Facebook,* cả nhóm liên lạc với nhau rất dễ dàng, muốn rủ nhau đi giờ nào, chỉ cần viết *status,* rồi nhấn một cái là cả bọn được thông báo. Tuyệt vời!". Còn bà Thục Trần, ngụ tại Costa Mesa, "vui không thể tả được" khi nhờ *Facebook* đã tìm lại được cô bạn học chung ở trường Gia Long trong suốt bảy năm trung học. "Sau 75, tụi tôi mất liên lạc, tìm nhau hoài không được, đứa này nghĩ thầm rằng chắc đứa kia vượt biên chết rồi. Tình cờ gặp nhau trên *Facebook,* thật mừng hết lớn. Biết Hồng Nhung nó ở mãi bên Đan Mạch, tôi nhất định đòi ông xã cho đi thăm bạn một chuyến cho thỏa lòng".

Ngày nào cũng phải ghé bến *Facebook* ít nhất một lần mới yên tâm, tôi không biết mình có phải người ghiền *Facebook* không. Cũng dám lắm. Những ngày mới biết yêu, chỉ đi ngang nhà người đẹp, liếc vội một cái vào cánh cửa đóng kín mít, cũng đã ngủ yên. Chẳng thấy bóng, chẳng thấy hình, mà hình như cơn ghiền cũng đã được thỏa mãn. Ngày nào không tận mắt nhìn vào những con chữ, những hình ảnh của bạn bè trên mạng, là một ngày bần thần thiêu thiếu. Không "yêu" thì là cái quái chi?

Ai là người bày đặt ra *Facebook* cho thiên hạ điên đảo? Đó là anh chàng Mark Elliot Zuckerberg, sanh năm 1984 ở thành phố White Plains, tiểu bang New York. Cha anh là nha sĩ, mẹ là bác sĩ tâm lý. Năm 2002, Mark ghi danh vào học tại Harvard. Trong đơn xin học, anh khai biết tiếng Pháp, tiếng Do Thái, tiếng La tinh và tiếng Hy Lạp cổ. Toàn những thứ chẳng liên quan chi đến *computer* và *internet.* Vậy mà mùa hè năm 2004, đang học năm thứ hai, anh công bố trang *Facebook* chỉ dành cho sinh viên trong trường. Hơn nửa số sinh viên Harvard đã nhào vào mở *account* sử dụng. Anh và hai người bạn cùng điều hành trang mạng này với anh quyết định chuyển trụ sở tới Palo Alto, tiểu bang California, để có cơ hội phát triển công trình của họ hơn. *Facebook* được mở rộng cho sinh viên các trường Đại học khác tại khu vực Boston, các trường loại xịn *Ivy League* và Đại học Stanford. Tiến thêm một bước, Mark mở rộng *website* của anh cho tất cả các trường Đại Học tại Mỹ và Canada. Tháng 9 năm 2005, mở rộng thêm nữa, tới các trường trung học. Tới ngày 26 tháng 9 năm 2006, Mark mới biến *Facebook* thành thứ đại chúng: mọi người được tham gia nếu trên 13 tuổi và có địa chỉ *e-mail* hợp lệ. Vậy là dân lèng xèng như tôi và các bạn tôi mới được xài thứ tiện lợi này vừa đúng chục năm chẵn!

Để trả giá cho sự phát triển này, Mark bỏ học để theo đuổi *Facebook*. Làm như vậy, anh đã theo chân Bill Gates. Ông này có xúi anh không? Có và không. Lúc đó anh chưa có hân hạnh quen người nổi tiếng này nhưng, trong một dịp nói chuyện tại Harvard, nhà tỷ phú chủ nhân của *Microsoft* đã khuyến khích các sinh viên thực hiện giấc mơ của mỗi người, dù có phải tạm ngưng việc học như ông đã từng làm. Mark trúng bả của nhà tỷ phú liền.

Nghe theo Bill Gates, Mark cũng kiếm tiền dễ dàng. Tháng 9 năm 2009, *Facebook* bắt đầu có lợi nhuận. Tháng 11 năm 2010, tổng tài sản của *Facebook* đã lên tới 41 tỷ, chỉ đứng sau *Google* và *Amazon*. Không biết có cần nêu ra đây là hai chàng Larry Page và Sergey Brin, đồng sáng lập trang mạng *Google*, cũng bỏ học tại Đại Học danh tiếng Stanford! Được cái hai chàng này chỉ bỏ học khi đang theo học bậc Tiến Sĩ. Không biết có nên kết luận: muốn thành công và thành tỷ phú thì nên bỏ học không. Dù sao cũng không nên cho con em chúng ta biết chuyện bốn ông tỷ phú này!

Tỷ phú trẻ tuổi Mark Zuckerberg là một người không thích tiền. Tiền tìm tới chàng chứ chàng không tìm tới tiền. Vào *Facebook*, kết bạn lung tung, chuyện trò lia chia mà chúng ta có phải chi ra xu nào đâu, vậy tiền đâu mà tỷ phú? Đó là tiền quảng cáo. Xen giữa những *status* của dân chơi là những ô quảng cáo. Những ô nho nhỏ đó, tiền cả đấy! Tiền vào tay anh tỷ phú không thích tiền, chắc tiền cũng quê. Thực ra anh thích sống một cuộc sống giản dị, chỉ lè phè chiếc áo màu nâu, quần kaki rộng thùng thình và đôi giầy Adidas. Chàng cũng có bồ ngay từ năm đầu nhập học

Harvard nhưng, trời khéo xe duyên, cô bồ này cũng chẳng thích tiền. Họ quen nhau từ khi còn hàn vi. Quen một cách không giống ai. Chàng xếp hàng đi *toilet,* nàng đi ngang qua thấy chàng tức cười (Tôi nghĩ rằng anh ta là một gã vụng về!), vậy là quen nhau. Hình như tôi đã có lần kể về màn đầu của cuộc tình này rồi. Tôi vốn rất khoái những chuyện tình đầy…mùi vị!

Anh chàng "vụng về" có lẽ vì bệnh. Mark bị mù màu xanh lá cây và màu đỏ. Màu xanh dương là màu anh nhìn rõ nhất. Đó là lý do khiến *logo* và màu sắc của trang *Facebook* toàn ngả về màu xanh dương. Đi làm, anh đi bộ hoặc đạp xe đạp. Anh thích nghe Lady Gaga hát.

Bồ của anh là một cô gái Trung Hoa tên Priscilla Chan. Cái tên nghe là biết người nước nào. Nhưng thực ra cha mẹ cô là người Hoa sống ở Việt Nam và vượt biên bằng đường biển qua Mỹ. Priscilla được sanh ra ở Braintree, tiểu bang Massachusettes, và trưởng thành ở Quincy, ngoại ô Boston. Họ cưới nhau vào ngày 19 tháng 5 năm 2012, một ngày sau khi Priscilla tốt nghiệp bác sĩ chuyên về nhi khoa. Khách tới dự tiệc cưới chưa được trăm người, toàn là bạn bè thân quen. Họ không biết là họ đi ăn cưới, cứ tưởng là đi ăn mừng Priscilla ra trường. Thực khách được đãi ăn tại một tiệm bán đồ ăn Mễ *Palo Alto Sol* và đồ ăn Nhật *Fuki Sushi*. Tiệm ăn mà hai người rất thích và thường lui tới. Nói vậy đủ biết hai tiệm này chẳng sang trọng chi. Mỗi phần ăn chỉ tốn có 7 đô rưỡi! Món tráng miệng là món *Burdick Chocolate,* đây là món hai người ăn khi hẹn hò nhau lần đầu tiên. Lúc đó họ còn là sinh viên nghèo kiết xác nên đây chẳng phải là món sang. Mỗi phần giá 3 đô!

Cả hai vợ chồng đều là những người say mê làm từ thiện. Chỉ nguyên trong năm 2015, họ đã bỏ ra 1 tỷ 600 triệu cho các tổ chức từ thiện. Vào lúc cuối năm, đúng ra là vào ngày 1 tháng 12 năm 2015, trong một thư ngỏ gửi con gái vừa chào đời, họ cam kết dành 99% số tài sản 45 tỷ đô cho tổ chức từ thiện *Chan Zuckerberg Initiative* của họ. Việc từ thiện của họ nhắm tới lãnh vực y tế và giáo dục.

Ngày ngày chúng ta vào *Facebook* nắm tay bạn bè khắp nơi, đấu láo với nhau, chia sẻ tin tức, tiếp lửa cho các bạn đang tranh đấu cho quyền làm người nơi quê hương khốn khổ của chúng ta, tức là chúng ta cũng đang cùng vợ chồng Priscilla Chan và Mark Zuckerberg làm việc thiện. Bởi vì khi *Facebook* càng đông người tham gia thì càng kiếm được nhiều quảng cáo. Làm việc thiện kiểu vui chơi, chẳng tốn một xu này coi bộ dễ như ăn bánh! Giả thử chúng ta phải rút ví chi tiền từ túi chúng ta, e rằng chuyện làm việc thiện sẽ không dễ dàng. Biết như vậy chúng ta mới nể phục hai vợ chồng trẻ tuổi đã bỏ 99% gia tài trị giá tới 45 tỷ đô của mình ra cho người khác một cách vô điều kiện. Thế gian dễ có mấy tay!

08/2016

HÈ

Đang giữa tháng 2, đúng vào lúc trọng đông, tôi lại nói chuyện hè là sao? Một là điên nặng, hai là lạc quan tếu. Thực ra chúng ta đang đông nhưng có những ông bạn tôi vẫn đang hè. Đó là những ông ở miệt dưới Úc châu. Đang lúc chúng ta chỉ có tuyết các ông này post lên *Facebook* hết hoa nọ tới hoa kia trong vườn nhà. Coi mà nực!

Nhưng xin đừng nực với tôi. Cái đầu tôi vẫn còn hoạt động điều hòa. Hè tôi muốn nói tới ở đây là vỉa hè. Đúng hơn là vỉa hè đóng tuyết trong mùa đông. Thứ này thì chúng tôi đang chạm mặt hàng ngày. Thời tiết trong mùa đông nơi thành phố Montreal của chúng tôi là một thứ tả pí lù. Ông trời hình như đang bán *sale* đủ loại tuyết, băng, mưa đá và… ếch. Ếch là thứ chúng ta không trông thấy nhưng rất ham vồ chúng. Tôi ngồi nhớ lại những lần mình vồ ếch trên vỉa hè giữa mùa băng giá nhưng chịu không nhớ xuể. Cả vài chục lần không chừng! Các ông bạn tôi chẳng hơn chi. Ông nào cũng có kinh nghiệm bỗng nhiên chổng bốn vó lên trời. Những kinh nghiệm xương máu đó đã khiến chúng tôi thành những triết gia: chưa vồ ếch chưa phải là dân Montreal! Chuyện thường ngày trong mỗi mùa đông nay đâu có lạ lẫm chi mà tôi lại mang ra phiếm. Cũng có lý do cả: các sếp trong tòa Đô Chính của thành phố vừa loan báo dự định thiết lập hệ thống sưởi ấm vỉa hè thành phố!

Mừng, nhưng nỗi mừng chỉ dài có 670 thước. Đó là đoạn vỉa hè dự định sẽ được sưởi ấm đầu tiên trên con đường chính của thành phố là đường Ste Catherine ở *downtown* Montreal. Cũng được đi. Có thí điểm rồi mới có cơ lan ra khắp thành phố. Được hơn nữa là nếu dự định này thành sự thật thì Montreal là thành phố đầu tiên của Canada có thứ vỉa hè xa xỉ này. Ngân khoản dự trù để sưởi ấm cho đoạn vỉa hè đầu tiên là 26 triệu đô. Theo sơ đồ dự án thì người ta sẽ đặt những ống dẫn nước lớn cỡ ống tưới cây, cho nước và *glycol* đã được làm nóng luân lưu dưới mặt vỉa hè. Đường ống này sẽ rất dài vì phải nằm cuộn sát vào nhau như thân rắn. Nước và *glycol* được làm nóng bằng điện. Điện ở Montreal rẻ nhưng dù sao cũng rất tốn tiền nếu sưởi vỉa hè giữa cái lạnh có khi tới nhiều chục độ âm. Ký giả Francois Cardinal của báo La Presse có ý kiến khác. Ông cho biết đã tham khảo một tay tổ về nhiệt lượng ở Montreal và được ông này cho biết là nhiệt lượng dư thừa của các tòa *building* đủ để sưởi vỉa hè với giá rẻ hơn nhiều. Khi vỉa hè được hâm nóng, băng tuyết chi cũng đi chỗ khác chơi. Dân cuốc bộ vừa đi vừa huýt sáo nhởn nhơ như đang đi dạo trong những ngày hè nắng ráo.

Cái giá 26 triệu đô cho 670 thước vỉa hè coi bộ đắt.

Chàng nhiếp ảnh gia 25 tuổi Simon Lachapelle, ngụ tại vùng Rosemont ở Montreal la trời: đắt đứt đuôi chứ còn chi nữa! Đường trơn trượt thì trượt *patin* chứ nhằm nhò chi. Và anh chàng này đã *post* lên *Youtube* một màn trượt *patin* ngoạn mục trên vỉa hè. Tôi vào coi mà thấy đã thèm. Nhưng đâu có phải ai cũng lướt được như chàng trẻ tuổi vui tính này. Anh còn ngôn như sau: "Đắt quá đi chứ! Tôi khoái trượt hơn. Để tiền làm việc khác!".

Nhiều người muốn cà khịa với anh chàng nhiếp ảnh gia này. Người đầu tiên chắc là tôi. Cỡ tôi mà phải lướt chắc bốn vó chổng lên trời ngay từ giây phút đầu tiên! Giáo sư Francois Racine của Đại Học Québec tại Montreal *(Université du Québec à Montreal)* công nhận việc sưởi ấm vỉa hè tốn tiền nhưng rất đáng làm. Vì người ta không phải lo xúc tuyết và trải muối, vừa tốn kém vừa có hại cho môi trường. Lại trừ khử được cảnh té lên té xuống vừa tốn tiền thuốc, tiền cấp cứu và tiền nằm bệnh viện. Vỉa hè sạch sẽ, an toàn còn khiến người ta không ngại ra đường, đi mua sắm, làm lợi cho kinh tế. Ngoài ra vì không còn trải muối nên những tai hại cho mặt đường hoặc cây cối do muối tạo ra sẽ không còn nữa. Những tai hại do xe gạt và xúc tuyết như làm hư mặt đường hay gây thương tích cho cây cối trồng ven vỉa hè cũng hết. Ông Giáo sư này nói: "Người ta nghĩ đây là việc xa xỉ nhưng lầm to, nó mang lại nhiều phúc lợi công cộng về lâu về dài". Tuy nói quả quyết vậy nhưng Giáo sư Racine cũng khuyên những người có trách nhiệm nên cân nhắc kỹ lưỡng để có giải pháp tối ưu.

Vỗ tay lớn nhất cho việc làm ấm vỉa hè tại Montreal có lẽ

là nhà bỉnh bút Josh Freed của báo *The Gazette* ở Montreal. Ông này viết một bức thư ngỏ gửi ông *Đô Trưởng Coderre thân mến,* mở đầu như sau: *"Tôi có một giấc mơ, cho ông. Việc này sẽ làm ông trở thành Đô trưởng được quý mến nhất bây giờ và cả những thế hệ sau này, người nổi tiếng nhất kể từ khi ông Đô Trưởng Jean Drapeau mang Thế Vận Hội về Montreal. Ông sẽ được ghi nhớ như người đã thuần hóa được mùa đông bằng cách tạo nên một* downtown *không tuyết. Tôi vừa trở về sau khi tham dự một hội nghị của những thành phố mùa đông toàn cầu được tổ chức ở Edmonton. Tôi có ba chữ bí mật mang về tặng ông sau khi gặp gỡ các nhà quy hoạch đô thị từ mười quốc gia, đó là: vỉa hè ấm! Tại hội nghị, các đại biểu Phần Lan nói với tôi là họ đã làm ấm vỉa hè ở Helsinki và nhiều thành phố khác từ nhiều năm rồi. Các đại biểu Đan Mạch và Băng Đảo cũng cho biết như vậy. Tôi đã từng ở Oslo một mùa đông giá lạnh và thấy* downtown *của họ vẫn tấp nập những xe đẩy con nít, xe lăn của người già và hàng hàng lớp lớp những người trẻ lui tới nhộn nhịp. Trong khi đó, dân Montreal chúng ta vẫn nhào té, trơn trượt và lầm bầm vì tình trạng của vỉa hè nơi thành phố chúng ta. Kỹ thuật đã có đó. Thời gian đã tới lúc chín mùi. Giờ của ông đã tới, thưa ông Đô Trưởng. Ông hãy để lại dấu ấn của ông bằng cách xóa bỏ những dấu chân trên tuyết!"*.

Tôi nghĩ mũi ông Denis Coderre đang nở rất lớn. Vấn đề bây giờ là ông sẽ quyết định dùng phương pháp nào cho những vỉa hè thân mến của ông.

Sưởi ấm vỉa hè không chỉ có một cách nấu nước sôi cho chạy trong những ống ngoằn ngoèo như rắn mà còn có cách khác nữa. Như sưởi trực tiếp bằng điện. Người ta sẽ chôn những giây điện trở dưới mặt đường thay vì đặt những ống dẫn nước. Cách này khiến việc bảo trì tiện và rẻ hơn. Ghép đặt điện trở ít rắc rối hơn. Vì không có chất lỏng như cách đặt ống dẫn nên điện trở không bị sói mòn, lâu bền hơn. Ngoài ra, người ta có thể lắp đặt dụng cụ ngắt điện tự động tắt mở theo thời tiết vừa tiện lợi vừa đỡ tốn điện.

Giới chức thành phố Montreal vẫn chưa quyết định sẽ dùng cách nào trong hai cách trên tuy đã đặt lịch trình dự trù khởi công vào năm 2018. Hai năm sau sẽ tiến hành đợt hai, nối thêm 2,2 cây số nữa. Những kinh nghiệm của những thành phố đã sưởi ấm vỉa hè đang được tham khảo.

Gần Montreal, ngay tại tiểu bang Michigan của Mỹ có thành phố Holland. Họ chơi rất ngon. Không chỉ sưởi ấm vỉa hè mà họ còn làm ấm mặt đường nữa. Trời bão tuyết mà ngoài đường phố sạch tưng. Tuyết rơi rồi tuyết biến mất tiêu. Đồng tiền bỏ ra thật đáng. Ông cựu Thị Trưởng Al McGeehan, thời điểm Hội Đồng thành phố quyết định sưởi đường và vỉa hè ông chỉ là một nghị viên, đã cho biết thành phố có thể chơi trội như vậy vì có sự thuận lợi hiếm có. Nhà máy điện của thành phố thường thải nước nóng ra một cái hồ kế nhà máy. Thay vì cho nước chảy thẳng ra hồ, họ cho nước chạy qua những ống được đặt dưới mặt đường và vỉa hè để sưởi ấm cho tan tuyết. Sáng kiến đáng tiền này diễn ra vào mùa xuân năm 1988. Khi thực hiện người ta đã bóc hết đường phố lên, làm mới lại hết. Thành phố phải dám làm mới có được kết quả như ngày nay vì đây là hệ thống sưởi đường đầu tiên của Mỹ. Ông McGeehan nhớ lại: "Khi ý tưởng được mang ra thực hiện, chúng tôi luống cuống. Chúng tôi không biết phải làm như thế nào. Chưa có một nơi nào ở Mỹ làm chuyện này cả. Tốn kém bao nhiêu, tiền vận hành và bảo trì bao nhiêu, chúng tôi mù tịt. Dù mơ hồ như vậy, đa số nghị viên vẫn cương quyết tạo được giấc mộng lớn. Canh bài của họ đã thắng lớn. Phí tổn vận hành ít hơn họ tưởng!".

Ngày nay, Montreal chúng tôi cũng nghĩ tới chuyện làm lớn. Cả xứ Canada lạnh giá chưa có một nơi nào nghĩ tới chuyện sưởi ấm, không phải toàn đường phố như Holland, mà chỉ vỉa hè cho người đi bộ. Thực ra thành phố Edmonton cũng đã bàn tới chuyện này nhưng kết quả không đi tới đâu.

Ông Peter Trent, Quận trưởng Westmount, đã tâm sự với báo *Westmount Examiner: "Nhiều năm trước, khi được người ta đề nghị việc sưởi ấm vỉa hè, tôi không chú ý nhiều. Nhưng khoảng sáu tháng nay, việc này khiến tôi suy nghĩ. Khi nhìn vào phí tổn xúc tuyết, trải muối và các tổn phí y tế liên quan tới vỉa hè, tôi bắt đầu thấy việc sưởi ấm vỉa hè là thích đáng. Sapporo ở Nhật Bản là một thành phố nhiều tuyết đứng hạng nhì trên thế giới, trung bình nhận 4,85 thước tuyết mỗi năm. Đứng hạng nhất là thành phố Aomori, cũng của Nhật, trung bình nhận 7,92 thước tuyết. Vậy mà tôi đã thấy ở Sapporo, cha mẹ vẫn đẩy xe cho con, ông bà già vẫn dắt tay nhau đi dạo trên những vỉa hè hoàn toàn không có tuyết. Sưởi ấm vỉa hè là một bước tiến đáng kể và là một tấm gương cho đất nước chúng ta".*

Bài viết *"The Icy Roads of Sapporo"* của một người Na Uy đã tới ở Sapporo trong bốn ngày vào tháng 12 năm 2015, giúp chúng ta biết thêm về vụ sưởi ấm vỉa hè ở thành phố nổi tiếng này. Tác giả khuyết danh này tới công viên Odori Park nổi tiếng của thành phố. *"Khi tôi bước trong công viên, đường càng lúc càng trơn hơn. Rõ ràng có một lớp băng dầy bao phủ. Tôi phải cẩn thận trong mỗi bước chân. Nhưng bất chợt tôi thấy nó, cứu tinh của tôi. Không cần phải lo lắng chi nữa. Không sợ té nữa. Dọc theo đường, cách từng quãng, người ta đặt một chiếc thùng. Trong thùng có vài bao cát nhỏ. Bạn có thể lấy bao cát, xé ra, trải cát trước mặt trước khi bước tới. Thật là một ý tưởng đáng giá. Bạn khỏi lo té. Người ta chẳng cần thuê người làm việc trải cát này. Mọi người giúp đỡ nhau. Nếu bạn trải cát trên đường đi thì người đi sau bạn cũng được hưởng theo. Mọi người đều giúp nhau đi an toàn. Tôi thấy cách làm này vừa vui vừa hữu hiệu. Tất cả vỉa hè ở Sapporo đều được sưởi ấm, chỉ những lối đi trong công viên là không. Với những thùng cát đặt cách quãng nhau, người ta có thể an tâm sẽ không bị té ngã. Tôi tiếp tục đi trong công viên an toàn cho đến khi ra tới vỉa hè. Tuyết không có trên vỉa hè ấm. Ngay chỗ giao tiếp giữa lối đi trong công viên và vỉa hè, người ta lại đặt một chiếc thùng để khách bộ hành vứt chiếc bao không hoặc còn sót ít cát lại vào trong thùng. Nước Nhật luôn có những thứ khác với phần còn lại của thế giới. Đây chính là một giải pháp khác để khắc phục những con đường trơn trượt!"*.

Dù Montreal có dự định sưởi ấm vỉa hè thì cũng chỉ có một vài nơi tại *downtown* được hưởng. Thành phố còn có biết bao nhiêu vỉa hè khác ở khắp các khu vực không có du khách, chẳng biết tới bao giờ mới được biết tới sự ấm áp. Tôi nghĩ chúng ta có thể bắt chước lối đặt những thùng cát như ở

Sapporo. Vừa ít tốn tiền, vừa dễ thực hiện.

Tôi là người lo xa. Cứ giả dụ là vỉa hè trước cửa nhà tôi được sưởi ấm (giờ thì đúng là lạc quan tếu!), chẳng có chú ếch nào nằm vùng cho chúng tôi vồ cả. Nhưng từ lề đường vào trong nhà còn ếch nằm đầy rẫy, cũng nguy nan chứ! Nghĩ như vậy nhưng tôi chẳng dám nói ra. Chuyện từ lề đường vào nhà ông thì ông liệu mà lo lấy, bộ muốn nhà nước lo luôn hay sao. Tôi đâu có dám chơi ép nhà nước nhưng muốn lo cũng khó.

Một ông bạn tôi mắng mỏ: "Đặt một cái thùng chứa cát, tung rải cát trước khi đặt chân lên như người Nhật họ làm bên Sapporo đi!". Đó có lẽ là cách giải quyết dễ thực hiện và ít tốn kém nhất. Nhưng cách này coi bộ nặng về thủ công, thiếu…kỹ thuật. Đang phân vân thì, như một trùng hợp ngoạn mục, tôi vớ được cái quảng cáo của hãng Kemf trên báo *The Gazette* đúng lúc. Quảng cáo nằm nguyên trang lớn trên số báo phát hành ngày 3 tháng 2 năm 2017. Mới toang.

Hãng chế tạo Kemf ở Montreal dụ khị như thế này: *"Bạn đã sửa soạn cho mùa đông chưa? Dắt chó đi dạo, ra đường đi làm hay chỉ chạy ra mua ít đồ lặt vặt tại tiệm tạp hóa có thể nguy hiểm...Nhưng chúng ta có thể tránh được! Hãy nghĩ mình có thể bảo vệ được gia đình bằng cách đặt những tấm thảm sưởi nóng trên bậc cửa, bậc thang, lối đi để tránh chuyện té ngã. Thảm sưởi nóng ngoài trời Hotflake hay Hot-blocks có nhiều kích cỡ là quan niệm của người Canada, chế tạo cho mùa đông Canada! Với những tấm thảm này chúng ta có thể vui chơi trong mùa đông, vững vàng ra khỏi nhà mà không sợ chi!"*

Trang quảng cáo to tổ chảng mà thiếu phần then chốt nhất: giá tiền! Tôi vào website www.kemf.ca coi chi tiết xem sao.

Quả có rõ ràng hơn. Những tấm thảm này được sưởi ấm bằng điện. Điện ở đâu? Dĩ nhiên điện trong nhà chúng ta. Thảm sẽ được nối với nguồn điện bằng một loại dây điện đặc biệt dùng ngoài trời an toàn. Nếu dùng điện 120 volts, chúng ta có thể nối được 10 tấm thảm trên các bậc thang. Nếu dùng điện 240 volts, sẽ nối được 20 tấm. Với thảm trước bậc cửa, nối được 5 tấm với điện 120 volts và 10 tấm với điện 240 volts. Với những tấm thảm đặt trên lối đi thì lần lượt là 4 tấm với điện 120 volts hoặc 8 tấm với điện 240 volts.

Giá một tấm thảm lót bậc thang kích thước 11" x 38" là 140 đô; thảm lót bậc cửa kích thước 24" x 36" giá 200 đô; thảm lót trên *driveway* cho xe hơi kích thước 32" x 56" giá 420 đô một miếng. Nghe ra cũng khá tiền. Vậy mà để khơi khơi ngoài trời, mấy anh đạo chích dám hỏi thăm lắm. Nhà sản xuất cũng đã tiên liệu việc này. Họ có những chiếc móc gắn chặt ở bốn góc thảm khiến kẻ trộm không mở ra được. Chúng ta cũng nên tiên liệu thêm một món tiền cho những chiếc móc này. Tốn tiền nhưng không còn những chú ếch nằm vùng.

Vậy là những chú ếch mà chúng ta thường vồ khi thận trọng bước trên vỉa hè trơn trượt không còn chỗ trú ẩn. Muốn nhìn lại mặt mấy chú, chắc phải tới...*restaurant!*

02/2017

HÔN

Hôn nhiều chuyện lắm. Nói chuyện nụ hôn đầu trước. Nụ hôn đầu tiên là cái khóa mở cửa tình yêu. Khóa đã mở, cuộc tình đã dậy, nhưng đời sống của nó kéo dài được bao lâu là chuyện hạ hồi phân giải. Nhưng cái hôn đầu đời vẫn… kinh khủng nhất.

Lần đầu ta ghé môi hôn
Những con ve nhỏ hết hồn kêu vang
Vườn xanh cỏ biếc trưa vàng
Nghìn cây phượng vĩ huy hoàng trổ bông

Trên môi ta vạn đóa hồng
Hôn em trời đất một lòng chứa chan
Tiếng cười đâu đó ròn tan
Nụ hôn ngày đó miên man một đời

(Trần Dạ Từ)

Mấy ông làm thơ rất kết những nụ hôn đầu. Ông Phan Ni

Tấn la làng:

Nuốt cái môi ngon bớ trời ơi là ngọt
Nước miếng em trào vô cuống họng anh khô
Trời nắng mưa nào cũng nổi cơn hưng phấn
Sung thiên anh cắn dập dụi cả đôi bờ.

"Nước miếng em trào vô cuống họng anh" là có chuyện. Nếu nhìn theo con mắt nhà thơ thì đó là chất kết tinh của tình yêu. Ngọt lịm. Nhưng nếu nhìn theo con mắt của nhà khoa học thì em đã nhả sang anh một đống vi trùng mà nếu chịu khó đếm sẽ lên tới con số hàng triệu. Một ông thơ thẩn khác, ông Quan Dương, mang kính hiển vi nhìn vào bày vi trùng này.

Có một lần... em ghé lại trao hôn
Con vi trùng ngu ngơ theo tình đi lạc
trên môi anh. Đêm lạ nhà không ngủ được
Nửa đêm thức giấc đòi về

Con vi trùng của ông Quan Dương coi bộ hiền lành. Như một đứa bé đi lạc đòi về. Nhưng đi kèm với nụ hôn chẳng phải chỉ có những con vi trùng. Có nhiều thứ khác ăn theo những xúc động của những nụ hôn đầu. Chuyện cô bé Christina Desforges mới 15 tuổi đã lăn đùng ra chết sau khi hôn bạn trai xảy ra ở Saguenay tại Canada chúng tôi vào tháng 11 năm 2005 đã gây xôn xao một thời, không những ở Canada mà khắp thế giới. Chuyện này tôi đã nhắc tới trong một bài phiếm về dị ứng. Lúc đó người ta quy tội cho đậu phọng đã quật ngã cô bé. Cô Christina vốn bị dị ứng đậu phọng và trước khi hôn khoảng 9 tiếng, cậu tình nhân của cô có ăn *sandwich* đậu phọng. Nhưng sau khám nghiệm của bác sĩ

Michel Miron, đậu phọng được tha bổng. Ông cho biết là chất dị ứng của đậu phọng thường không còn trong nước miếng chỉ sau một giờ. Cô bé qua đời vì chứng hen suyễn. Thử nghiệm cho thấy có dấu vết cần sa trong người bé Christina. Có thể cô bé đã dùng chất này trước đó. Pháp y sĩ không xác định được nguyên nhân cái chết của cô bé. Tôi nghĩ chắc cô bé quá xúc động vì nụ hôn nên lăn quay ra luôn.

Nàng Jemma Benjamin, 18 tuổi, người Anh, bồ với chàng Daniel Ross, 21 tuổi, được ba tháng. Vào một ngày tháng 2 năm 2011, họ trao nhau nụ hôn đầu. Anh chàng kể lại: "Chúng tôi đang trên đường tới một quán để ăn tối thì tôi sực nhớ đã quên thẻ tín dụng tại nhà. Hai đứa nói chuyện và hôn nhau trước cửa. Đến khi vào nhà thì mọi chuyện bắt đầu xảy ra". Vừa bước vào nhà, mí mắt của nàng Jemma rũ xuống, miệng sùi bọt mép, ngã xuống chiếc ghế và bất tỉnh. Cô nàng đã ra đi sau đó. Theo giới chức y tế thì nàng Jemma Benjamin mắc chứng đột tử ở người trưởng thành *(Sudden Arrhythmic Death Syndrome),* viết tắt là SADS. Đây là chứng do rối loạn kênh *ion (ion channelopathies)* ở các tế bào tim khiến nhịp tim bị rối loạn đột ngột.

Hôn ơi là hôn! Vì hôn mà mang nỗi oan Thị Kính. Thị Kính đây là một lực sĩ nhảy sào của Canada, anh Shawn Barber. Thực ra chàng lực sĩ này có song tịch, vừa Canada vừa Mỹ. Cha mẹ anh người Mỹ nhưng anh được sanh ra ở Canada. Anh chọn Canada làm quê hương nên thi đấu cho Canada tại các cuộc thi quốc tế. Anh hiện là vô địch nhảy sào thế giới sau cuộc thi tài tại *World Championship in Athletics* được tổ chức vào năm 2015 tại Bắc Kinh. Nếu quý vị nào ưa thích thể thao, đã coi anh tranh tài tại Thế Vận Hội Rio vừa qua, chắc hẳn còn mang nguyên nỗi thất vọng. Chàng vô địch thế giới chỉ chiếm được hạng 10! Nguyên do có lẽ vì tâm thần bất ổn định. Trước đó, anh đã có dương tính với chất *cocaine,* vi phạm luật *doping,* nhưng được phép tranh tài vì không có chủ ý. Nguyên do vì đâu mà anh lại có ma túy trong máu? Vì một nụ hôn! Đêm trước ngày thi đấu tuyển lựa lực sĩ Thế Vận Hội Canada tại Edmonton, anh nằm cu ki trong khách sạn, buồn tình anh vào trang *Craigslist* để tìm một cô gái giải khuây. Theo tôi biết, *Craigslist* là một trang mua bán đồ tầm tầm. Ai có chi dư dùng trong nhà, đồ cũ hay đồ mới, vô trang này rao bán. Điều tôi không biết là trang đó có bán cả...gái. Cô gái anh tìm được, dĩ nhiên là đồ cũ, tới vui vẻ với anh. Có điều anh không biết là cô này chơi *cocaine* trước khi tới với anh và ngay cả trong nhà tắm ở phòng anh. Họ hôn nhau và chất *cocaine,* như con vi trùng của ông Quan Dương, nhoài sang anh. Vậy là dính chấu. Trong cuộc họp báo sau đó, anh nói: "Những người chơi ngang hồi 15 năm trước không có sự xa xỉ này. Nhưng bây giờ là 2016, tôi nghĩ đây là sự việc có thể xảy ra cho chúng tôi. Mọi sự đã được số hóa và leo lên mạng. Từ giờ tôi phải cẩn thận hơn vì tôi biết tôi có thể gặp nguy khốn khi hôn một cô gái lạ".

Đang đê mê với những nụ hôn tình phát khiếp của các ông bạn thi sĩ, tôi quẹo qua những mảng tối của nụ hôn. Mất hết mộng mơ. Hôn đâu có phải toàn tai nạn như vậy mà đó là giây phút nhớ đời. Nụ hôn cũng có thể trở nên bất diệt. Những ai đã tới Nữu Ước chắc đã được chiêm ngưỡng bức tượng "Đầu Hàng Vô Điều Kiện" tại *Times Square*. Cái tên này thật tréo ngoe! Nụ hôn của hai người, một binh sĩ Hải Quân và một cô y tá, xảy ra vào ngày chiến thắng *V-day* 14 tháng 8 năm 1945 khi quân Nhật đầu hàng vô điều kiện, kết thúc cuộc Thế Chiến Thứ Hai. Vậy thì tại sao tượng lại "đầu hàng"? Người ta giải thích là đầu hàng…nụ hôn. Hai người vội vã hôn nhau mà không kiểm soát được trong lúc mừng vui vì chiến tranh kết thúc. Nụ hôn vội vàng đó đã được nhiếp ảnh viên Alfred Eisenstaedt chộp được và đăng trên tạp chí Life. Lập tức bức ảnh được cả thế giới khen ngợi. Điêu khắc gia nổi tiếng J. Steward Johnson đã tạc thành tượng. Có điều vui vui là hai người hôn nhau thắm thiết đó không quen biết nhau. Hòa trong niềm vui rộng lớn của mọi người, lúc đó người ta ôm hôn nhau khơi khơi như vậy để bày tỏ sự hân hoan đang chạy rần rật trong mỗi con người. Hai con người hôn nhau thắm thiết trong tấm hình là hai người vô danh. Ngay nhiếp ảnh gia cũng chẳng biết họ là ai. Trong cuốn *"The Eye of Eisenstaedt"*, nhiếp ảnh gia đã kể lại: *"Tại Times Square vào ngày V-J đó, tôi đã nhìn thấy một người lính Hải Quân chạy dọc con phố và ôm chầm bất kỳ người phụ nữ nào anh ta bắt gặp, bất kể già trẻ mập ốm. Tôi chạy trước anh ta với chiếc máy ảnh Leica và quay lại để chụp anh ta nhưng không ưng ý tấm nào. Bất chợt tôi nhìn thấy anh ta ôm cái gì đó màu trắng. Tôi quay lại và bấm máy ngay khi người lính hôn cô y tá. Giờ đây tôi nghĩ, nếu cô ta mặc đồ màu tối, hay anh lính không mặc quân phục màu trắng, thì tôi chẳng bao giờ chụp tấm ảnh đó. Tôi đã bấm bốn kiểu vỏn vẹn trong có vài giây. Tuy nhiên chỉ có đúng một tấm thực sự tuyệt vời. Nhiều người nói với tôi là khi tôi đã ở trên thiên đàng, họ vẫn nhớ tới tấm hình đó".*

Nhân vật nữ trong hình chỉ lộ tung tích vào cuối năm 1970, 25 năm sau, khi bà Edith Shain gửi thư cho nhiếp ảnh gia Alfred Eisenstaedt. Trong thư bà viết: *"Hồi ấy tôi đang làm việc tại bệnh viện Doctors Hospital ở Nữu Ước. Khi nghe tin chiến tranh kết thúc, tôi cùng bạn bè túa ra Times Square để ăn mừng. Khi tôi ra khỏi métro và đi được một đoạn đường trên phố thì bất ngờ một người lính Hải Quân ôm và hôn tôi. Cảm giác của tôi lúc đó là cứ để anh ta hôn vì nghĩ rằng anh ta đã chiến đấu cho mình".* Đó là chuyện kể của nàng. Còn chàng thì mãi tới 7 năm sau ngày nàng tiết lộ thân thế mới được bạch hóa. Đó là ông Glenn McDuffie, khi đó đã 80 tuổi. "Cụ" McDuffie kể: *"Ngày 14 tháng 8 năm 1945, tôi đang đi métro tới Brooklyn để thăm bạn gái. Khi ra khỏi métro ở Times Square cũng là lúc mọi người đang ăn mừng trên đường phố, tôi cảm thấy rất khích động vì em trai tôi đang là tù binh ở Nhật chắc sẽ được thả. Tôi bắt đầu hò reo và nhảy nhót. Một nữ y tá ở gần đó nhìn thấy tôi và giang rộng vòng tay về phía tôi. Tôi tiến tới, ôm hôn cô và nhìn thấy một người đàn ông cũng chạy về phía chúng tôi. Tôi nghĩ đó là chồng hay bồ của cô ta đang ghen và sắp cho tôi một cú đấm. Nhưng khi thấy anh ta chụp hình mình, tôi đã hôn cô ấy thật lâu để anh ta tha hồ chụp!".* Có điều khá vui là tới đầu tháng 10 năm 1980, 35 năm sau khi bức hình được xuất hiện trên báo, tạp chí Life công bố đã có 11 ông và 3 bà tự nhận là nhân vật trong hình!

Khi nói tới hôn, người ta thường nghĩ ngay tới hôn môi.

Đó là loại hôn tình tứ nhất. Mấy anh đực rựa cũng chỉ thích hôn môi tình nhân. Vì nụ hôn môi làm cho đàn ông tính của các chàng phấn khích nhất. Và họ muốn truyền sự phấn khích đó cho bạn tình. Nhà bác học Helen Fisher của Đại Học Rutgers cho biết: *"Có bằng chứng cho thấy nước miếng có chứa testosterone là hormone làm gia tăng ham muốn tình dục. Ngoài ra, đàn ông thích hôn ướt át trong khi miệng họ mở rộng. Điều đó cho thấy, một cách vô thức, họ đang cố truyền testosterone sang người tình để thúc đẩy ham muốn sex ở nàng"*. Mấy nhà khoa học nói vậy thì biết vậy nhưng đàn ông vốn tham lam, dễ tính, hôn đâu cũng được. Vậy nên mới có chuyện. Trong một công viên ở Sài Gòn, một cặp tình nhân bên nhau trên ghế đá. Họ hôn nhau. Khi rời nhau ra, nàng âu yếm thủ thỉ với chàng: "Em muốn anh hôn em ở những chỗ đặc biệt cơ!". Chàng liếc nhìn chung quanh rồi hào hứng khuyến khích nàng: "Được, anh sẵn sàng hôn em ở bất cứ nơi nào em muốn. Em muốn anh hôn ở đâu nào?". Nàng vui mừng nói một hơi: "Đầu tiên em muốn anh hôn em ở Paris, sau đó ở Luân Đôn, rồi Nữu Ước hoặc nơi nào khác tùy anh lựa chọn".

Vẫn chuyện hôn nơi công viên ghế đá. Chàng là người nhát gan và thụ động. Nàng chờ mãi, sốt ruột, thỏ thẻ: "Anh ơi, má em đau quá. Anh hôn coi có hết đau không". Chàng trai rón rén đặt nụ hôn trên má nàng: "Em thấy sao? Còn đau không?". Nàng lắc đầu: "Hay quá, em hết đau rồi". Ít phút sau, nàng la lên: Ui! Cổ em đau quá!". Chàng vội hôn vào cổ nàng. "Còn đau không em?". Cô gái giả bộ bẽn lẽn: "Dạ, hết đau rồi anh ạ". Cụ già ngồi gần đó thấy chướng mắt, hỏi:

"Hỡi chàng trai có đôi môi thần kỳ, cậu có thể chữa được bệnh trĩ không?".

Đưa cái hôn xuôi xuống phía nam, tôi có ý đồ đàng hoàng. Ý đồ ra sao, cuối bài tôi sẽ tiết lộ. Bây giờ nói tới chuyện một quán quân về hôn được quốc tế công nhận.

Tạp chí Life, số ngày 5 tháng 8 năm 1957, có bài *"The Kissingest Communist"* (Quán Quân Hôn Người Cộng Sản). Đây là một trích đoạn của bài báo: *"Khi Hồ Chí Minh, chủ tịch của nước cộng sản miền Bắc, đến thăm xứ Ba Lan tuần rồi trong dịp đi viếng 9 quốc gia cộng sản, ông ta bất ngờ thay đổi tư cách từ một người Á Châu trầm tĩnh trở thành người du khách xung tính. Cách phô trương của ông ta bày tỏ lối hôn giữa những đồng chí với nhau, nhưng điều này không được người ta đánh giá như vậy, ngay cả những người Nga uống rượu Vodka cũng không làm như thế. Đây là lần viếng thăm vinh quang của Hồ Chi Minh tại Âu Châu, nơi mà một lần ông ta đã lang thang như một bồi nhà hàng, một phụ tá chụp hình, và một người làm cách mạng được cộng sản bí mật huấn luyện. Như một nhà cách mạng đã thắng Bắc Việt Nam cho Cộng Sản, ông ta được tiếp đón bởi những thành viên của chính phủ Ba Lan với nhiệt tình. Một Hồ Chí Minh với dáng dấp yếu ớt mạnh bạo chọn những người ông ta hy vọng nhắm vào. Ông ta dùng những ngón tay bám vào đầu, vào cổ hoặc lưng , rồi ông ép sát người tới để hôn người đó với những sợi râu dê nhám xù xì. Với cô Lisa Larson của tạp chí Life, ông ta vui vẻ nói "Nếu tôi là người đàn ông trẻ, tôi rất có thể đã yêu cô."*

Lại nữa, hai năm sau, Hồ viếng thăm chính thức Indonesia. Báo *The Straits Times,* số ra ngày 8 tháng 3 năm 1959, nơi trang 8, có bài báo tên *"President Ho Is Told To Stop Kissing Girl"* (Chủ Tịch Hồ Được Bảo Ngưng Hôn Các Bé Gái). Tôi trích ra một đoạn của bài báo: *"Hôm nay, ông A.N. Firdaus, Tổng Thư Ký Hội Đồng Hồi Giáo Indonesia, nói: "Những cái hôn đó đã vi phạm luật Hồi Giáo mà 99% dân Indonesia theo. Hôn các bé gái giữa công chúng cũng vi phạm phong tục Indonesia. Có thể Chủ Tịch Hồ Chí Minh đã bị ảnh hưởng quá đáng của tuyên truyền của Cộng Sản nên tưởng rằng đạo đức của Indonesia cũng giống như đạo đức Cộng Sản"*. Cũng báo *The Straits Times,* số ra ngày 17 tháng 3 năm 1959, nơi trang nhất, có bài nói về chuyện hôn bừa bãi các bé gái làm dư luận phẫn nộ.

Trong mớ hình ảnh về những cái hôn sỗ sàng của họ Hồ đăng kèm trên báo, tôi thấy có một bức hình chụp một anh lính Mỹ giơ tấm băng vải có hàng chữ: *"Ho Chi Minh Kiss My Ass"*.

Ass là địa chỉ bệnh trĩ của ông già ngồi trên ghế đá!

10/2016

IN

Chính phủ Quebec đang xem xét để thông qua và ban hành một quy định cho phép các cơ quan chính phủ phổ biến những thông báo trên mạng *internet* thay vì trên các báo in. Chuyện nghe ra cũng thường vì ngày nay mạng *internet* rất phổ biến. Cho tới nay, luật bắt buộc những thông báo có tính pháp luật phải được đăng trên các báo cho dân chúng tỏ tường. Đăng báo tất nhiên phải trả tiền. Nếu quy định mới được quốc hội thông qua, các cơ quan nhà nước sẽ tiết kiệm được số tiền đăng báo.

Sự lưu thông tiền tệ cũng như phù sa của một dòng sông, bên lở bên bồi. Nhà nước tiết kiệm thì báo chí nhăn răng! Vậy là có tranh cãi. Phía nhà nước dĩ nhiên tung hô hết mình. Ngân sách bớt được một khoản tiền. Phía nhà báo phản bác lại: muốn phổ biến rộng rãi các thông báo thì phải đăng báo vì báo có số lượng độc giả lớn hơn. Đâu có phải ai cũng có thể leo vào *internet* được. Hơn nữa, nếu báo không có tiền đăng các thông báo thì phải tính tới chuyện tiết kiệm hoặc đóng cửa gây ra tình trạng thất nghiệp cho khoảng 100 người tại Quebec.

Các quận ly trong tỉnh bang chi ra mỗi năm khoảng 10 triệu đô để đăng thông báo trên báo *Le Devoir* và khoảng 177 báo địa phương khác. Các báo này ra hàng tuần và phát miễn phí. Họ chỉ trông cậy vào tiền quảng cáo để sống còn. Ông David Price, chủ nhân của các báo *The Westmount Independent* và *Free Press*, phát hành 41 ngàn số báo mỗi tuần, cho biết: "Tin tức địa phương giúp ích cho các cư dân tại mỗi địa phương về nhiều phương diện: thuế má, thể thao, giải trí, lưu thông, tội ác...Những tin tức này thường không được đăng trên các báo lớn của thành phố, tỉnh bang, liên bang hay quốc tế. Họ không chú ý tới những loại tin lặt vặt này. Nếu người dân tại mỗi địa phương không biết tới những tin tức liên quan mật thiết tới họ thông qua báo chí địa phương, họ sẽ bị bỏ rơi, cô đơn, không biết những gì xảy ra quanh khu vực sống của họ".

Phụ họa chống đối dự luật mới này còn có một nhóm gồm 140 hội viên của phòng thương mại tỉnh bang. Nhóm này nhận định là việc duy trì đăng các thông báo quan trọng trên các báo địa phương gồm những độc giả ngay tại chỗ là cần thiết cho sự minh bạch của chính phủ.

Phía vỗ tay cho dự luật là các quận hạt và ngay cả tòa đô chánh Montreal. Họ cho rằng việc bắt buộc đăng các thông báo trên các tờ báo địa phương là " quan niệm của các thế kỷ trước". Ông Alezandre Cusson, Thị Trưởng vùng Drummondville, nói rõ: "Các phương tiện truyền thông này đã thay đổi. Dù còn tiếp tục đăng báo in thì chúng ta cũng phải thay đổi văn phong và cách trình bày sao cho sáng sủa và dễ hiểu hơn”.

Ngay từ ngày ở Việt Nam, chúng ta đã thấy có những thông báo liên quan tới luật pháp phải bắt buộc đăng trên ba tờ báo. Tôi còn nhớ ngày đó, các thông báo loại bắt buộc phải đăng báo này nằm trong các ô vuông vức, phủ kín trang chót của các báo hàng ngày. Tôi chẳng bao giờ ngó ngàng tới những cái ô vuông đặc sệt chữ nghĩa tối tăm và quan liêu đó. Nhưng đó là một nguồn sữa cho báo chí.

Nói chi thì nói, thế giới ngày nay đã thay đổi. Chỉ hơn chục năm trước, ít người tiên đoán được sự tràn lan của *internet* như bây giờ. Chính phủ liên bang Canada cũng đã thay đổi theo. Năm 2004, họ đã chi ra tới 20 triệu đô cho việc đăng các thông báo trên báo in. Mười năm sau, năm 2014, số tiền này rớt xuống còn có 400 ngàn đô. Cũng năm này, họ đã tiêu tổng cộng 4 triệu 700 ngàn cho Facebook và Google.

Những thứ nhả ra từ chiếc máy in, dù báo hay sách, cũng đều thuộc bên thua cuộc. Đà tiến hóa như con tầu rẽ sóng, sá chi những bè lục bình bên thân tầu. Nằm bên phe cổ lỗ sĩ ráng chịu. Chẳng làm chi được nhưng vẫn có quyền nuối tiếc.

Nuối tiếc nhất có lẽ là những người sống với sách báo. Cho tới bây giờ tôi vẫn còn “tương tư” cái máy in hồi tôi mới bước chân vào làng báo. Ngày đó, gần nửa thế kỷ trước, chiếc máy in còn rất thô sơ. Thao tác của người thợ còn rất thủ công. Muốn in, phải có bát chữ. Đó là công trình của nhóm thợ sắp chữ. Nhà chữ như một cái kho, mỗi thợ sắp chữ đứng trước một cái giá gỗ lớn chia thành nhiều ngăn nhỏ, mỗi ngăn chứa nhiều chữ giống nhau. Thí dụ như chữ T, ngăn chữ được chia thành hai, bên chữ T hoa, bên chữ T thường. Người thợ phải gắp từng con chữ, xếp ngược vào một cái khuôn nhỏ cầm trên tay. Họ phải đọc ngược. Tôi chịu chết không đọc được khuôn chữ ngược ngạo này. Người sửa bản in, được gọi là thầy cò, cũng vậy. Sếp thợ sắp chữ, được gọi là sếp *typo*, phải dùng giấy mềm, nhúng nước cho ướt, vỗ vào bản sắp chữ đã được quết mực, cho bát chữ ngược trở thành xuôi để cho thầy cò đọc. Thường phải sửa nhiều lần. Mỗi lần sửa, thợ phải gắp con chữ sai ra, thế vào con chữ đúng, rồi vỗ lại. Lần sửa chót thường do tác giả phụ trách để bảo đảm bài viết đã được xếp chữ đúng. Bước kế tiếp là đổ khuôn chì. Dùng chì nấu chảy, nhúng khuôn chữ vào, làm nguội, thành những khuôn đúng một trang báo. Khi in, đóng những khuôn chì này vào tấm gỗ theo cách sắp xếp riêng để thợ sắp trang chỉ việc gấp trang giấy in theo trình tự là có các trang báo theo đúng số trang. Khi có hình kèm theo bài thì phải làm bản kẽm, thường do cơ sở làm bản kẽm như *cliché Dầu* (nổi tiếng nhất thời đó) phụ trách. Các bản kẽm có hình này và các bản chì được đóng vào tấm gỗ in bằng đinh. Nếu đóng khéo thì những đầu đinh lẩn dưới bản chì hoặc bản kẽm, không hiện lên trang giấy. Nhưng có khi thợ đóng ẩu hay vô ý, đầu đinh còn nổi lên trên, trang báo sẽ hằn in rõ các dấu đầu đinh!

Thứ máy in cổ lỗ sĩ này bây giờ đã tuyệt chủng, tìm đâu ra. Vậy mà trong một chuyến tới thủ đô Havana của Cuba vào năm 2005, tôi đã thấy lại những chiếc máy in tưởng không còn bao giờ hiện diện trên cõi đời này nữa. Khỏi nói, tôi mừng muốn chết. Tôi đã ghi lại sự việc "tha hương ngộ...máy in" này trong truyện ngắn *"Rong Chơi"*: *"Một ông người Hoa đứng trong nhà nhìn ra cũng cười. Tôi không chú ý tới ông mà ngạc nhiên dán mắt vào những khuôn chữ bằng chì nằm thứ tự trên những chiếc kệ nghiêng nghiêng sát tường. Những con chữ của ngày xưa! Cả một thời quá khứ đổ ập về trong tôi. Những ngày làm báo xưa lao xao tất bật với những anh thợ sắp chữ thoăn thoắt tay bốc từng con chữ ngược gài vào khuôn xếp. Những bản vỗ, những khuôn chì vừa đổ nhúng vội vào nước, những chiếc máy in già nua lạch xạch nuốt từng tờ giấy khổ báo lớn do anh thợ in đút vào máy bằng chiếc que gỗ mỏng. Tiếng lạch xạch ngày xưa rõ ràng đang vẳng lại trong tai tôi. Trong một góc lờ mờ soi sáng bằng một bóng điện tròn vàng ệch, anh thợ in trần trùng trục đang châm giấy vào máy. Tôi như gặp lại người bạn cũ. Tay chân tôi rối bời lên. Ánh đèn flash của chiếc máy chụp hình trên tay tôi chớp lia lịa như muốn nuốt trọng những hình ảnh tưởng đã mất từ lâu"*.

Tôi đã có lần trở về lại con phố báo chí Phạm Ngũ Lão xưa, mon men tới xóm nhà in cũ. May mắn thay, anh Tư sếp *typo* và vài anh thợ sắp chữ vẫn còn ở đó. Chúng tôi tụ tập nhau lại bên bàn rượu trong con hẻm, vừa dzô dzô vừa ngậm ngùi nhắc lại chuyện xưa. Tôi bê cuộc gặp quý hóa này vào truyện ngắn *"Gặp Gỡ"*. *"Chữ vào tay anh Tư thì dư sức kịp. Đôi tay anh thoăn thoắt dùng chiếc kẹp nhón từng miếng chì chút xíu sắp ngược vào chiếc khung cầm gọn trong tay. Anh đọc chữ ngược nhanh chẳng kém gì chữ xuôi. Phú nhìn vào bản chữ chì của anh chẳng thấy mô tê gì nhưng hỏi thì anh đọc từng câu vanh vách. Mỗi khi muốn sửa gấp vài chữ, Phú ngại khi bắt anh phải gắp chữ bỏ ra, thay vào những chữ khác, nhưng anh thì vẫn vui vẻ vứt ra gài vô những con chữ ngược ngạo đen xì, đẩy tới đẩy lui sắp cho khít hàng. Sửa xong, anh nhanh nhẹn quệt mực lên những con chữ, đập lên miếng giấy bổi ướt thành bản vỗ cho Phú kiểm lại. Thường thì bản xếp chữ của anh rất ít lỗi. Thầy cò khỏe ru. Nhấp nháy đã có thể phê được chữ OK liền. Nhưng gặp bản chữ của mấy đệ tử anh Tư thì sửa nát nước. Thầy cò bực dọc la lối chỉ có anh Tư lãnh đủ. Cách lãnh của anh xem ra cũng khá nhẹ nhàng. Anh úp bản vỗ kín mít những chữ sửa mực đỏ xuống bàn, vỗ vai anh thầy cò, xổ nước nhỏ. Bỏ qua đi anh Năm, tụi con nít anh coi như con cháu anh cho chúng nó mừng, để tôi rày chúng nó cho nhớ, chiều nay la de anh Năm há! Tính anh Năm hợp với la de nên mọi chuyện vui vẻ cả. Trở xuống nhà chữ, anh vừa la vừa chỉ cho tụi nhỏ bằng cái giọng nhỏ nhẹ có lẽ anh học được từ những anh kép mùi trong tuồng cải lương trên ti vi... Anh Tư vẫn giữ được bộ mặt sữa với làn da trắng, mái tóc chải vuốt ra sau lơ là một nét phồng phía trước. Trông anh vẫn còn phong độ tuy khuôn mặt đã bớt tròn, mái tóc thưa thớt ít ra cũng đã ba bốn phần bạc, và cái cười hiền lành xưa đã vất vả nhiều nếp nhăn dọc ngang trên mặt. ''Hồi này làm ăn gì không, anh Tư?" ''Đụng đâu xâu đấy cậu Hai à. Bây giờ việc nó chọn mình chứ mình đâu có quyền chọn việc nữa. " Chắc chẳng còn việc cũ của anh nữa nhỉ?". Anh Tư cười nhẹ lắc đầu. ''Tiêu rồi cậu Hai ơi!". ''Rầu dữ hả?'. ''Rầu thì ráng chịu chứ biết sao. Mình bị qua mặt cái vù chẳng lẽ ngồi bên lề đường ôm bụng đói mà càm ràm.". Phú tinh nghịch giỡn. ''Chắc anh thù mấy thằng cha sáng chế ra cái máy điện toán lắm nhỉ?". Anh Tư cười buồn, giọng trong veo nhẫn nhục. ''Đời mà cậu! Mình bị đào thải thì xoay qua mần ăn chuyện khác. Tiến bộ thì nó cứ phải tiến chứ, mình lội bộ không theo kịp thì ráng chịu. Thù hận gì vô duyên vậy cậu Hai.". Phú thấy tức cười với lối chơi chữ của anh thợ sắp chữ yêu nghề nhưng mất nghề".*

Từ khi máy vi tính ra đời, công nghệ điện tử đã tiến những bước dài trong một thời gian ngắn. Từ những chiếc máy kềnh càng, *computer* đã như một mụ phù thủy, thu nhỏ lại. Cho tới khi những điện thoại thông minh, những máy tính bảng mảnh mai gọn nhẹ, thì sách và báo in lùi thấy rõ. Bill Gates đã tuyên bố là trước khi ông chết, ông sẽ làm cho các cuốn sách in "trở thành cổ vật". Ông đã làm hơn thế. Ngày nay ông vẫn còn sống hùng sống mạnh nhưng những máy tính bảng đã phổ biến đến nỗi hầu như mỗi người đều có trong tay. Nằm trong chiếc máy nhỏ nhắn đó là sách, là báo. Cả ngàn cả vạn cuốn sách nằm gọn trong đó. Tiện thì có tiện nhưng vẫn còn những người hoài cổ. Nhà văn người Peru, Mario Vargas Llosa, giải Nobel Văn Chương năm 2010, phản bác: "Ý tưởng của Bill Gates không phải là muốn kết liễu thứ văn học như ta thường biết, song ông ta thực sự tin rằng *computer* có thể đảm nhiệm hoàn hảo tất cả chức năng của một cuốn sách. Tôi tin điều đó đúng khi ta nói về thông tin, nhưng sai khi nói về văn học. Vì việc đọc một tác phẩm văn học cần đến một góc riêng, một khoảng lặng thân thiết, điều đó sẽ không còn nữa khi chúng ta ngồi đối diện với màn hình của *computer*".

Nhiều người đồng ý với nhà văn Mario Vargas Llosa. Cầm đọc một cuốn sách in có cái thú của người biết thưởng thức, liên quan tới nhiều giác quan. Khứu giác cho mùi thơm của giấy, xúc giác cho những ngón tay mở từng trang sách, và cuối cùng, thị giác cho những trang chữ thật chứ không ảo. Cái cảm giác sờ mó được đó không có thể tìm thấy khi đọc một cuốn sách trên *computer* hay *tablet.* Những trang chữ còn đó, mất đó khi chúng ta sang trang, như có cái vùng vằng bỏ chúng ta để mất hút, trốn chạy vào trong máy. Đọc xong cuốn sách, chúng ta gác lên tủ sách, cuốn sách chưa đi hết đoạn đường quyến rũ. Ngày ngày, chúng ta liếc nhìn lên tủ sách, những gáy sách thân thiết đứng cạnh nhau, chúng ta còn cảm thấy ấm áp, như một người bạn còn hiện diện bên cạnh, không bao giờ bỏ chúng ta. Thế hệ này qua thế hệ khác, từng cuốn sách được thêm thắt vô tủ sách, như một người bạn thủy chung của cả gia đình. Sách là bạn, là thầy giúp chúng ta mở mang kiến thức, thứ kiến thức truyền từ thế hệ trước qua thế hệ sau. Đó là cái văn hóa của một gia đình.

Dân tộc nào biết quý sách là một dân tộc có văn hóa. Tác giả Nguyễn Hương cho chúng ta biết: *"Trong mỗi gia đình Do Thái luôn luôn có một tủ sách được truyền từ đời này sang đời khác. Tủ sách phải được đặt ở vị trí đầu giường để trẻ nhỏ dễ nhìn, dễ thấy từ khi còn nằm nôi. Để sách hấp dẫn trẻ, phụ huynh Do Thái thường tẩm nước hoa trên sách để tạo mùi hương cho các em chú ý. Mặc dù chỉ có tám triệu dân nhưng ở Do Thái có tới hơn một ngàn thư viện công cộng với nhiều sách quý. Bên cạnh việc hình thành, xây dựng thói quen đọc sách từ khi nằm nôi cho trẻ nhỏ, người Do Thái hiện vẫn sử dụng hình ảnh con lừa thồ sách để dậy các con: nếu chỉ dừng ở việc đọc mà không biết ứng dụng thì trí tuệ đó cũng chỉ là trí tuệ chết. Và để có thể ứng dụng, trẻ em Do Thái không ngừng đọc sách và tích lũy kiến thức từ nhiều ngành và lãnh vực khác nhau".*

Sách báo in ngày nay đang trên đà suy thoái. Nhiều tờ báo sống hàng trăm năm, nay cũng đã ra nghĩa địa, số sách được in vắng dần, báo mạng và *e-book* đang dần dần thế vào chỗ trống do sách báo in để lại. Thời nay, kỹ thuật đã và đang nhanh chóng có tiếng nói mạnh mẽ. Không ai có thể đi ngược dòng. Rồi sẽ tới ngày sách báo in sẽ chỉ còn là kỷ niệm.

Sách của người Việt tại hải ngoại cũng chịu chung số phận với thảm trạng sách báo in toàn cầu. Chúng ta còn có một "tai nạn" khác là số độc giả ngày càng suy sút. Những người ở lớp tuổi còn đọc tiếng Việt mai một dần, tầng lớp kế thừa phần lớn không còn nói được tiếng Việt, nói chi tới chuyện đọc. Các tác giả viết tiếng Việt tại hải ngoại hầu như không còn nghĩ tới chuyện in sách nếu không có một cơ may tới đúng lúc. Đó là doanh nghiệp in và phát hành sách Amazon. Với những máy in tân tiến có thể in từng cuốn sách, họ chỉ in sách khi có người mua, tiếng Anh gọi là *print on demand.* Không có sách dư, giá thành in một cuốn sách khá rẻ, khiến cho việc in sách không còn là bất khả. Nhưng đây có lẽ chỉ là cái đuôi của một thời kỳ. Rồi sách báo in chắc chắn sẽ *bye bye* chúng ta.

Vậy nên, khi tương tư chiếc máy in từ nửa thế kỷ trước, có lẽ tôi là một người cổ hủ và lạc hậu. Biết sao hơn? Đâu có thể vẽ đường cho cảm xúc được!

03/2017

I.Q.

I.Q. là chữ viết tắt theo tiếng Anh của chỉ số thông minh *(Intelligence Quotient).* Làm người chẳng ai muốn thiếu thông minh. Càng thông minh càng hơn người. Vậy nên ai cũng muốn vỗ ngực khoe mình thông minh. Con người vốn có tính tự yêu mình, cái chi của mình cũng hơn người khác, nếu rõ ràng không hơn được thì cũng cố cho hơn bằng cách dìm người khác xuống. Thông minh hay không, chúng ta hãy nghe câu chuyện sau. Nhà khoa học Edison cần tính dung tích một bóng đèn hình quả lê, ông bảo người phụ tá là Chapton tính dùm. Chapton đã tốt nghiệp Đại học ngành toán. Ông loay hoay đo và tính toán theo các công thức dày đặc mà cả giờ đồng hồ sau vẫn chưa có kết quả. Thấy vậy, Edison nói: "Đâu có chi rắc rối mà tính với toán mãi như vậy!". Ông mang chiếc bóng đèn ra vòi nước, hứng đầy nước rồi đổ nước vào cái ống có vạch đánh dấu dung tích. Kết quả có ngay chỉ trong vài giây. Cần chi phải tính toán. Đó là…

thông minh! Chỉ số thông minh I.Q. chính là số đo nhận thức của một người về một vấn đề chứ không phải đo vốn hiểu biết rộng hay hẹp. Tuy nhiên người có học vấn cao thường nhận xét sự việc nhanh lẹ hơn.

Vậy người thông minh là người có khả năng giải quyết sự việc vượt trội hơn so với người khác. Trong tiếng Việt, chúng ta có những từ để chỉ mức độ thông minh: sáng dạ, lanh lợi, thông minh, tài tình, khôn ngoan, chậm hiểu, tối dạ, ngu si, đần độn…Và tiếng Việt trong nước gần đây có thêm từ mới: ngu lâu!

Như vậy thông minh là thứ mông lung khó đo lường. Nhưng người ta cũng kiếm ra được cách đo. Thước đo đó chính là cách tính ra chỉ số thông minh. Có nhiều bản đo lường trí thông minh. Ngay ở Việt Nam, người ta cũng đã có nhiều cách khác nhau để định chỉ số IQ. Chắc chúng ta ai cũng thắc mắc muốn thử lửa coi mình có thông minh không? Tôi cũng vậy. Tôi tìm vào những bản đo lường chỉ số IQ bằng tiếng Việt Nam. Tôi chọn ra được hai bản. Một bản phải trả lời 30 câu hỏi tại địa chỉ *http://vn.iqtest100.com* và một bản chỉ trả lời 12 câu hỏi ở địa chỉ *http:/vn.vonvon.me/quiz/584.* Theo nhận xét của tôi thì đại khái các câu hỏi không dựa vào kiến thức mà dựa vào sự chú ý, lý luận, so sánh, nhận xét nhanh. Khi làm những cái *test* này, cần phải thoải mái, yên tĩnh. Kết quả của tôi với test 30 câu hỏi, được 95 điểm; với *test* 12 câu hỏi, được 120 điểm!

Tôi phục tôi quá chừng chừng. Vì đất nước tôi đang ngụ cư là Canada, trung bình chỉ số IQ của người dân là 97 điểm. Thua Mỹ chút xíu vì trung bình IQ của người dân Mỹ là 98 điểm. Với 95 điểm và 120 điểm, tôi sẽ không có tí mặc cảm nào khi ra đường. Nếu chịu khó yêu mình chút đỉnh, tôi có thể vác mặt lên là khác.

Theo một bản tin thì Anh và Trung Quốc có chỉ số bình bình là 100, không được vào *top* 10 nước mà người dân có chỉ số IQ trung bình cao nhất.

Đứng đầu thế giới là Hongkong với 107 điểm. Hòn đảo trước đây thuộc Anh được xếp hạng cao trong lãnh vực toán và khoa học. Trong danh sách của Tổ Chức *The Organisation for Economic Cooperation and Development,* viết tắt là OECD, về chất lượng giáo dục, Hongkong đứng hạng 2, chỉ sau Phần Lan. Hongkong rất chú trọng việc giáo dục với hơn một ngàn trường học cho dân số 7,1 triệu người.

Đứng thứ nhì là Đại Hàn với 106 điểm. Chính phủ nước này cũng đầu tư rất nhiều vào việc giáo dục. Học sinh Đại Hàn có tiếng là chăm chỉ. Trung bình các em bỏ ra tới 14 tiếng mỗi ngày cho việc học.

Thứ ba là Nhật Bổn với 105 điểm. Đây là quốc gia sản xuất và xuất khẩu hàng đầu về công nghệ tiên tiến với các thiết bị điện tử, xe hơi và các loại máy móc phục vụ đời sống. Đại Học Tokyo là đại học tốt nhất Á châu, nằm trong *top* 25 trường đại học nổi tiếng nhất thế giới. Tỷ lệ dân chúng biết chữ đạt tới mức 99%, bằng với Singapore.

Singapore đứng hạng 5 với 103 điểm, dưới Đài Loan với 104 điểm. Với dân số chỉ có hơn 5 triệu người, Singapore là nước có chỉ số GDP đáng kinh ngạc là 270 tỷ đô Mỹ. Trung bình GDP của một người dân Mỹ là 52.839 đô trong khi Singapore đạt tới 52.918 đô. Nhỉnh hơn chút ít.

Nếu để ý chúng ta sẽ nhận thấy năm quốc gia có chỉ số IQ đứng đầu đều là các nước Á châu! Từ hạng sáu trở đi mới có các nước Âu châu chen chân vào. Các nước Hòa Lan, Ý, Đức và Áo đồng hạng với 102 điểm. Sau chót là Thụy Sĩ và Thụy Điển đồng 101 điểm.

Danh sách này đã gây ra nhiều tranh cãi vì một số nhà nghiên cứu cho rằng nó không phản ảnh đúng thực tế vì phương pháp nghiên cứu chưa đầy đủ và chính xác. Vì vậy, người ta khuyến cáo chỉ nên sử dụng chúng với mục đích giải trí hơn là thông tin.

Nhưng danh sách 10 người có chỉ số thông minh cao nhất thế giới thì không phải là thứ để giải trí. Họ là những người thông minh thật. Họ là ai? Ai cũng nghĩ tới Albert Einstein, cha đẻ của thuyết tương đối, một lý thuyết làm nền tảng cho vật lý hiện đại. Tên ông cũng được gắn liền với những thành tựu trong việc nghiên cứu về hạt nhân dẫn tới việc chế tạo ra bom nguyên tử. Cái bóng của ông quá lớn nhưng chỉ số thông minh của ông không ăn trùm thiên hạ như chúng ta nghĩ. IQ của ông chỉ từ 160 đến 190, xếp hạng thứ 9, gần chót!

Người đứng đầu thế giới từ trước tới nay về IQ là người mà chúng ta ít biết: ông William James Sidis. Thực ra người ta không trực tiếp thử ông về trí thông minh mà chỉ ước chừng. Chỉ số IQ của ông khoảng từ 250 đến 300! Ông sanh năm 1898 và chỉ 11 năm sau ông đã vào học ngành toán tại Đại Học Harvard, trở thành sinh viên trẻ nhất của trường Đại học danh tiếng này. Sau khi hoàn thành chương trình nghiên cứu, ông tham gia vào ban giảng huấn của nhà trường. Sinh viên phần lớn nhiều tuổi hơn ông nên họ coi thường ông giảng viên nhí này. Ông học quá xuất sắc và quá nhanh nên không ai chơi với ông. Ông tham gia vào phong trào xã hội chủ nghĩa và gặp những rắc rối pháp lý. Cha mẹ ông đưa ông vào một viện điều dưỡng nhằm thay đổi quan điểm chính trị của ông. Năm 1921, chẵn 23 tuổi, ông xuất viện và đoạn tuyệt với toán học và nghiên cứu, sống một cuộc sống bình thường. Ông qua đời vào năm 46 tuổi vì xuất huyết não.

Một thiên tài khác rất nổi tiếng là Leonardo da Vinci mà chắc chúng ta ai cũng biết tới. Ông giỏi về nhiều bộ môn: hội họa, điêu khắc, âm nhạc, toán học, kỹ thuật, địa chất, địa lý và văn học. Thập bát ban văn võ ông đều tinh thông ăn trùm thiên hạ. Ngon như vậy mà chỉ số IQ của ông chỉ đứng thứ bảy, khoảng từ 180 đến 190. Cũng như với William James Sidis nói trên, thời ông chưa có vụ đo chỉ số thông minh nên chỉ số này chỉ được suy luận ra.

Giữa Leonardo da Vinci, hạng 7, và Albert Einstein, hạng 9, là một người chúng ta ít biết tới: Judit Polgar. Cô này giỏi môn đánh cờ vua. Môn đánh cờ vua là một môn cần vận dụng trí thông minh nên những kiện tướng môn này thường là những người có chỉ số IQ cao. Chỉ số IQ của cô là 170. Khi mới 15 tuổi, cô đã là kiện tướng trẻ nhất môn cờ vua. Cô là người phụ nữ đầu tiên đánh bại vua cờ vua nổi tiếng số một thế giới là Gary Kasparov.

Vậy thì người vô địch thế giới cờ vua Gary Kasparov này chỉ số thông minh được bao nhiêu? Ông đứng hạng 5 với chỉ số 194. Từ khi bắt đầu chơi cờ chuyên nghiệp vào năm 1985, không một tay cờ nào hạ được Gary Kasparov. Ông chễm chệ ngồi ngôi nguyên thủ trong vòng 8 năm, từ 1985 đến 1993. Ông cũng nổi tiếng về hành vi chính trị đối lập với Tổng Thống Putin của Nga.

Người đàn bà thứ hai trong danh sách mười người thông minh nhất thế giới là Marilyn Vos Savant, đứng hạng 6. Tôi hoàn toàn không "quen" bà này. Bà sanh năm 1946, được sách kỷ lục Guinness ghi nhận là người có chỉ số IQ cao nhất vào năm 1980 với chỉ số 190, chỉ số cao nhất đo được vào thời đó. Bà là một nhà văn nổi tiếng với các cuốn sách *Ask Marilyn và Annie's Mailbox.* Tôi nghi bà là một chuyên viên gỡ rối tơ lòng!

Đứng hạng nhì là Terence Tao với chỉ số IQ từ 225 đến 230. Ông này là một thần đồng toán học người Úc gốc Hong Kong hiện đang giảng dậy tại Đại học California ở Los Angeles. Ông nhận huy chương Fields năm 2006, một giải của Hiệp Hội Toán Học Quốc Tế dành cho những nhà toán học dưới 40 tuổi. Nhà toán học Ngô Bảo Châu của Việt Nam cũng đã đoạt huy chương này vào năm 2010.

Hạng 3 là Christopher Hirata với chỉ số IQ 225, quốc tịch Hoa Kỳ, sanh tại Michigan vào năm 1982. Bằng vào cái họ Hirata, tôi cố kiếm coi xem ông có phải người gốc Nhật không, nhưng không thấy tài liệu nào xác nhận. Ông là một thần đồng đã đoạt huy chương vàng tại Olympic Vật Lý Quốc Tế năm 1996 khi mới 13 tuổi, người trẻ nhất đoạt huy chương này. Năm 14 tuổi ông nhập học trường danh tiếng *California of Technology,* gọi tắt là *Caltech.* Năm 16 tuổi, Hirata đã được cơ quan NASA mời cộng tác với một dự án không gian lên sao Hỏa. Năm 22 tuổi, ông đậu bằng Tiến Sĩ tại Đại Học Princeton. Sau khi lấy bằng tiến sĩ, Hirata trở về làm giảng viên dạy vật lý thiên văn tại *Caltech*.

Hạng 4 với IQ 210, là Kim Ung Yong, sanh tại Đại Hàn vào năm 1963. Lúc mới được 6 tháng tuổi ông đã biết nói. Khi vừa tròn 3 tuổi, đã đọc được tiếng Anh, Đức, Hàn và Nhật. Ông qua Mỹ học và làm việc cho NASA khoảng 10 năm. Sau đó ông chán cuộc sống tại Mỹ, trở về Hàn quốc dạy học.

Người ta ghi nhận được từ hạng 2 tới hạng 4 là ba người gốc Á châu, đều là thần đồng về toán và vật lý. Thực ra danh sách mười người có chỉ số IQ cao nhất có nhiều dị bản. Tôi không có thời giờ đọc hết nhưng thấy là danh sách nào cũng có ba thần đồng Á châu này chia nhau những vị trí đầu.

Vị trí chót, hạng 10, là một ngạc nhiên. Đó là nhà vật lý nổi tiếng nhất hiện nay: ông Stephen Hawking, người Anh. Ông này bị bệnh *Amyotrophic Lateral Sclerosis* khiến tê liệt toàn thân, phải ngồi xe lăn và xoay trở rất khó khăn trong sinh hoạt hàng ngày. Tác phẩm quan trọng nhất của ông là cuốn *"A Brief History of Time"*, xuất bản vào năm 1988. Cuốn này thuộc loại *best-seller* với số bán lên tới 10 triệu cuốn. Ông là người cống hiến cho thế giới một cuộc cách mạng về vật lý lý thuyết trong kho tàng tri thức của nhân loại. Với tài năng bẩm sinh, tôi nghĩ chỉ số IQ của ông phải rất cao. Nhưng IQ của ông chỉ có 160 và đứng hạng thứ 10, hạng chót trong danh sách những người có chỉ số cao nhất thế giới. Nhưng dù vậy, những phát biểu của ông đã làm chao động thế giới.

Tôi mới đọc được một phát biểu của ông về một thứ thuốc

giúp tăng gấp đôi chỉ số IQ. Ông tiên đoán: "Viên thuốc này sẽ làm thay đổi nhân loại". Ông nói như vậy khi được ký giả Anderson Cooper của đài truyền hình CNN phỏng vấn. Bản tin cho tường thuật tiếp về phát biểu của Stephen Hawking: "Não của con người cũng như bắp thịt, phải tập luyện và dùng những thứ thuốc hỗ trợ như các lực sĩ thường dùng, nhưng không phải cho bắp thịt mà cho óc não. Và đó chính là điều tôi đang làm để làm thăng hoa khả năng tâm thần của tôi". Thứ thuốc…thần đó là *SynagenIQ.* Stephen Hawking là người tôi khâm phục, Anderson Cooper ngày nào tôi không gặp trên CNN. Với chỉ số IQ 160, ông Stephen Hawking định nâng lên 320 chăng? Chỉ số IQ của mỗi người là thứ được phú cho từ cha sanh mẹ đẻ, giờ chỉ cần nuốt mỗi ngày một viên thuốc trong ít ngày sẽ được *double,* chuyện…giả tưởng. Tờ báo Forbes được gán cho đã đi cái tin giật gân này vội thanh minh thanh nga. Đó là tin giả! Có vậy chứ. Xã hội bây giờ trâng tráo có thừa. Người ta thản nhiên đặt ra những điều dối trá. Tác giả của sự dối trá không biết IQ được bao lăm? Tôi nghĩ chắc cũng khá mới có đủ khả năng lôi những tên tuổi nổi tiếng vào những điều gian dối để thủ lợi. Nếu họ được bơm chỉ số IQ lên gấp đôi, không biết trình độ trâng tráo của họ được thăng hoa tới cỡ nào!

Viết tới đây làm tôi nhớ tới chuyện xảy ra ở "cái-gọi-là Quốc hội" Việt Nam cộng sản vào tháng 6 năm 2010 khi bàn về việc xây dựng đường sắt cao tốc cho Việt Nam. Ông đại biểu tỉnh Hà Nam Trần Tiến Cảnh phát biểu nguyên văn như thế này: *"Thế giới có Nhật Bản, Trung Quốc, Đài Loan, Pháp, Đức, Tây Ban Nha, Bồ Đào Nha, Ý, Thụy Điển, Hà*

Lan, Anh, Hàn Quốc, Bỉ đã có đường sắt cao tốc. Brazil, Nga, Indonesia đang triển khai. Tôi thấy những nơi có chỉ số IQ cao thì họ có đường sắt cao tốc, Việt Nam ta cũng có chỉ số IQ cao. Gần ta Trung Quốc họ làm nhiều đường sắt cao tốc. Việt Nam hội đủ các yếu tố về sự cần thiết, về địa hình, nhu cầu đi lại hai miền rất lớn và sự phát triển kinh tế của đất nước. Đường sắt cao tốc có nhiều ưu điểm về kinh tế, kỹ thuật, tốc độ nhanh, ô nhiễm môi trường nhẹ, độ thoải mái cao. Điều quan trọng nhất là đi tàu rất an toàn, tôi đã được đi một số tuyến đường tàu cao tốc ở nước ngoài. Một học sinh có thể yên tâm đi tàu đến trường, một bà mẹ có thể đi tàu đến cửa hàng. Đường sắt cao tốc đích thực là phương tiện đi lại tốt nhất trong tương lai".

Chỉ cần đọc đoạn phát biểu trên của một người đại diện dân, ta cũng đủ biết chỉ số IQ của ông đại biểu Trần Tiến Cảnh là bao nhiêu. Từ đó suy ra chỉ số IQ của những người đang ngồi ngất ngưởng trên đầu dân nước ta. Tôi nghĩ họ cần phải được uống thuốc tăng chỉ số IQ *SynagenIQ* càng sớm càng tốt. Thuốc dỏm chắc có ép-phê với những tên cầm quyền dỏm!

02/2017

JEHOVAH

Bà Éloise Dupuis, 27 tuổi, là một tín đồ của đạo Jehovah. Khi vừa tới tuổi trưởng thành, bà đã ký một văn kiện xác minh bà sẽ không nhận truyền máu. Bà đã hành động đúng theo giáo luật của đạo này: dù có chết cũng không nhận máu truyền vào cơ thể mình. Sáu ngày sau khi sanh bé đầu lòng vào ngày 6 tháng 10 năm 2016 vừa qua tại một bệnh viện ở Levis, gần tỉnh Quebec, bà đã chết. Cái chết của bà đã gây dư luận ồn ào trong vòng những người thân thuộc và cả trong y giới tỉnh bang.

Ca sanh khó khăn, sản phụ mất nhiều máu cần phải được truyền máu để cứu sống. Cô bạn thời thơ ấu của Éloise Dupuis là Cassandra Zélézen vội cùng hai chị em tới thăm. Tất cả là ba người. Họ là chị em…tam sanh! Cô Cassandra kể với ký giả báo *The Montreal Gazette* là thân phụ của Eloise không cho ba người vào gặp bạn. Lúc đó, chồng của sản phụ đang phân vân về quyết định có nên từ chối truyền máu hay không. Cassandra kể lại là đã nghe ông này nói: "Giờ thì đã quá muộn rồi!". Sản phụ Eloise mất ngay sau đó.

Vào ngày sản phụ mất đã có ba trưởng thượng của đạo Jehovah có mặt tại nhà thương. Theo một cựu tín đồ đạo Jehovah, ông John Redwood, 49 tuổi, cư ngụ tại Maryland, Mỹ, cho biết: đạo có một ủy ban gọi là "Ban Liên Lạc với Bệnh Viện" gồm những bậc trưởng thượng của đạo đã được huấn luyện, được phái tới bệnh viện mỗi khi có một tín đồ đạo cần phải truyền máu. Ông John Redwood đã bỏ đạo này ba năm trước. Ông nói: "Mục đích của họ là hỗ trợ gia đình của bệnh nhân tránh không cho truyền máu. Họ không bao giờ gặp trực tiếp bệnh nhân nhưng chính họ là những người canh chừng việc tuân theo giáo luật". Ngoài ủy ban này, còn có một ban khác gọi là "Ban Thăm Viếng các Bệnh Viện" gồm các tín đồ tình nguyện tới thăm và cầu nguyện cùng bệnh nhân. Tuy nhiên ban này không xía vào việc truyền máu. Ông Simon Picard, phát ngôn viên của đạo Jehovah ở Canada, đã bác bỏ việc có các trưởng thượng tới bệnh viện để bảo đảm là bệnh nhân không nhận truyền máu. Ông nói: "Chúng tôi có các tín đồ tới đó để hỗ trợ bệnh nhân nhưng việc từ chối truyền máu là quyết định cá nhân. Khi người ta ở vào một tình thế nguy nan, người ta cần có những bạn đạo hỗ trợ trong các quyết định".

Về phía chính quyền, Thủ Hiến Philippe Couillard cho cái chết của sản phụ là "kinh khủng" nhưng phải tôn trọng sự lựa chọn của cá nhân. "Luật học rất rõ ràng: nếu một cá nhân còn minh mẫn từ chối chữa trị y khoa, dù điều đó có làm họ mất mạng sống, chúng ta không thể đi ngược lại ước muốn của họ".

Người cầm đầu đảng *Coalition Avenir Québec,* ông Francois Legault, cho rằng việc này khiến chúng ta phải đặt lại vấn đề về hệ thống y tế của chúng ta: "Tôi chưa có câu trả lời nhưng tôi tự hỏi: làm sao chúng ta có thể để một người ở Québec chết vì lý do tôn giáo?". Điều tra viên tư pháp Luc Malouin sẽ điều tra vụ này.

Truyền máu trong y khoa ngày nay là chuyện người ta làm hà rầm mỗi ngày. Đó là một phương cách hữu hiệu để dành lại mạng sống con người khi lâm nguy. Chuyện thông thường như vậy tại sao lại nhân danh tôn giáo để cấm cản?

Nhiều người trong chúng ta chắc không biết đạo Chứng Nhân Jehovah là đạo gì mà tín đồ lại bị áp đặt như vậy. Tên đạo nghe có vẻ lạ hoắc nhưng đạo này gần kề chúng ta hàng ngày mà chúng ta không biết. Chắc ai trong chúng ta cũng đã được những người ăn mặc lịch lãm, trai thường áo vét cà vạt, gái thường quần áo chỉnh tề, gõ cửa. Họ thường đi từng nhóm hai người, tay xách cặp da, lịch sự hỏi chúng ta dành cho họ ít phút để họ nói về đạo của họ. Thường chúng ta từ chối mời họ vào nhà. Trong thời buổi mà thời giờ quý như vàng, nhất là thời giờ của những ngày nghỉ cuối tuần, chúng ta ít muốn tiếp họ. Nhưng những chứng nhân của Jehovah này là những người rất nhẫn nại. Họ tới lui tìm dịp giảng đạo không biết mệt. Khi gặp được một người bằng lòng tiếp, họ nói rất say mê, tặng sách báo hậu hĩnh. Họ thi hành nhiệm vụ một cách sốt sắng dù không được đón tiếp nồng hậu. Tôi nói nhiệm vụ vì các tín đồ của đạo phải dành thời giờ mỗi tuần từ 16 tới 20 tiếng để đi rảo rảo, cố len lỏi vào từng nhà để truyền đạo.

Đạo của họ phát sinh từ thần cảm Tin Lành do một người Mỹ tên Charles Taze Russel phát khởi từ năm 1874. Ông này quê quán tại thành phố Pittsburg, tiểu bang Pennsylvania, Mỹ. Gia đình ông theo hệ phái Tin Lành Calvin. Thân phụ ông hành nghề bán kim chỉ và rất giầu có. Ông tiếp tục theo nghề này và cũng rất thành công. Ông sanh năm 1852 và mất vào năm 1916. Năm 16 tuổi, Charles hoang mang tự hỏi: tại sao Chúa vốn được xưng tụng là tốt lành mà lại đầy đọa người ta xuống hỏa ngục. Ông không tìm được lời giải trong Kinh Thánh. Năm 1870, 18 tuổi, Charles ly khai khỏi học thuyết Calvin và gia nhập giáo phái Cơ Đốc Phục Lâm *Adventist.* Năm 1874, Charles ly khai Cơ Đốc để thành lập nhóm "Những Người Học Hỏi Kinh Thánh" và ra tập san Tháp Canh *(Watchtower).* Ông chú giải lại Kinh Thánh và bắt các tín đồ phải coi ông như một tiên tri Ezéchiel mới. Ông qua đời vào năm 1916, để lại di sản là các phương tiện truyền thông bằng báo chi, sách vở và buộc các tín đồ phải đi rao giảng khắp nơi. Đạo Jehovah của ông không tin có địa ngục, không tin Chúa Trời có ba ngôi mà chỉ có một Chúa là Jehovah thôi, không công nhận Jesus là Chúa.

Người kế nhiệm của Charles Russell là ông J.F. Rutheford, một luật sư ở Brooklyn, New York. Ông này lên án mọi tôn giáo khác và cả các chính phủ. Kết quả, nhóm Tháp Canh bị cấm hoạt động tại Mỹ và Canada. Trong Đệ Nhất Thế Chiến, ông chống lại lòng yêu nước, bị bắt vào năm 1917 và bị kết án 20 năm tù. Nhưng hai năm sau ông được thả. Ông qua đời vào ngày 8 tháng 1 năm 1942 sau khi đã thành công trong việc tập trung quyền, quan liêu hóa và quân sự hóa phong trào. Đạo Jehovah nhờ đó đã có kỷ luật và trật tự hơn khiến số người gia nhập mỗi ngày một tăng.

Người kế vị là ông Nathan Homer Knorr. Ông này rất cứng rắn về giáo thuyết và đặt ra những quy luật khắt khe như: cấm truyền máu, không đi quân dịch, không đi bầu, không tham dự các hội đoàn. Ông qua đời vào năm 1977. Ông Fréderick Whilhem Franz kế vị cho đến năm 1992. Hiện nay giáo phái do ông Milton G. Henshel điều khiển. Thống kê năm 2014 cho thấy số tín đồ lên tới 8.220.105 người tại 240 quốc gia!

Không được sang máu là một trong những điều mà một tín đồ phải tôn trọng dù có mất mạng sống. Sản phụ Eloise Dupuis vì vậy nhất định không cho truyền máu. Và cô đã hy sinh mạng sống cho điều cấm kỵ này. Họ minh chứng điều này có ghi trong Thánh Kinh: "Nhưng các ngươi không được ăn huyết của bất cứ sinh vật nào vì mạng sống của sinh vật là máu của nó". Hoặc câu: "Thánh Thần và chúng tôi đã quyết định không đặt trên vai của anh em một gánh nặng nào khác ngoài những điều cần thiết này: anh em hãy kiêng những đồ đã cúng cho ngẫu tượng, kiêng ăn tiết, ăn thịt loài vật không cắt tiết và tránh gian dâm". Thời của Thánh Kinh dĩ nhiên chưa có việc truyền máu y tế. Thời đó chỉ có uống máu của các con vật, một việc được coi như không tôn trọng sự sống của con vật. Uống máu như mô tả trong Thánh Kinh và truyền máu là hai việc khác nhau. Các nhà khoa học ngày nay cho điều cấm kỵ này là không hợp thời. Truyền máu không phải là tước đoạt sự sống của người khác mà là chia sẻ sự sống. Nhưng để sửa đổi hay bãi bỏ một điều đã được coi như tín điều là hầu như không thể. Tôn giáo thường không bước kịp với khoa học.

Đạo Jehovah không có hàng giáo phẩm. Họ sinh hoạt theo từng địa phương, chia thành từng nhóm gọi là "Vương Quốc Hội Đường" *(Kingdom Hall).* Mỗi Hội Đường bao gồm khoảng từ 75 đến 100 thành viên. Mỗi tuần họ thường họp mặt tại Hội Đường để nghe giảng Kinh Thánh và học tập về những sứ điệp hàng tuần. Tài liệu học tập là các bản tin *Watchtower* hoặc *Awake* (Thức Tỉnh). *Watchtower* được phát hành mỗi tháng hai kỳ, in tới 16 triệu 500 ngàn bản bằng 120 ngôn ngữ. *Awake* phát hành 16 triệu số mỗi kỳ bằng 78 thứ tiếng. Kinh phí để hoạt động là tự nguyện tùy theo khả năng đóng góp của mỗi người.

Tín đồ đạo Jehovah một lòng tâm nguyện hoạt động cho đạo. Họ không được phép có những vui chơi riêng trong gia đình hay ngoài xã hội. Những ngày lễ xã hội như *Valentine, Mother Day, Father Day* hoặc những ngày Tết, ngày sinh nhật của mỗi người đều bị họ tránh xa.

Ông bạn tôi, Phật Tử thuần thành, có một cậu con trai theo đạo Jehovah. Ông bố đi chùa hầu như mỗi tuần, hoạt động mẫn cán trong ban trị sự chùa, bị sốc. Cậu theo đạo…lạ hoắc này do ảnh hưởng của ông Giáo sư dậy tại Đại Học.

Một ông bạn khác, tín đồ Công Giáo giữ đạo một cách tích cực. Bầy con của ông tuần nào cũng tới nhà thờ dự lễ, tham gia vào các đoàn thể trong giáo xứ. Bỗng một ngày đẹp trời, cô con gái cải qua đạo Jehovah. Cô bé này tôi biết. Từ ngày còn là một nhi đồng, cô đã tham gia vào đoản thiếu nhi tại nhà thờ. Khi được ông bố cho biết việc cô con gái cưng cải đạo, tôi đã sửng sốt. Nhưng tuổi trẻ trong xã hội chúng ta đang sống có những suy nghĩ và quyết định riêng. Không cản được thì đành phải chấp nhận nếu không muốn mất luôn đứa con nếu chúng ta làm tới.

Không mất hẳn con nhưng cả hai ông bạn tôi đều mất một phần đứa con trong gia đình. Những ngày gia đình họp mặt, vui chơi, ăn uống, chúng tránh không tham dự. Sinh nhật bố mẹ, anh chị em hay các cháu, chúng tới tặng quà ngày hôm trước. Đúng ngày gia đình ăn uống đông đủ, chúng lẩn tránh. Ngày Tết, ngày lễ Giáng Sinh cũng vậy. Quà cáp cho mọi người, chúng tặng đủ nhưng đưa tới trước ngày lễ. Tuyệt đối không chung vui với gia đình trong bất cứ dịp sinh hoạt gia đình nào. Ngày nghỉ làm, súng sính áo vét cà vạt đi tới từng nhà gõ cửa xin vào giảng đạo. Chúng sống như vậy và rất vui vẻ thoải mái trong cuộc sống mà người khác không hiểu nổi.

Kể cũng lạ. Phơi phới trong tuổi thanh niên mà chúng chịu khép mình vào một khuôn khổ được coi là rất chật hẹp, vậy mà chúng say mê. Bậc cha chú như tôi, tuổi trẻ đã bỏ đi xa, cuộc sống trầm lặng đi nhiều, vậy mà thấy chúng…cụ non hơn mình. Đức tin có những nhiệm mầu khiến người ta không thể hiểu nổi.

Sau đó, hai đứa trẻ này nên vợ nên chồng với nhau. Ngày cưới, tôi có tham dự. Cũng đầy đủ lễ nghi cổ truyền. Lễ hỏi, lễ cưới. Tiệc cưới được tổ chức tại một nhà hàng như các đám cưới khác nhưng trầm lặng hơn nhiều. Không có những màn vui chơi nhộn nhịp chúng ta thường thấy trong một tiệc cưới. Bạn đạo của chúng ngồi riêng biệt tại một phía, hầu như không tiếp xúc với những người khác. Hình như họ có những sinh hoạt riêng.

Tôn giáo là một thực thể siêu nhiên. Nhưng ngoài những tín điều mà một tín đồ cần phải tin theo, tôn giáo còn góp phần trong việc tạo nên những con người sống tử tế trong xã hội. Có lẽ vì vậy mà chúng ta thường cho rằng đạo nào cũng tốt vì đạo nào cũng dậy con người ăn ở hiền lành đạo đức. Hai ông bạn tôi có được những đứa con theo một tôn giáo mà họ không tán thành nhưng phải công nhận chúng là những đứa con hiếu thảo, thương yêu gia đình, đối xử tốt với mọi người. Mỗi lần gặp các cháu, tôi thấy rõ vẻ mãn nguyện, yêu đời, vui vẻ, thoải mái toát ra từ lời nói, cử chỉ của chúng.

Nhưng nếu chẳng may chúng gặp những chứng bệnh hay tai nạn cần tới sự truyền máu thì sao. Đó là nỗi lo lắng của hai ông bạn tôi. Việc từ chối truyền máu là vấn đề sinh tử của mỗi tín đồ đạo Jehovah. Nếu vi phạm họ sẽ không còn là một con chiên trong đoàn chiên. Tôi không biết các tín đồ có bắt buộc phải giữ trong người giấy từ chối truyền máu để bệnh viện biết trong trường hợp bị bất tỉnh hoặc tai nạn không. Anh Pablo Albarracini, quốc tịch Argentina, đã làm như vậy. Tháng 5 năm 2012, anh bị nhiều viên đạn găm vào người trong một vụ cướp. Anh được chở tới bệnh viện trong tình trạng bất tỉnh. Trong người anh đã có thủ sẵn một văn kiện pháp lý chỉ dẫn điều trị y khoa mà anh đã ký từ bốn năm trước. Dù các bác sĩ trong bệnh viện thấy việc truyền máu là cần thiết để cứu sống anh nhưng họ vẫn tôn trọng quyết định của anh. Thấy tình trạng ngặt nghèo của con, cha anh, không phải tín đồ đạo Jehovah, đã xin lệnh của tòa án để làm ngược lại quyết định của con. Ngay lập tức, vợ anh đã nhờ luật sư kháng lại án lệnh của tòa. Trong một phiên tòa khẩn cấp, tòa kháng án đã xử ngược với quyết định của tòa dưới: quyết định của nạn nhân được ghi rõ trong thẻ phải được tôn trọng. Cha của anh Pablo chưa chịu thua. Ông kiện lên tòa Tối Cao, Nhưng tòa này đã bác bỏ đơn kiện của ông với phán quyết: "Mỗi người trưởng thành đủ năng lực nhận thức đều có quyền quyết định trước về vấn đề sức khỏe và có thể chấp nhận hay từ chối một phương pháp điều trị...Bác sĩ điều trị phải chấp nhận quyết định đó".

Trở lại với trường hợp của sản phụ Eloise Dupuis, Bộ Trưởng Y Tế Québec, ông Gaétan Barrette, đã nói với các ký giả: "Bà Dupuis đã được hỏi, được cố vấn, và bà đã ký các văn kiện cần thiết để bảo đảm rằng, nếu trường hợp bất hạnh xảy ra, bà đã quyết định trước có chấp nhận cho truyền máu hay không. Dù như vậy, khi tới giây phút nguy kịch mà việc truyền máu là cần thiết, bà đã được hỏi lại. Và người ta đã lập lại câu hỏi nhiền lần trước khi tình trạng sức khỏe của bà càng lúc càng xấu đi".

Cuộc sống đời này không bằng cuộc sống đời sau. Bà Dupuis đã chọn lựa. Biết sao!

11/2016

KIÊNG

Dân cưỡi máy bay chúng ta ngày nay bị tước mất nhiều thứ. Thứ được mọi người khá chú ý là bữa ăn. Thứ này mất tiêu từ lâu, trừ những chuyến bay đường dài xuyên qua biển. Bay nội địa hay qua Mỹ, hành khách phải vác theo cơm nắm muối mè như đi xe đò, nếu không muốn chi ra năm đô một gói mì ăn liền của mấy cô tiếp viên. Dân ta ngày nay văn minh nên không có vụ cơm nắm. Chúng ta chơi một ổ bánh mì thịt mỗi lần mở ra ăn mùi vị vang lừng đến mấy hàng ghế! Chuyện ăn tự túc nói đến đây là đủ, chẳng nên tán thêm nữa. Giờ nói chuyện những chuyến bay đường dài, còn được các cô tiếp viên hàng không (có thể rất xinh xắn trẻ đẹp, có thể nhăn nhúm từ đầu đến chân) phục vụ miếng ăn miếng uống.

Hãng máy bay Air Transat của Canada vẫn có tiếng là chịu chơi. Không những cho hành khách xuyên đại dương ăn uống đàng hoàng mà còn cho những hành khách đi tắm biển vùng Caribbean động chén động đĩa dù chuyến bay chỉ dài vài tiếng.

Hành khách trên mỗi chuyến bay thường lên tới vài trăm người nên có người ăn dễ, có người phải ăn kiêng. Hãng Air Transat chiều hết, muốn kiêng kiểu chi cũng được. Nhưng hãng máy bay Canada dễ thương có trụ sở tại Toronto này vừa đổi chính sách. Từ nay hành khách không được chiều chuộng tận tình như trước. Chỉ có những hành khách ăn chay còn được có thức ăn riêng, còn những thứ kiêng khác vì tôn giáo hay vì dị ứng đều bị phớt lờ. Chính sách mới này chỉ áp dụng cho hành khách đi hạng thường, còn những hành khách hạng sang vẫn được phục vụ tối đa. Đồng tiền ở đâu cũng vẫn cha chú như thường!

Con người hình như ngày càng không thích hợp với thiên nhiên. Người phải kiêng thứ này, người phải tránh thứ khác. Thực phẩm trần gian không là thứ ai cũng xài được. Thông thường nhất là bị dị ứng đậu phọng, trứng, *gluten.* Dị ứng chi thì dị ứng, máy bay bi chừ không muốn chiều những hành khách kiêng ăn hạng…tiết kiệm này nữa. Thứ hạng bét thì ráng mà lo lấy. Muốn kiêng thì lo mang đồ ăn theo. Mang theo cũng được đi, nhưng khi đi qua cửa khám xét thường bị ách lại làm rắc rối. Anh Maxime Pelletier, sinh viên ban tiến sĩ, 27 tuổi, bay với Air Transat từ Montreal qua Paris. Anh phải kiêng đồ ăn có *gluten*, mọi lần trước anh vẫn được cung cấp bữa ăn không có chất này, nhưng kể từ khi Air Transat thay đổi chính sách, bắt đầu từ tháng 4 vừa qua, anh phải mang theo đồ ăn riêng. Anh cho biết đây là một thay đổi đáng "thất vọng", tạo thêm phiền toái cho tình trạng đã hết sức phiền toái mỗi khi phải dùng máy bay. "Khi người ta phải ăn kiêng, sự di chuyển trở nên phiền toái hết sức. Thường thì tôi không đi ăn tiệm được. Tôi phải thuê ở các *motel* có bếp núc để tôi có thể nấu ăn riêng. Vì vậy nên nếu các hãng máy bay có thể cung cấp thức ăn đặc biệt thì việc di chuyển sẽ hết sức dễ dàng". Bà Debbie Cabana, phát ngôn viên của Air Transat, lên tiếng: "Chúng tôi không có khả năng cung cấp tất cả các loại bữa ăn cho mọi nhu cầu kiêng cữ của mọi hành khách trên mỗi chuyến bay. Có rất nhiều thứ kiêng cữ khiến chúng tôi không thể đáp ứng được tất cả".

Thời buổi này là thời buổi cạnh tranh. Air Transat quay mặt với những hành khách có những yêu cầu đặc biệt về ăn uống thì các hãng máy bay cạnh tranh khác, như Air Canada chẳng hạn, lại có chính sách *welcome* các loại hành khách cần kiêng cữ này. Air Canada có tất cả 17 loại thực phẩm cung cấp cho những hành khách có nhu cầu đặc biệt về ăn uống như những người bị tiểu đường, kiêng *gluten,* hay ăn kiêng vì tôn giáo gồm tín đồ các đạo Hindu, Hồi giáo, những người ăn chay theo Phật giáo hoặc những người ăn kiêng vì lý do sức khỏe. Hãng WestJet cũng sẵn sàng chiều khách. Anh Pelletier cho biết từ nay anh sẽ bay với các hãng đối thủ của Air Transat. "Lần bay tới tôi sẽ mua vé của hãng nào có thể cung cấp bữa ăn đặc biệt cho tôi!".

Ngẫm ra mới thấy những người chẳng phải kiêng cữ chi là những con cưng của đất trời. Tôi chỉ phải kiêng những thực phẩm nào mà tôi không thích. Vậy nên cứ máy bay nào có giá rẻ là tôi *book* vé. Air Transat thường hay có giá rẻ, nhất là cho những chuyến bay qua Âu châu. Không phải kiêng cữ đồng nghĩa với việc không phải rút thêm tiền từ túi ra. Đó là một may mắn. Nhiều người không được may mắn như vậy.

Con gái tôi phải kiêng *gluten.* Không được đụng tới bánh mì và các thứ bánh có bột mì. Ăn vô là đau bụng liền. Nhờ vậy tôi mới tìm hiểu về *gluten.* Thường thì chúng ta chẳng biết *gluten* là cái quái gì nếu không có người thân phải kiêng cữ. *Gluten* là một hỗn hợp hai *protein* là *gliadin* và *glutenin.* Hỗn hợp này thường có trong các loại mì căn, lúa mì và lúa mạch hoặc những thứ phụ gia thực phẩm trong các thức ăn chế biến sẵn như kem, nước dùng, đồ hộp…Vậy nên những người bị dị ứng với *gluten* hoặc những người bị bệnh đường ruột *celiac* cần phải tránh xa anh chàng này. Chuyện kiêng *gluten* gây nên khá phiền phức, nhất là những người dùng bánh mì như thực phẩm căn bản. Dân ta có phải kiêng *gluten* cũng đỡ vất vả hơn vì chúng ta dùng cơm là chính. Nhưng đâu phải chỉ có bánh mì. Tất cả những thứ làm từ bột mì đều nằm trong danh sách cấm kỵ như bánh *hamburger,* bánh *croissant,* bánh nướng. Ngày nay dân số phải kiêng *gluten* hình như ngày càng phồng ra đến nỗi các bao bì bánh đều ghi rõ bằng chữ bự dễ trông thấy *"không có gluten"* cho những người ăn kiêng khỏi phải nhọc công đọc những hàng chữ nhỏ li ti ghi thành phần chế tạo ra thứ bánh đó. Có thứ bao bì còn nhấn mạnh hơn nữa khi ghi rõ *"100% không có gluten"*. Những người phải kiêng *gluten* ngày nay được các hãng chế biến cưng hết sức. Có loại bánh mì không có *gluten* vì tuy chúng ta gọi là bánh mì nhưng thứ bánh mì ăn kiêng này thực ra không có bột mì mà được thay thế bằng bột gạo hoặc bột khoai, bột bắp.

Bánh có thể không có *gluten* nhưng những bợm nhậu thích bia bọt không có chọn lựa nào khác ngoài cách không nhúng môi vào bia. Vì bia là tổ sư *gluten.* Muốn có chất cồn thay thế, dân chê *gluten* có thể dùng rượu vang. Cũng được đi. Nhưng với ông Hồ Đình Nghiêm thì không được. Ông này chỉ nhất định uống bia chứ không nhúng môi vô rượu vang. Số ông này không được làm...tây!

Hảo bia có vấn đề nhưng hảo ngọt không có vấn đề chi đối với người phải kiêng *gluten.* Kẹo ngọt, cứng hay mềm, đều không làm khó chi. Trái cây, rau quả, các sản phẩm sữa, trứng , cá đều thân thiện với dân tránh *gluten.* Nhưng trứng, và nhất là đậu phọng, lại tự nó gây dị ứng cho một số đông người. Có lẽ hai thứ dị ứng này có số nạn nhân nhiều hơn số người phải kiêng *gluten.* Hai trong số bảy cháu nội ngoại của tôi đã bị dị ứng trứng và đậu phọng. Tỷ lệ khá cao. Người dị ứng *gluten,* nếu vô ý ăn phải chất này thường chỉ bị rối loạn đường tiêu hóa hay đau bụng, không đưa tới tử vong. Nhưng dị ứng đậu phọng rất dễ đưa tới cửa tử.

Chắc dân Canada chưa quên được chuyện cô Myriam Ducré- Lemay bị chết vì dị ứng đậu phọng khi hôn người bạn trai đã ăn bơ đậu phọng trước khi hôn cô. Chuyện xảy ra vào năm 2012, khi cô Myriam mới 20 tuổi. Chỉ vài phút sau khi rời nụ hôn, cô Myriam cảm thấy khó thở, đứng không vững. Cô qua đời sau đó khi não bị thiếu *oxy* trầm trọng. Mới đây, vào tháng 8 năm 2016, mẹ của Myriam đã trả lời một cuộc phỏng vấn của báo *Journal de Québec.* Bà Micheline mong muốn câu chuyện thương tâm của con gái bà sẽ là hồi chuông cảnh tỉnh với mọi người để không xảy ra những vụ đáng tiếc như con gái bà đã lãnh hậu quả. Bà nói trong nghẹn ngào: "Đó là lần đầu tiên tôi thấy đôi mắt con gái ánh lên niềm hạnh phúc ngập tràn. Nhưng thật đáng tiếc vì con bé đã không kịp nói với bạn trai rằng mình bị dị ứng với đậu phọng". Tiến sĩ Christine McCusker, Trưởng Khoa Dị Ứng của bệnh viện Nhi Đồng Montreal, cho biết chất gây dị ứng có thể đọng lại trong nước miếng tới bốn tiếng đồng hồ sau khi ăn. Vì vậy nên người bạn trai đã vô tình gây ra cái chết của người yêu. Đó là một cái chết rất vô tình. Cậu không biết cô gái bị dị ứng đậu phọng mới nên nỗi. Sau nụ hôn, Myriam cảm thấy rất khó thở. Chàng trai vội gọi xe cấp cứu. Chỉ 8 phút sau, xe cứu thương đã có mặt, nhân viên y tế đã nhanh chóng cấp cứu nhưng mọi sự đã quá muộn.

Gần đây hơn, tháng 5 năm 2016, một thực khách của tiệm ăn Le Tapageur tại thành phố Sherbrooke, tỉnh bang Quebec chúng tôi, đã bị hôn mê khi ăn món cá do anh chàng phục vụ trẻ mới có 22 tuổi dọn nhầm. Vị khách tên Simon-Pierre Canuel vốn bị dị ứng với cá hồi và đồ biển. Ông đã nói nhiều lần với anh dọn bàn chuyện này. Ông gọi món thịt bò. Anh dọn bàn nghe nhưng không ghi vào giấy. Sau đó, chẳng biết vì sao anh lại đưa nhầm cho ông khách đúng món cá hồi! Đèn trong tiệm để mờ mờ nên ông này không nhìn rõ món ăn. Ông ăn một miếng và cảm thấy cổ họng như bị bít kín. Xe cứu thương được gọi tới đưa ông đi bệnh viện. Tại đây ông bị nhồi máu cơ tim và bất tỉnh luôn trong hai ngày. May mắn là các bác sĩ đã cứu được sinh mạng ông nhưng ông Simon-Pierre đã phải nằm bệnh viện mất nhiều tuần lễ.

Anh dọn bàn bị bắt và bị khám xét nhà. Cảnh sát quy anh tội bất cẩn hình sự.

Trở lại chuyện cô Myriam. Theo kết luận điều tra vào năm 2014 về vụ tử vong đáng tiếc này thì cô Myriam đã không mang theo thiết bị cứu cấp cần thiết. Cháu tôi luôn đeo theo bên mình thiết bị này. Nhìn một đứa trẻ vừa bước chân vào trường mẫu giáo chạy chơi đá banh, bên mình lủng lẳng chiếc túi vải đựng cây viết cứu cấp, mới thấy bất nhẫn. Tuổi còn non choẹt mà lúc nào cũng phải cảnh giác với bệnh hoạn và, đáng buồn hơn, cái chết.

Khi có con em bị dị ứng đậu phọng hay trứng thì cả nhà phải kiêng không được ăn những món đó. Có những em bị nặng, chỉ ngửi mùi thôi cũng đã bị dị ứng. Dị ứng xảy ra khi hệ thống miễn dịch trong người các em xác định nhầm *protein* đậu phọng là một thứ có hại. Lập tức hệ thống này tiết ra một loại hóa chất vào máu để nghênh chiến.

Tại sao có người bị dị ứng, có người không? Khoa học cũng chưa biết lý do chính xác. Muốn biết có bị dị ứng không thì bác sĩ phải làm thử nghiệm bằng cách châm một lượng nhỏ loại thực phẩm nghi ngờ trên da cánh tay. Nếu dị ứng với chất đang được thử nghiệm, trên da sẽ xuất hiện vết sưng tấy hoặc da có phản ứng lại. Muốn chắc ăn hơn, người ta làm xét nghiệm máu bằng cách đo số lượng kháng thể chống các loại dị ứng trong máu, Kháng thể này được gọi là *globulin miễn dịch E,* viết tắt là *lgE.*

Nếu bị dị ứng là..cơ khổ! Phải kè kè cây viết *epipen* bên mình để cứu mạng. Cây viết này, ngoài việc cứu cấp khi bị dị ứng đậu phọng, các loại hạt, trứng, sữa, cá và các loại hào, còn chuyên trị được các vết cắn của nhện và vết đốt của ong. Khi bị dị ứng hoặc bị cắn, đốt, sẽ xảy ra hiện tượng sưng tấy da tới tim đập nhanh, khó thở, co quắp bắp thịt có thể dẫn tới tử vong nếu không kịp dùng *epipen.* Trong trường hợp khẩn cấp, kim chích trong *epipen* sẽ bơm chất *epinephrine* vào bắp thịt ở đùi để giải cứu nạn nhân.

Dư luận Mỹ đang sôi động vì *epipen* trong mùa tựu trường năm nay của các học sinh. *Epipen* có thời hạn dùng một năm. Quá hạn phải bỏ đi. Mùa nhập học, phụ huynh có con em bị dị ứng phải "trang bị" cho các em tới trường một cây *epipen.* Hãng Mylan thừa dịp này lên giá kiểu siêu tốc! Năm 2007, hãng dược phẩm Mylam bán với giá 93 đô 88 xu một cặp *epipen.* Hai năm sau, 2008 và 2009, họ tăng giá mỗi năm 5%. Tới cuối năm 2009, họ chơi cú nhảy vọt tăng tới 20%. Được đà, họ nâng giá dần dần mỗi lần từ 10% đến 15%. Tính tới tháng 5 năm 2016 này, giá đã ngất ngưởng leo tới 609 đô! Tính ra chỉ trong 9 năm, giá *epipen* đã leo thang tới 600%! Nguyên trong năm 2015, đã có 3 triệu 600 ngàn dân Mỹ mua cây viết này khiến hãng sản xuất Mylan thu được tới 1 tỷ 700 triệu đô!

Dân xôn xao khiến các vị dân cử phải nhào vào cuộc. Quốc Hội Hoa Kỳ đã yêu cầu hãng bào chế Mylan giải thích sự việc. Thượng Nghị Sĩ Charles Grassley của tiểu bang Iowa nêu ra những khó khăn của cha mẹ có con tới trường với chứng dị ứng. Họ có kham nổi không? Nhưng phần lớn trẻ em được chương trình Medicaid chi trả nên số tiền này người dân đóng thuế phải gánh chịu. Ông Thượng Nghị Sĩ Mark Warner, tiểu bang Virginia viết cho hãng Mylan: "Là phụ huynh của một học sinh bị dị ứng trầm trọng, tôi biết rất rõ về sự cần thiết của thứ ống chích này". Trước sự phẫn nộ của các vị dân cử, hãng bào chế Mylan đã phổ biến một thông cáo theo đó họ có chương trình tiết kiệm cho các bệnh nhân đồng thời họ còn tặng *free* các trường học thứ kim chích này. Một nửa số trường tại Mỹ đã tham gia chương trình này.

Trong khi dân Mỹ lên cơn sốt vì *epipen* thì cơ quan *Food Allergy Canada* trấn an dân chúng không có chi phải lo lắng. Bà Laurie Harada, Giám Đốc Điều Hành của cơ quan này nói rõ là *epipen* tại Canada do hãng dược phẩm Pfizer phân phối. Giá chỉ 120 đô cho một liều thuốc.

Theo thống kê thì khoảng 7,5% dân Canada bị dị ứng. Không có con số chính xác về số người tử vong vì bị chứng *anaphylaxis* này. Nhưng theo dữ liệu năm 2013 của Đại Học McMaster ở tỉnh bang Ontario thì, từ năm 1986 tới 2011, có 80 người trong tỉnh bang đã mạng vong vì dị ứng. Chỉ có 25% trong số 80 người này có chích *epipen.* Có tới 75% không mang theo ống chích *epipen* trong người hoặc có mà thuốc hết hạn dùng!

Dị ứng thực phẩm gây rắc rối mang tới cái chết của nhiều người. Nếu chúng ta có người thân, nhất là con em, bị dị ứng, chúng ta mới thấy chuyện không phải nhỏ. Gia đình tôi, khi có các cháu bị dị ứng tới chơi, tuyệt đối mọi người không được ăn đậu phọng hoặc trứng. Có khi chỉ ngửi thấy mùi của những thức ăn này trẻ em bị dị ứng đã cảm thấy khó chịu ngay. Mỗi lần dẫn các cháu đi ăn tiệm là phải cảnh giác tối đa. Thường thì chúng tôi lưu ý nhà hàng không dùng đậu phọng trong món ăn. Nhưng ít khi họ nhớ. Khổ nỗi các món ăn Việt chúng ta lại hay có đậu phọng, nhất là các món gỏi. Nhiều lần nhà hàng phải làm lại đĩa khác. Cẩn tắc vô...áy náy!

Con tạo đã sanh ra chuyện dị ứng *gluten,* trứng, đậu phọng, cá, hải sản, trái cây. Như vậy đã đủ chưa? Tôi thấy chưa đủ. Sao không có thứ dị ứng...tiền! Nếu có thứ dị ứng này thì chắc chẳng có chuyện hãng bào chế Mylan đã bỏ túi bạc tỷ mỗi năm mà còn tăng giá *epipen* tới chóng mặt như vậy. Nói cho vui vậy thôi, tiền thơm muốn chết, dại chi mà... kiêng!

09/2016

LỒNG

Phim bộ, dù là phim Hàn Quốc, Hong Kong hay Trung Quốc, Ấn Độ, đều hấp dẫn. Chẳng thế mà dân ta từ bao năm nay mê mệt thức đêm thức hôm, mì gói làm chuẩn, dán mắt vào màn hình. Hay là vì chuyện phim nhiều tình tiết, tài tử đẹp, phong cảnh trữ tình, áo quần bắt mắt, nhưng hay cũng là vì phim được lồng tiếng Việt trơn tru, không gượng ép, giọng nói của nhân vật nào ra nhân vật nấy. Công đó là của những người giấu mặt ngày đêm chuyển âm cho chúng ta thưởng thức. Họ là ai, hỏi cho vui vậy thôi chứ ít người biết, mà cũng chẳng cần biết làm chi. Người sành nghe giọng nói đôi khi nhận ra được giọng của Ngọc Đan Thanh hay Việt Thảo. Hai nhân vật này thường xuất hiện trên những cuốn *video* ca nhạc nên khán giả quen mặt quen giọng. Còn những người khác đều vô danh.

Thực ra, chuyện lồng tiếng Việt vào phim ảnh ngoại quốc là một chuyện vất vả mà khán giả chúng ta ít có thể tưởng tượng ra được. Nếu tinh ý, bằng vào những từ dùng khi chuyển âm, chúng ta thấy có hai…trường phái: hải ngoại và nội địa. Còn một trường phái thứ ba là Hong Kong. Trường phái này nay đã mai một. Nhưng trước đây, khi loại phim chưởng còn thịnh hành, dân ta đã được nghe thứ tiếng Việt lơ lớ rất nản. Câu mà mọi người còn nhớ và mang ra giễu là: "Em gả cho anh nhé!". Đó là câu một cậu trai hỏi cưới một cô gái!

Hải ngoại trước đây có nhóm Túy Hồng, nhóm Việt Thảo, công ty Triều Thành hoạt động nhưng từ 20 năm nay nhóm Vina Entertainment, có trụ sở tại Garden Grove, hoạt động hăng hái nhất. Công ty này chuyên sản xuất và phân phối những bộ phim của Đại Hàn, Trung Quốc và Hong Kong. Nhờ có dàn máy hiện đại và những cộng sự viên tài năng nên Vina Entertainment đã sản xuất được những bộ phim rất ăn khách. Chắc dân ghiền phim bộ đã từng coi những cuốn phim hấp dẫn như: Hoàng Cung Dậy Sóng, Danh Gia Vọng Tộc, Trắng Và Đen, Hương Đêm, Cám Dỗ Chết Người, Thiên Thần Báo Hận, Người Đàn Bà Tuyệt Vời, Người Vợ Đòi Chính Nghĩa, Cô Con Gái Cưng, Nụ Hôn Lừa Dối, Cà Phê Tình Nhân, Cười Trong Nước Mắt, Bác Sĩ Đồ Tể. Tất cả là sản phẩm của Vina Entertainment. Minh Hiền là người phân vai nhân vật cho các diễn viên…không diễn. Nói một cách khác, diễn bằng lời chứ không bằng điệu bộ. Điệu bộ đã có những diễn viên ngoại quốc lo! Các chiếc miệng làm việc trong nhóm có Thu Tuyết, Khánh Hoàng, Hoàng Dũng, Hoàng Đạo, Quốc Tuấn, Vân Yên, Ngọc Thu…Người ta ví von gọi họ là những người thổi hồn cho nhân vật. Diễn viên có khi là người Đại Hàn, Hong Kong hay Trung Quốc, Nhật Bản nhưng qua những giọng nói của những người nói giỏi chúng ta nhận họ là người Việt. Hay chí ít ra cũng tưởng họ là người Việt. Được như vậy là vì họ là những người có tay nghề (chắc phải nói là...miệng nghề mới đúng!).

Ngồi xem một bộ phim ăn nói trơn tru, chúng ta thường nghĩ là các diễn viên lồng tiếng cũng ngồi khểnh như chúng ta để liên tục nói. Không phải vậy. Mỗi người phải làm việc riêng rẽ. Và mỗi người thường phải đảm nhiệm nhiều vai trong một bộ phim. Tai đeo *headphone,* tay cầm kịch bản, người lồng tiếng lúc thì nói giọng của một bà lão tám chục tuổi, lúc thì đổi giọng thành một phụ nữ trung niên điềm đạm, khi chuyển sang giọng một thiếu nữ nhí nhảnh, lúc phải vào tiếng của một em bé thơ ngây hồn nhiên. Cứ khi nhân vật xuất hiện trên phim là phải vào vai nhân vật này, thoắt cái lại chuyển vai qua nhân vật khác nếu thấy họ xuất hiện trên màn hình trước mặt. Phải nói sao cho khán giả không nhận ra từng ấy giọng chỉ phát ra từ một chiếc miệng nhảy cóc từ nhân vật này qua nhân vật khác. Chưa hết, diễn viên chuyển âm đồng thời phải nhìn vào miệng nhân vật để nói cho khớp với miệng diễn viên. Không thừa, không thiếu dù chỉ một nhịp, nhưng câu nói tiếng Việt vẫn phải rõ ràng, dễ nghe, đồng thời phải có khả năng biểu cảm để thu hút người nghe. Không biết các *fan* của phim bộ có nhận ra là giọng chuyển âm đều là giọng miền Nam. Đó mới là giọng chuẩn trong chuyển âm phim bộ. Ngay ở trong nước, các nhóm lồng tiếng cũng rặt giọng miền Nam bởi vì chỉ có dân miền Nam mới coi phim chuyển âm. Dân miền Bắc nay vẫn có thói quen coi phim thuyết minh!

Chúng ta ngồi khểnh thưởng thức phim bộ chắc ít khi nghĩ tới những khổ cực của người chuyển âm cho chúng ta hiểu bộ phim. Họ cũng ngồi coi từng tập như chúng ta nhưng coi trong một tâm trạng cóc nhẩy. Phải nhanh mắt nhanh miệng. Thấy nhân vật mình phụ trách lồng tiếng xuất hiện là phải nhảy vô nói liền. Mà nói nhiều giọng tùy theo các nhân vật mình đảm trách, trong khi các nhân vật do người khác đảm nhận lồng tiếng vẫn sủa tiếng Hoa hay tiếng Hàn chẳng hiểu mô tê chi. Họ phải như cắc kè thay đổi màu da trong khoảng thời gian có khi tính bằng một tích tắc. Muốn hoàn thành vai trò khó khăn này, họ phải có thực tài và kinh nghiệm để hóa thân một cách chớp nhoáng vào một nhân vật trẻ, già, hiền lành, ác độc, tức giận, đau đớn khóc nghẹn, tức tưởi hay khoái chí, hạnh phúc qua cách nhấn nháy, luyến âm, luyến chữ. Họ phải diễn bằng lời, một cách diễn rất hạn hẹp mà tôi nghĩ khó khăn hơn diễn bằng thân hình nhiều. Mắt chăm chăm vào màn hình, trước mặt là kịch bản, họ theo sát và nói thế từng lời cho diễn viên. Không phải chỉ nói lưu loát, dễ nghe mà phải nhại theo tiếng nói khi mỗi khi diễn viên hít hà, uống nước, hút thuốc hoặc nói khi vừa khóc hoặc vừa cười. Thui thủi một mình như vậy, họ làm việc để cho ra thị trường đúng hẹn những tập phim mới. Mỗi tuần chỉ có một ngày họ làm việc chung. Đó là chuyển âm các cảnh có đám đông. Họ họp nhau lại để la hét, tạo tiếng ồn. Coi như một ngày không cô đơn trong phòng thu âm!

Minh Hiền vào nghề…nói dùm từ khi tới Mỹ vào năm 1983. Ngày xưa, chị hát trong nhóm thiếu nhi Sao Băng của nhạc sĩ Nguyễn Đức. Người đưa chị vào nghề giấu mặt này là nghệ sĩ Nhật Minh. Chị nhớ lại: "Hồi đó thương chú Nhật Minh hết sức. Khi ấy, dụng cụ rất thô sơ, người lo kỹ thuật âm thanh phải nghĩ mọi cách để làm tiếng động cho phim. Tỷ như thổi một trái bong bóng lên, để chén nước kế bên, nhúng ngón tay vào chén nước rồi kéo trên bong bóng để làm tiếng kẹt cửa. Để tạo tiếng bước chân đi trên cỏ thì để bao ni lông vỗ bèm bẹp trên đùi. Hoặc vỗ tay vào đùi để tạo tiếng chân đi dép. Lúc đó, diễn viên chuyển âm cũng cực lắm. Không như bây giờ, tự mình ngồi bấm máy, nói cho tới khi nào đạt được mới lưu lại và chuyển sang câu khác. Ngày đó, có kỹ thuật viên bấm máy, khi mình nói sai, hoặc chưa đạt, kỹ thuật viên phải làm đi làm lại nhiều lần. Nhiều khi mình nói xong mà vẫn chưa vừa ý, nhưng vì sợ làm phiền nên cho qua luôn. Vì vậy, sau khi xem lại phim, luôn luôn ước mong được làm lại thì sẽ hay hơn!".

Vân Yên vào nghề từ năm 1990. Cô có giọng nói trong trẻo, hiền lành nên thường được giao lồng tiếng cho những vai đào thương, như vai Hạ Tử Vi trong "Hoàn Châu Cách Cách", vai cô chị trong "Chiếc Giầy Thủy Tinh". Cô rất yêu nghề: "Hơn hai chục năm sống bằng nghề chuyển âm, tôi học được nhiều triết lý từ các câu nói trong phim và áp dụng vào cuộc sống của mình. Dù phim chỉ là hư cấu nhưng tôi đã học được cách đối xử giữa người với người. Học được bài học về sự bao dung và vị tha. Điều tôi thường thấy trong phim bộ là không chịu giải tỏa sự hiểu lầm, cứ để chồng chất và gây tổn thương cho nhau. Qua đó, tôi nhận thấy mình cần phải chia sẻ, thành thật với nhau...Khi bước vào công việc chuyển âm là tôi sống chết theo nhân vật, quên đi con người thật của mình. Nhưng nhiều khi vì sức khỏe không được tốt, không diễn đạt được như mong muốn. Khi xem lại thấy không hài lòng, luôn ước ao được làm lại.".

Ngọc Đan Thanh rất nổi đình nổi đám trong nghề chuyển âm phim bộ. Cô có giọng sang trọng, rất hợp với các vai mệnh phụ quyền quý hay công chúa, thái hậu. Làm nghề lồng tiếng từ năm 1990, khi vừa đặt chân tới Mỹ, cô tâm sự: "Chuyển âm rất gần gũi với công việc sân khấu kịch nghệ của Ngọc Đan Thanh. Trên sân khấu, chính mình tự diễn vai trò đó. Nhưng bên ngành chuyển âm thì mình diễn lại vai trò của người khác. Mỗi ngày, khi mình vào trong phòng thu âm, một mình làm việc, chỉ mình mình với tất cả các loại vai. Chỉ một mình mình nói, cười, khóc… Những gì trong đời sống ngày thường mình không bộc lộ, thì trút hết trong những nhân vật khi mình chuyển âm. Khoảng chục năm trở lại đây, phim Đại Hàn mới phát triển mạnh trong cộng đồng người Việt hải ngoại. Vốn đã quen với tiếng Quảng Đông trong phim Hồng Kông, nên lúc đầu khi chuyển âm cho phim Đại Hàn rất khó với Ngọc Đan Thanh. Vì tiếng Đại Hàn lạ lắm, có lúc Ngọc Đan Thanh phải vặn nhỏ tiếng của diễn viên xuống, chỉ để nhìn thấy miệng diễn viên nhép thôi. Và canh làm sao nói cho khớp miệng diễn viên. Chứ nếu không, cứ nghe tiếng của diễn viên, là bị chi phối, không thể nói theo được. Mỗi một phim, mỗi một hãng thực hiện, mỗi một tài tử là một khác biệt, thành ra sau mỗi lần thực hiện xong phim là thêm cho mình một bài học. Đòi hỏi mình sống trọn vẹn với vai diễn trong khoảng thời gian đó, sau đó qua bộ phim khác, lại sống với nhân vật khác nữa".

Khi ngồi coi một bộ phim chuyển âm, chắc chúng ta không biết rõ công việc lồng tiếng lại gay go như vậy. Những người cho mượn tiếng nói rất yêu nghề. Họ luôn luôn tâm niệm mỗi ngày mỗi hoàn chỉnh hơn mà không hề nghĩ tới sự nổi tiếng. Khán giả có thấy mặt mũi mình đâu mà tiếng tăm!

Thực ra cũng có những khán giả biết tới công khó của những người làm công việc chuyển âm. Tỷ như ông Bùi Xuân Đáng, đã viết trong bài "Những Chồng Phim Bộ": "*Trước hết xin ghi một điểm son cho những người trong ban chuyển ngữ đã truyền đạt cho khán giả những lời văn chương tao nhã, những triết lý cao siêu diễn tả hết lời hay ý đẹp của người viết truyện. Tôi không được hân hạnh biết rõ quý vị này là ai, song nghe bạn bè nói toàn là những nhà trí thức khoa bảng lầu thông Hán học. Xin ngả mũ kính chào bái phục. Những vị trong ban chuyển âm, nghe đâu có Túy Hồng, La Thoại Tân và những người có tên tuổi trong làng kịch nghệ và truyền thanh. Xin thành thực cám ơn quý vị! Giọng nói của quý vị thực là siêu phàm xuất chúng. Âm thanh không những ăn khớp với miệng nói mà giọng nói cũng diễn tả được những nỗi buồn vui, hờn giận theo gương mặt của diễn viên trong bất cứ cảnh huống nào. Có thể nói mà không sợ mình quá chủ quan rằng nếu không có quý vị phim bộ Trung Hoa, Đại Hàn khó lòng xâm nhập thị trường Việt nam được. Trong dịp về thăm quê hương cũ, mở đài truyền hình xem những đoạn phim truyện không hề thấy có việc chuyển âm mà lại dùng cách thuyết minh chán ngắt như đứa trẻ đọc bài học thuộc lòng".*

Thuyết minh là chuyện chỉ có trong xã hội miền Bắc. Họ đã quen như vậy rồi. Thậm chí tới nay tại các tỉnh miền Bắc, họ vẫn chuộng thuyết minh chứ không coi phim lồng tiếng. Những ngày đi tù cải tạo, chúng tôi bị bắt buộc ngồi ngoài trời coi những phim tuyên truyền của Trung Quốc hay Liên Xô. Toàn phim thuyết minh. Đoàn chiếu phim lúc nào cũng có một thuyết minh viên ngồi dưới ánh đèn đỏ quạch, đọc bằng một giọng đều đều đến buồn ngủ. Thân phận tù tội, chúng tôi ngao ngán cho trình độ của những người thắng cuộc. Miền Nam chúng ta ngày xưa đâu có cái trò chán phèo này! Chúng ta chưa có phim lồng tiếng nhưng các phim ngoại quốc đều có phụ đề Việt Ngữ. Phụ đề có cái hay là khán giả được nghe tiếng nói của chính các diễn viên và những tiếng động trung thực của phim hơn. Nhưng nếu không nhanh mắt, chúng ta không thể vừa đọc phụ đề vừa coi phim được. Đuổi theo phụ đề nhiều lúc mệt đứt hơi.

Hầu hết các nước Bắc Âu và Tây Âu không cho phép lồng tiếng cho các bộ phim chiếu ngoài rạp mà chỉ cho chuyển âm các bộ phim truyền hình và phim hoạt họa. Nhưng các nước Ý, Pháp, Đức, Tây Ban Nha, Thổ Nhĩ kỳ, Hung và Nga vẫn ưa thích phim chuyển âm.

Nếu chúng ta có con em coi phim hoạt họa trong nhà thì, nếu là những cao thủ điện ảnh, hẳn chúng ta sẽ nhận ra tiếng nói của các thú vật sao quen quen. Tai chúng ta không phản bội lại chúng ta đâu. Bởi vì tiếng nói của những con thú dễ thương hay hung dữ trong phim chính là tiếng nói của các tài tử nổi tiếng trong phim ảnh Hollywood. Như nàng Angeline Jolie đã cho đại tỷ Sư Tử trong phim *Kung Fu Panda* mượn tiếng. Lý do cô minh tinh ăn khách này chịu ngồi trong phòng tối để nói dùm cô Sư Tử là vì muốn chiều lòng các con. Tài tử Owen Wilson nói giùm cho chiếc xe *Lighning McQueen* mà bất cứ đứa trẻ nào cũng mê mẩn trong phim *Pixar*. Chúng ta cũng nghe được tiếng nói của Julia Roberts trong *Charlotte's Web*, Reese Witherspoon trong *Monsters vs. Aliens*, Will Smith trong giọng nói của chú cá Oscar trong phim hoạt hình *Shark Tale*, Nicole Kidman trong *Happy Feet*. Cameroon Diaz khoái nghề lồng tiếng cho phim vẽ vì không cần trang điểm cầu kỳ và tha hồ làm trò méo mặt méo mũi trong phòng thu âm. Minh tinh Julie Andrews cũng thích cho mượn tiếng nhưng cô luôn cảm thấy cô đơn khi một mình ngồi diễn trong phòng thu âm kín mít.

Đó là những tên tuổi lớn của Hollywood chịu chuyển âm cho phim hoạt họa dành cho trẻ em. Họ là những diễn viên lồng tiếng tài tử. Làm cho vui vì thích trẻ em. Phần lớn công việc ...tối thui này vẫn do nhóm chuyển âm nhà nghề thực hiện. Trong số này có một người Việt Nam. Đó là cô Xantha Huỳnh.

Xantha Huỳnh còn trẻ, sanh ngày 22 tháng 6 năm 1987 tại Los Angeles, năm nay mới xấp xỉ 30 tuổi. Tốt nghiệp *Bachelor of Arts in Dramatic Arts* tại Đại Học UC Irvine, đáng lẽ cô phải xuất hiện trên sân khấu cho thiên hạ biết mặt biết tên. Nhưng một tình cờ đã hướng cô qua ngành lồng tiếng cho các phim hoạt họa Mỹ và Nhật Bổn. Năm 2007, vừa tròn 20 tuổi, bạn bè rủ cô đi ghi danh vào cuộc thi tuyển chọn diễn viên lồng tiếng *Ax Idol* tại *Anime Expo.*

Cô không thắng giải nhưng đã vào tới vòng chót và được thưởng một chuyến đi thăm phòng thâu của công ty Bang Zoom tại Burbank, California. Cô tò mò thâu tiếng thử cho một đoạn phim hoạt hình và được ban Giám Đốc chú ý và mời cô cộng tác. Cô đã thổi hồn vào các nhân vật trong nhiều phim vẽ và *game*. Các vai nổi tiếng nhất là vai Ui Hirasawa trong chương trình *K-On*, vai nhà nghiên cứu trong *Hottarake no Shima*, vai Nagisa Momoe trong *Puella Magi Madoka Magica*. Là người Mỹ gốc Việt duy nhất thành công trong chuyển âm, Xantha Huỳnh đã đối mặt với nhiều khó khăn. Cô giãi bày: "Trái với suy nghĩ của nhiều người, diễn viên lồng tiếng đôi khi không có nhiều thời gian chuẩn bị vì không nhận được kịch bản trước để có thể tập luyện. Do đó, tôi luôn trong tư thế sẵn sàng để khi vào phòng thu, mình có thể quán xuyến những tình huống khác nhau. Điều khó khăn nhất trong ngành này là phải canh để nói cho khớp với nhân vật. Người lồng tiếng phải đọc kịch bản, truyền cảm xúc và nhìn vào màn hình cùng một lúc".

Ngồi phè cánh nhạn coi phim bộ, chắc chúng ta ít khi nghĩ tới nỗi nhọc nhằn của những người mang nhân vật trong phim tới gần với chúng ta. Những người làm việc trong bóng tối luôn cam phận nép vào bóng tối. Bóng tối trong tâm khảm của mỗi khán giả!

11/2016

MẦN

Có một hiện tượng làm các nhà phân tích chú ý. Đó là có nhiều thanh niên thiếu nữ đến chờ ở phòng khám của các bác sĩ gia đình đã đứng ngồi không yên trong phòng đợi. Họ nhổm qua nhổm lại, uống nước liên tục, bấm phôn liêng chiêng và cuối cùng đã bỏ ra về ngang trước khi gặp bác sĩ. Dưới con mắt chuyên môn, các chuyên viên nhận thấy các em có những băn khoăn, hồi hộp đến không chịu nổi. Tuổi đó mà hồi hộp như vậy chắc chỉ vì đó là chuyện khó nói. Khó hơn nữa vì họ phải thổ lộ chuyện riêng tư với người không xa lạ chi. Thường thì bác sĩ gia đình là bác sĩ chung cho cả gia đình. Chuyện riêng của họ có thể đến tai cha mẹ. Thứ nữa, phòng mạch của bác sĩ gia đình thường ở trong cùng khu nhà, thậm chí ở trong cùng khu với trường học của các em, nhìn quanh toàn những người quen biết, cũng ngại.

Biết tình trạng khó khăn như vậy nên, từ tháng 4/2016 vừa qua, bệnh viện St. Mary ở khu Côtes des Neiges, Montreal, đã mở một phòng tư vấn cho các thanh niên thiếu nữ tuổi từ 14 đến 25, cư ngụ tại tỉnh bang Québec, có thẻ sức khỏe của tỉnh bang mà chúng ta thường kêu là "thẻ mặt trời". Chẳng là trên thẻ có in hình mặt trời nên cứ nhìn sao kêu vậy cho nó tiện! Phòng tư vấn của bệnh viện St. Mary thuộc loại càng ít người đi ngang thì bệnh nhân càng khoái tới nên được lập tại một khu biệt lập, không chung chạ với các khu khác. Phòng tư vấn không quảng bá ồn ào, chỉ nhờ những bệnh nhân rỉ tai hoặc truyền miệng cho nhau. Họ trẻ nên rất hiện đại trong việc quảng bá. Bà y tá Gettina Zambito chuồi tay tấm giấy quảng cáo cho một em, em lấy cái phôn tay ra chụp lại, xong trả lại tờ quảng cáo cho bà. Em sẽ truyền cho các bạn bằng phôn tay! Bước đầu, phòng chỉ hoạt động hạn chế mỗi tuần một lần, ngày thứ ba, từ 2 đến 6 giờ chiều. Không cần lấy hẹn, cứ tự động tới và sẽ được tiếp đón ngay. Phòng có nhiệm vụ hướng dẫn về thỏa thuận tình dục, an toàn tình dục, cung cấp thuốc ngừa thai, khám các bệnh tình dục, tiêm chủng và cho thuốc "sáng hôm sau" để chữa cháy cho những em lỡ mần chuyện phòng the không an toàn trước đó. Bà y tá Zambito nhấn mạnh: "Đối với chúng tôi, việc này rất quan trọng cho một thành phần bệnh nhân có vấn đề nhưng luôn sợ bị người khác xét đoán".

Tôi thấy ghen tỵ với các em này. Đã được học sinh lý tại trường, biết hết các bí mật…quốc gia, khi tới tuổi cơ thể muốn đòi hỏi một trò chơi mới nhiêu khê hơn lại được chăm sóc tới bến.

Ngày xưa, thế hệ chúng tôi sức mấy được như vậy. Vấn đề thì tới lứa tuổi đó, ai chẳng có, nhưng biết hỏi ai. Người lớn chung quanh toàn những khuôn mặt lạnh tanh. Vấn đề lại được liệt vào loại cấm kỵ không ai muốn nói tới, cứ như là vấn đề của ma quỷ, làm sao mở miệng được. Rút cục là chúng tôi học hỏi lẫn nhau. Cùng tuổi, cùng một thứ ngu ngơ như nhau, có hỏi cũng bằng thừa. Chỉ có vài đứa tinh ma quỷ quái thì làm phách thấu trời. Phán cứ như thánh sống. Tôi còn nhớ hai trường hợp của hai tên bạn. Một tên bị lũ quỷ quái dọa đến nỗi phải trình...ấp chiến lược cho tụi quỷ coi. Coi xong, chúng phán không đủ kích thước, cưới vợ chi được. Tên này lo quắn bàn tọa! Biết tham khảo với ai bi chừ. Thầy giáo, cha chú, hàng xóm láng giềng, ông nào ông nấy nghiêm như thần, ai dám mở miệng hỏi. Đành hỏi tên bạn quỷ quái làm sao gia tăng chất lượng. Phải mất một bao thuốc lá thơm mới được tên này truyền cho cách kéo, xoa để thay đổi sự đời. Dĩ nhiên chuyện ngoại khoa như vậy chẳng đi tới đâu. Một lần đi khám bác sĩ về một thứ bệnh thông thường, anh này lấy hết can đảm hỏi bác sĩ. Bác sĩ gạt đi: “Trời sanh ra ai cũng như nhau, bình thường hết. Chỉ có một số nhỏ bất bình thường mới có vấn đề”. Bác sĩ nói thế tưởng cho qua được chuyện lo lắng, ai ngờ anh này, vốn có mặc cảm vì bị bạn đàm tiếu, lại càng lo hơn. Anh liều mình hỏi tới. Bác sĩ nói thế nào cũng không làm anh bạn tôi yên tâm được. Cuối cùng ông bảo cho ông coi. Anh e thẹn nhưng mừng rỡ cởi quần. Bác sĩ liếc nhìn sơ qua, phán: “Một đống thế kia mà sợ cái chi!”.

Trường hợp thứ hai khẩn cấp hơn. Anh bạn tôi lấy vợ. Vốn chưa bao giờ thử lửa, chú rể khều một tên bạn thân ra hỏi: “Tối nay tao phải làm sao?”. Anh bạn nín cười nói: “Thì cứ thấy là a-la-xô vào thôi!". Nghe dễ ợt. Nhưng anh chú rể tới giờ này cũng chưa bao giờ thấy, biết chỗ nào mà xông trận? Lại thú nhận: "Tao đã thấy bao giờ đâu!". Anh bạn chỉ vẽ: "Chỉ có một chỗ, không lạc được đâu mà sợ!". Đêm tân hôn, anh thấy nhưng chẳng biết chỗ mô là cửa vào. Tấn công mà cứ bị dội ra. Anh lại tìm quân sư: "Tao thấy nhưng làm sao mà vô?". Quân sư tức mình: "Mày có tìm cửa không?". Trả lời: "Mẹ kiếp, tối thui có thấy chi đâu!". Tức mình chỉ bảo tiếp: "Vậy thì đốt đèn lên!". Ngày hôm sau, chuyện vẫn chưa dứt: "Có đèn vẫn tối thui mày ơi!". Lại tức mình mắng mỏ: "Phải vận dụng cái đầu tối mù của mày mà tìm cửa vào!". Từ đó không thấy tiếng phôn reo mỗi sáng nữa. Đúng là học thầy không tầy học bạn!

Ngày đó chúng tôi vất vả như vậy nhưng cũng có cái may là sau đó hầu hết chúng tôi đều khoác áo lính. Đây là một trường đời rộng lớn có đủ các loại thầy ba trợn, không muốn cũng bị ép học hỏi tới cùng. Các ông trung sĩ, thượng sĩ già không bao giờ để cho các ông chuẩn úy sữa sống trong mê muội. Cái chi cũng phải biết tới nơi tới chốn. Các nàng Thúy chung quanh các trại lính sẵn sàng cung cấp những buổi thực tập rất tốn mồ hôi. Riết rồi đời lính là cuộc đời lăn lộn trong trường đời. Chưa bể ống khói chưa là lính!

Mai ta đụng trận ta còn sống
Về ghé sông Mao phá phách chơi
Chia sớt nỗi buồn cùng gái điếm
Đốt tiền mua vội một ngày vui.

(Nguyễn Bắc Sơn)

Chuyện khởi đầu bao giờ cũng là chuyện khó khăn. Các cụ đã ngôn: vạn sự khởi đầu nan! Vậy thì chuyện mần ăn khởi đầu ở tuổi nào? Theo phòng tư vấn của bệnh viện St Mary thì là 14 tuổi. Hơi sớm. Thế hệ chúng tôi muộn hơn nhiều. Thế hệ trẻ ở Việt Nam bây giờ thì bắt đầu khai màn sớm hơn chúng tôi hồi đó. Thanh niên vào độ tuổi 17,8 và thiếu nữ ở tuổi 20,3. Về chuyện ra giàng sớm, kỷ lục phải vào tay dân tộc lùn Pygmy hiện sống rải rác tại Trung Phi, Burrundi, Rwanda, Uganda, Congo. Họ bắt đầu đi vào chuyện mần ăn từ năm 8 hoặc 9 tuổi. Vì vậy tại đây có những ông bố bà mẹ trẻ nhất thế giới. Đúng là lùn mà lối. Thực ra họ làm sớm để nghỉ sớm vì tuổi thọ trung bình của họ chỉ vào khoảng 40!

Chuyện lao đầu vào cuộc sống thực của đời người không đơn giản, như tôi đã kể lại trường hợp hai anh bạn ở trên. Còn một anh nữa mà tôi chỉ biết trên mạng. Anh này được cô bạn gái mời tới nhà vào tối thứ sáu, dùng cơm ra mắt với bố mẹ cô. Sau đó, hai người sẽ đi chơi và cô sẽ cho anh lần đầu. Được lời như cởi tấm lòng, anh vừa mừng vừa lo. Mừng vì sao chắc ai cũng biết nhưng lo là vì anh cũng là trai tân, biết mần ăn ra sao. Anh vội chạy ra nhà thuốc tây, gặp ông dược sĩ, trình bày thắc mắc và ngỏ ý muốn mua bao cao su. Ông dược sĩ hướng dẫn, giải thích đường đi nước bước cho anh trong suốt một tiếng đồng hồ. Tối hôm đó, anh tự tin tới nhà cô gái. Cô đón anh tại cửa và dẫn vào nhà. Bố mẹ cô đã ngồi sẵn tại bàn ăn. Anh chào và cúi đầu như người đang cầu nguyện. Anh ngồi cúi đầu như vậy tới 10 phút. Rồi 20 phút. Cô gái tới nói thầm với anh: “Em không ngờ anh ngoan đạo đến như vậy!”. Cậu trai nói nhỏ bên tai cô bồ: “Anh đâu có ngờ bố em lại chính là ông dược sĩ!".

Bạn tôi, ông vua *hippy* Trường Kỳ coi bộ cũng chẳng khá chi hơn. Ông kể lại mối tình đầu của ông với em Phước trong cuốn *"Một Thời Nhạc Trẻ"*. Vua cũng run như thần tử thấy long nhan.*" Tôi và Phước thường rủ nhau đi xem 'xi la ma' ở rạp Khải Hoàn, đối diện chợ Thái Bình. Dĩ nhiên không có màn đi riêng mà phải rủ thêm chị và em gái nàng đi cùng mới được phép. Nói vậy chứ, cho đi 'xi la ma' riêng một mình với nàng chưa chắc tôi đã dám vì tưởng tượng ra cảnh hai cô cậu 13, 14 tuổi dắt nhau vào rạp sao nó kỳ cục quá. Dù có đi chung với chị em của nàng, nhưng tôi vẫn có dịp được 'đụng chạm' chút đỉnh nên lấy làm khoái chí vô cùng. Chạm vào tay nàng cũng cảm thấy 'đã', có lần chơi bạo nắm tay nàng một phát và được nàng không chống cự lại càng thấy 'đã' vô cùng tận. Tiền quà sáng của tôi do đó thường xuyên bị cắt giảm để dành dụm đưa nàng vào bóng tối của rạp 'xi la ma'..."*

Bà chúa thơ nôm Hồ Xuân Hương, một hiện tượng nổi loạn trong văn chương nước ta, rất rành sáu câu về chuyện này. Bà ví chuyện mần ăn như chuyện đánh cờ…người. Bà mô tả môn cờ hấp dẫn này rồi hạ câu kết: *Khi vui nước nước non non / Khi buồn lại giở bàn son quân ngà.* Bà này không nói thật. Vui buồn chi cũng cứ *quân thiếp trắng, quân chàng đen* mang ra mần nhau. Đây là một thú vui không tốn tiền, trừ khi xảy ra trường hợp như bà chúa thơ nôm hài ra: *thua thì thua quyết níu lấy con.* Thú vui này lại tiện lợi, luôn trong tầm tay, có lợi cho sức khỏe! Các nhà đạo đức chắc sẽ nhăn mặt khi thấy tôi dùng chữ "thú vui". Đây là chuyện nghiêm chỉnh do con tạo lập trình ra để con người sinh sôi nảy nở, sao lại gọi là thú vui? Thực ra nếu con tạo không kèm theo cái vui thú vào trong hành động truyền giống này, con người có chăm chỉ tuân lệnh hay không? Tôi nghĩ là không. Bởi vì ngay cả vui thú như vậy mà con người vẫn cứ lơ là như thường. Tội là ở cái *tablet!*

Ông David Spiegelhalter, giáo sư của Đại học Cambridge, đã báo động. *"Theo thống kê thì trong thập niên 1990, trung bình các cặp vợ chồng tù ti 5 lần mỗi tháng. Qua thập niên 2010, chỉ còn 3 lần mỗi tháng. Cứ cái đà này thì tới thập niên 2030, con người sẽ ngưng tù ti luôn!"* Vậy là đại nạn. Nhưng tại sao chuyện thích thú phải vất vả tìm hiểu, run rẩy xông pha khi khai phá lại bị bỏ lơ ngang xương như vậy? Ông Giáo sư David quy tội cho máy móc. Buổi tối hai vợ chồng vào phòng ngủ, trên tay mỗi người là một cái *iPad.* Hai vợ chồng cắm đầu vào chiếc máy riêng, nhắn tin, xem tin, chơi *game.* Tới khi mệt là lăn ra ngủ. Chuyện tù ti hẹn bữa khác. Khốn nỗi bữa khác cũng rứa. Lại thêm *Netflix* chiếu phim liên tục dứt không ra, chiếc hộp truyền hình chương trình nào cũng hấp dẫn, phim bộ Đại Hàn dài dằng dặc. Người ta có quá nhiều việc làm. Toàn những chuyện…ảo. Chuyện thiệt cho qua luôn. Chỉ mới ít năm trước đây thôi, căn phòng ngủ là chốn riêng tư. Bi chừ phòng ngủ dập dìu những kẻ lạ vào ngồi chình ình ngay trên giường, vợ chồng đâu có thiết chi tới chuyện riêng tư!

Dân Nhật là sắc dân lười biếng chuyện gối chăn nhất thế giới. Trung bình mỗi năm họ chỉ mần tình có 48 lần. Mỗi tuần chưa được một lần gọi là cho có. Thậm chí có tới 33% cặp vợ chồng đình chiến luôn cả năm. Có phải vì cái *iPad* như các nước Tây phương không? Tôi nghĩ là không. Tôi vừa ở Nhật về, nhìn họ làm mà thấy thương. Giờ nào cũng tấp nập người đi làm. Có bữa tới 11 giờ đêm mà tầu vẫn chật ních những cổ cồn cà vạt xơ xác từ sở về. Họ không có đủ thời giờ và đủ hưng phấn cho chuyện tù ti. Vậy nên, theo thống kê, đây là đất nước mà người dân ít hài lòng về đời sống tình dục của mình nhất. Chỉ có 10,3%.

Trong tình hình chuyện mần ăn suy thoái khiến ông Giáo sư David Spiegelhalter phải la làng cho tương lai nhân loại thì tại Zimbabwe bên Phi Châu, bà Nghị Sĩ Sithembile Mlotshwa lại đổ thêm dầu vào lửa. Bà đề nghị chỉ cho các ông được tới cửa thiên đàng mỗi tháng một lần thôi. Lý do là để hạn chế bệnh HIV. Bộ các ông xứ Phi Châu này chịu sao? Bà cũng biết là theo tự nhiên các ông sẽ không thể nhịn theo đề nghị của bà được. Để trấn áp cái thiên nhiên réo gọi của các ông, bà đi thêm một bước ác ôn khác: yêu cầu các nhà khoa học tạo ra chất làm giảm ham muốn của các ông và chích cho các ông mỗi ông một mũi! Bà phán: "Có rất nhiều cách đã được áp dụng nhưng tôi cho rằng biện pháp tốt nhất là phải giảm sự tham lam vô độ của đàn ông đối với phụ nữ". Chơi ác như vậy thì chơi với ai!

Bà Nghị Sĩ Zimbabwe là người đi ngược dòng lịch sử. Trong khi người ta đang cố vãn hồi chuyện con người chăm chỉ mần tình với nhau thì bà lại treo cái củ lẳng của các ông. Thế giới có nhiều người mắc bệnh muốn xa lánh chuyện ăn nằm. Họ tỉnh bơ với chuyện tù ti. Bệnh chi mà khổ sở!

Các nhà khoa học đang phải vắt trán suy nghĩ sao cho người ta còn muốn nối lại nhịp cầu thân ái với người phối ngẫu. Các nhà khoa học Anh đã chế ra một loại *chip* điện tử cực nhỏ, có khả năng phát ra xung điện trong não để kích thích ham muốn tình dục. Báo *Telegraph* cho biết: một chuyên gia thần kinh của đại học Oxford, ông Morten Kringelbach, đã phát hiện ra rằng, nếu vỏ não phía trên hốc mắt của những người bị chứng lãnh cảm tình dục được kích thích bằng xung điện thì họ sẽ khoái chuyện gối chăn. Tạp chí chuyên khoa *Nature Reviews Neuroscience* cũng đăng tin về nghiên cứu quan trọng này. Giáo sư Tipu Aziz, chuyên gia về thần kinh giải phẫu Đại học Oxford lạc quan: "Khi công nghệ được cải tiến, chúng ta có thể tạo ra xung điện trong nhiều vùng khác trong não. Khả năng kiểm soát độ mạnh của xung điện sẽ tăng lên, nhờ đó chúng ta có thể bật và tắt *chip* theo ý muốn. Trong khoảng chục năm nữa, chúng ta sẽ ngạc nhiên trước số lượng những liệu pháp điều trị liên quan tới công nghệ này".

Tôi cố tình chơi mấy ông bạn tôi khi treo câu hỏi này tới cuối bài: con người có thể mần ăn lai rai tới bao nhiêu tuổi? Nửa thế kỷ trước, trong một lần nói chuyện bù khú trước khi vào phim trường kiểm duyệt phim, ông Thái Thúc Nha, Giám đốc Alpha Film, đã ngôn: mỗi đứa mình có một cái lọ, trời cho đầy, anh nào xài nhanh thì hết trước, xài nín nín thì lâu hết hơn, vậy thôi!

Ý kiến của ông Thái Thúc Nha có lẽ chẳng dựa vào khoa học kỹ thuật nào cả. Cứ theo cảm tính mà ngôn. Các nhà khoa học cẩn thận hơn nhiều. Một nhóm nghiên cứu tại Anh mới đây đã làm hai cuộc thăm dò có tới ba ngàn người tham gia gồm cả nam lẫn nữ.

Cuộc thăm dò thứ nhất nhằm vào những đối tượng có độ tuổi từ 25 đến 74. Họ được hỏi về hoạt động tính dục trong khoảng thời gian 6 tháng trước đó. Tính dục được định nghĩa là "bất cứ hoạt động nào có tính chất tự nguyện trao đổi với một người khác liên quan đến tiếp xúc tình dục, có hay không có giao hợp hoặc cực khoái diễn ra".

Cuộc thăm dò thứ hai nhắm vào những người via hơn, có độ tuổi từ 57 đến 85, với định nghĩa tính dục là "đã có quan hệ tình dục với bất cứ ai trong vòng 12 tháng trước đó".

Thăm dò tới ba ngàn người nhưng kết luận xem ra không có chi mới. Thứ nhất, những người có sức khỏe tốt trong cả hai phái đều có khả năng ham muốn tình dục gấp đôi những người sức khỏe kém. Chuyện này đâu có chi mới lạ. Nằm dẹp người thì nghĩ chi tới chuyện tí toáy!

Thứ hai, sức khỏe của người đàn ông, chứ không phải của các bà, là yếu tố chi phối chuyện ham muốn tình dục. Chuyện này cũng cũ xì. Người bày ra bàn cờ thường là các ông.

Thứ ba, kể từ khi có Viagra, khả năng ham muốn tình dục tăng lên thấy rõ. Có tới 40% các ông trên 85 tuổi vẫn còn ham hố. Chuyện này các ông bạn tôi rất rành sáu câu. Chẳng thế mà hãng thuốc Pfizer thu tiền phát mệt.

Trong câu chuyện bù khú giữa những tên chưa già vào nửa thế kỷ trước, ông Thái Thúc Nha không ngờ là trong tương lai lại có thứ thần dược khiến các ông tươi cười huýt sáo inh ỏi như trong một cái quảng cáo về viên thần dược

Viagra và…đồng bọn. Nếu ông biết cái bình trời cho có cạn thì đã có những viên thuốc nhân tạo bù đắp vào chắc ông sẽ không đưa ra cái thuyết "bình rỗng". Của kho vô tận biết ngày nào vơi!

07/2016

MỞ

Các cụ ta ngày xưa quan niệm việc bắt đầu một năm mới là chuyện linh thiêng của trời đất giao mùa. Quan trọng lắm. Vậy nên, trong những ngày đầu năm, các cụ đều khai bút. Tục khai bút có vào khoảng thế kỷ thứ 13, khi nhà giáo Chu Văn An đã về Chí Linh, Hải Dương, để mở lớp dậy học. Dịp Tết, học trò đến thăm thầy, khi ra về thường được thầy tặng chữ.

Bảy thế kỷ sau, thầy Vũ Hoàng Chương, giáo sư Việt văn của chúng tôi tại trường Chu Văn An, cũng đón tiếp học trò tại nhà và cũng cho học trò chữ như những ngày thầy Chu Văn An xưa. Trong bài "Thầy Chương" viết đã trên một phần tư thế kỷ, tôi đã nhắc lại lần đến tết thầy lúc thầy trò ăn cái tết đầu tiên tại miền Nam vào năm 1956. *"Tết năm đó một nhóm trong lớp khoảng mười anh em mặn mòi với văn chương tới nhà tết thầy. Nhà thầy ở trong một ngõ hẻm. Hơn một chục chiếc xe đạp của đám học trò phải loay hoay mãi mới nằm được gọn gàng bên vách nhà mà không cản trở lưu thông trong ngõ. Cửa nhà vừa mở là mùi trầm đã ngạt ngào bay ra. Ánh sáng trong nhà yếu đuối vàng vọt. Chúng tôi lặng lẽ bước vào như đi hành hương. Như có một cái gì thật nghiêm trang bao quanh chúng tôi. Thầy lên tiếng bảo chúng tôi vào. Chúng tôi e dè kéo ghế chia nhau chỗ ngồi. Ghế không đủ cho đám khách đông đảo, chúng tôi phải ngồi bớt trên giường. Giữa thầy với chúng tôi là một bộ bàn đèn. Ngọn đèn dầu lạc còn leo lét cháy. Mùi thơm thuốc phiện phảng phất quanh nhà. Thầy mặc chiếc áo màu đà có khuy cài bên như kiểu áo dài. Áo buông ngang đầu gối. Một chiếc quần dài cũng màu đà. Trông thầy như một bậc tu hành ở chốn thiền môn. Chỉ khác là thầy có mái tóc hoa râm dài rẽ ngôi ngay chính giữa làm cho khuôn mặt thầy vuông vức sắc cạnh. Thầy trò đàm đạo như bạn bè về thi ca. Thầy nói ròng rã về những trào lưu thi ca ở Pháp. Câu chuyện xoay về với thực tại. Cái tết nóng nảy ở miền Nam. Tết mà không có xuân. Thầy trò quay về với cái tết miền Bắc, nơi mà những kỷ niệm còn mượt mà trong trí tưởng. Không khí xuân ở chốn quê hương xa xăm đó sao mà tuyệt diệu. Thầy trò nhắc tới những ngày xuân cũ bằng những lời bàng bạc nuối tiếc. Hơn một năm cơm gạo miền Nam chưa làm dịu được nỗi niềm xa xứ. Chúng tôi ngỏ ý cáo từ để thầy nghỉ thì thầy khoát tay bảo chúng tôi ngồi lại. Thầy lấy mực và một xấp giấy đỏ ra để tặng chữ kỷ niệm. Không khí vui nhộn hẳn lên. Chúng tôi lật những tập thơ của thầy ra tìm những câu thích nhất để xin thầy viết. Thầy khẽ mỉm cười vung tay viết ra những chữ đẹp như vẽ. Chỉ cần nhìn vào nét chữ cũng đủ thấy cái tài hoa khôn sánh của thầy. Mỗi chữ lững lờ như tiềm tàng niềm ngây ngất ẩn dấu. Thấy chữ như buông thả mà trong chữ dường như có tâm sự riêng. Trên đường về tôi cười một mình khi thấy sao mà cảnh tết thầy vừa rồi giống như cảnh tết thầy của một thời xa lắc xa lơ khi các cụ đồ nho ngồi dậy học được coi như những bậc quân tử được mọi người bái phục kính nể".*

Sau khi cộng sản cưỡng chế miền Nam vào năm 1975, thầy Chương đã bị bắt. Khi sức khỏe thầy sa sút trầm trọng, họ đã thả thầy ra. Năm ngày sau khi được thả, thầy đã vĩnh viễn ra đi vào lúc 11 giờ sáng ngày 6 tháng 9 năm 1976, nhằm ngày 13 tháng 8 năm Bính Thìn. Xuân Bính Thìn đó, khi miền Nam đã lọt vào tay cộng quân, thi bá Vũ Hoàng Chương đã làm bài thơ khai bút cuối cùng mang tên *"Đề Tranh Gà Lợn"*.

Sáng chưa sáng hẳn, tối sao đành
Gà lợn om sòm cả bức tranh
Rằng vách có tai, thơ có họa
Biết lòng ai đỏ mắt ai xanh?
Mắt gà huynh đệ bao lần quáng
Lòng lợn âm dương một tấc thành
Thôi hãy im đi đừng ủn ỉn
Nghe rồng ngâm váng khúc tân thanh.

Chữ nghĩa ngày đầu năm là thứ chữ linh thiêng. Chữ ôm niềm tâm sự, chữ chất ngất vọng tưởng, chữ trải ra cõi sống. Chữ…kinh lắm! Nhưng cũng có khi chữ xuề xòa như cuộc sống hàng ngày.

Chuyện kể rằng, vào ngày đầu xuân, một anh nông dân

đến nhà cụ Tam Nguyên Yên Đổ xin chữ về treo. Anh khúm núm thưa: "Cháu kiếm một cơi trầu đến thưa với cụ, xin cụ một đôi câu đối về thờ ông cháu trong ngày xuân". Cụ Yên Đổ tủm tỉm cười, lấy giấy bút ra viết:

Kiếm một cơi trầu, thưa với cụ
Xin đôi câu đối, để thờ ông.

Anh nông dân nói chữ mà không biết mình nói chữ. Cụ Yên Đổ chỉ nhuận sắc chút đỉnh là câu nói của anh thành câu đối!

Ngày tết khai bút bằng câu đối là đúng với…đạo Nho của các cụ. Chắc chúng ta đều còn nhớ bài "Ngày Tết Dán Câu Đối" của cụ Tú Xương. Tôi rất khoái ông tú này. Ngày còn học ở Chu Văn An, ngày tết, lớp Đệ Nhị Văn Chương của chúng tôi ra báo xuân. Thuở đó báo in *ronéo* nhiều màu là…tối tân hết biết. Lũ chúng tôi, vừa viết bài, vừa lấm lem mực. Tôi cũng ti toe làm thơ kiểu…Tú Xương. Bài thơ "Đi Chợ Tết" của "nhà thơ" Tú Sứt ngày đó tôi chẳng còn nhớ chút chi. May có anh bạn cùng lớp ngày xưa còn nhớ, đọc lại cho tôi nghe.

Tí vàng, tí đỏ lại tí xanh
Tí hồng, tí trắng chạy lanh chanh
Thiên hạ đua nhau đi chợ tết
Có đếch gì đâu, chỉ lấn quanh!

Nghe ra cũng có cái giọng khinh bạc của ông Tú Vị Xuyên! Sự nghiệp thơ thẩn của tôi bắt đầu và chấm dứt ngay từ cái tết năm 1957 đó, chẳng biết là tết con gì! Ông Tú Xương dài hơi và nổi tiếng hơn ông Tú Sứt nên bài "Tết Dán Câu Đối" của ông ai cũng thuộc.

"Nhập thế cục bất khả vô văn tự"
Chẳng hay ho cũng húng hắng một vài.
Huống chi đã đỗ tú tài,
Ngày tết đến cũng phải một hai câu đối.
Đối rằng:
"Cực nhân gian chi phẩm giá, phong nguyệt tình hoài,
Tối thế thượng chi phong lưu, giang hồ khí cốt"
Viết vào giấy dán ngay lên cột
Hỏi mẹ mày rằng dốt hay hay ?
Rằng hay thì thực là hay,
Chẳng hay sao lại đỗ ngay tú tài !
Xưa nay em vẫn chịu ngài (!) …

Ông Tú Xương mất năm 1907. Vài chục năm sau, trong Tự Lực Văn Đoàn nẩy ra ông Tú Mỡ. Chắc phốp pháp hơn ông Tú trơ xương nên bài thơ "Khai Bút Rông" cũng dài hơn.

Là văn sĩ lẽ nào không khai bút ?
Chẳng hay ho cũng nắn nót một bài.
Ngót hai năm xổng bút mỉa mai đời,
Thì Tết đến cũng phải có bài thơ... rắc rối !
Giót thêm mực, thay ngòi bút mới,
Thảo mấy dòng cảm khái sau đây.
Thơ rằng :
Tú chi Tú ấy nực cười thay,
Chẳng phải Nho, mà chẳng phải Tây !
Dửng mỡ, trêu đời, văn mách qué,
Thế mà cũng tiếng bấy lâu nay !
Ngồi ngâm thơ, đùi rung chuyển ghế mây,

Rồi chép lại, rắp thả ngay " Giòng nước ngược ".
Bắt chước cụ Tú Xương thuở trước,
Hỏi mợ Tú rằng nghe được hay chăng ?
Bĩu môi, mẹ đĩ chê rằng :
"Nôm na mách qué, nhố nhăng nực cười !"
Đầu năm đã bị rông rồi,
Hẳn là văn viết ngược đời quanh năm !

Chữ là thứ những người viết chúng tôi vọc chơi hàng ngày. Thấy mấy ông tú ốm tú mập đua nhau khai bút, vậy thì ngày đầu năm cũng phải có tí chữ gọi là khai bút. Ngày xưa các cụ khai bút vào ngày đầu năm âm lịch, ngày nay chúng tôi sống ở trời tây, hít thở không khi…tây, ăn tết với tây, nên khai bút vào ngày đầu năm tây. Cái chi cũng Tây nên "khai" của Hán học biến thành "mở" của Tây học. Cho hợp thời!

Chữ nghĩa ngày nay biến thiên vô lường. Có thứ chữ ba lơn ba càng như thứ chữ tôi viết Phiếm, nhưng cũng có thứ chữ có thể đốt trầm mà viết. Tôi mới được ông bạn Tô Thẩm Huy gửi cho bản dịch bài thơ Đường "Liêu Trai Cảm Đề" của Vương Sĩ Trinh. Ông bạn họ Tô này tài hoa hết mực. Vừa bằng biếu tây học, vừa tinh thông Hán học. Ông đùa với Đường thi. *"Đùa Với Đường Thi"* là mục thường xuyên của ông trên tờ Văn Học của nhà văn Nguyễn Mộng Giác ít năm trước với bút hiệu Đàn Bách Kiếm. Nguyên tác của Vương Sĩ Trinh như sau:

Cô vọng ngôn chi vọng thính chi
Đậu bằng qua giá vũ như ti
Liệu ưng yếm tác nhân gian ngữ
Ái thính thu phần quỷ xướng thi

Chúng ta vẫn quen với bản phỏng dịch của Tản Đà:

Nói láo mà chơi, nghe láo chơi
Giàn dưa lún phún hạt mưa rơi
Chuyện đời chán hẳn không thèm nhắc
Thơ thẩn nghe ma đọc mấy lời.

Bản phỏng dịch của Tô Thẩm Huy nghe…thời đại hơn.

Nói nghe dăm chuyện ba bường
Vườn dưa, dàn đậu mưa luồn phất phơ
Cõi người, chán chuyện vẩn vơ
Muốn vào nghe quỷ đọc thơ dưới mồ.

Chữ có đời sống riêng. Như một sinh vật, nó thay đổi theo năm tháng. Chữ thời cụ Tản Đà đã được coi là mới so với các cụ già khú đế trước đó. Nhưng với thời của Tô Thẩm Huy, cụ Tản Đà nếu sống lại chắc phải ngỡ ngàng dữ.

Nhắc tới cụ Tản Đà, tôi muốn đá qua thơ Xuân Sách. Ông này vọc chữ một cách thông minh, sâu sắc và lắt léo hết cỡ. Ông có một loạt thơ, mỗi bài chỉ vài câu, vẽ chân dung từng người viết. Ông thường nhắc những tên sách của từng tác giả để khi thì đùa vui, khi thì hích nhẹ họ. Cũng có khi dựa vào một tác giả để cà khịa với đời. Ông vẽ Tản Đà như sau:

Văn chương thuở ấy như bèo
Thương cụ gồng gánh trèo leo tận trời
Giấc mộng lớn đã bốc hơi
Giấc mộng con suốt một thời bơ vơ
Tiếc chi cụ sống tới giờ
Chợ trời nhan nhản tha hồ bán văn

Tôi trích thêm một bài của Xuân Sách về Vũ Trọng

Phụng, một tác giả hầu như chúng ta ai cũng biết. Nói người xưa mà xiên xéo qua xã hội nay.

Đã qua đi một thời giông tố
Qua một thời cơm thầy cơm cô
Còn để lại những thằng Xuân Tóc Đỏ
Vẫn nghênh ngang cho đến tận bây giờ.

Xã hội nhố nhăng, ca dao cũng…đổi mới. Ca dao không có tác giả nhưng sao tôi vẫn nghĩ tới cái khí phách sĩ phu Bắc Hà còn sót lại đây đó. Tôi lượm được ít câu rất thấm.

Hôm qua tát nước đầu đình
Bỏ quên di động chỗ mình...mất ngay!

Ba đồng một mớ trầu cay
Không bằng tình nghĩa một cây vàng mười.

Không ham nhà cửa, bạc tiền
Chỉ ham anh có bố quyền chức to

Lời nói chẳng mất tiền mua,
Lựa lời mà nói cho...lòi tiền ra!

Ví dầu cầu ván đóng đanh,
Cầu tre lắc lẻo gập ghềnh khó đi.
Khó đi anh dắt em đi,
Em đi không được anh đi một mình.

Ngày đầu năm tây, lan man chuyện chữ nghĩa, thứ sống với chúng tôi mỗi ngày, suốt một đời viết lách, tôi tưởng mình ngon. Nhưng không ngon. Cái thứ chúng tôi trân quý, coi như cứu cánh của cuộc đời, đã bị…kiện!

Năm 1968, tại tiểu bang Nevada ở Mỹ, cô bé Edith, mới 3 tuổi, chỉ vào chữ "open" em thấy trên một chiếc hộp và đọc âm đầu "o". Bà mẹ ngạc nhiên hỏi sao em biết. Em trả lời cô giáo ở trường dậy. Bà mẹ tức giận kiện trường mầm non, nơi bà gửi cô bé. Lý do: trường đã tước đi khả năng tưởng tượng của cô bé! Bởi vì khi cô bé chưa biết chữ "o", cái vòng tròn đó có thể là mặt trời, quả trứng…Khi nhà trường dậy đó là chữ "o" thì Edith mất khả năng tưởng tượng đó. Bà đòi bồi thường một ngàn đô tiền gây tổn hại tinh thần của Edith. Nghe ra đây là một vụ kiện hơi lạ, khó mà thắng. Vậy mà bà mẹ em bé Edith lại thắng. Nhờ câu chuyện bà kể trước tòa. "Tôi đã từng đi du lịch một số nước phương Đông. Một lần, trong một công viên, tôi nhìn thấy hai con thiên nga, một con bị cắt lông cánh trái được thả ở cái hồ lớn; con kia cánh còn nguyên vẹn được thả ở cái hồ nhỏ. Tôi hỏi viên quản lý công viên và được trả lời: "Làm như vậy để hai con thiên nga này khỏi bay đi mất. Con thiên nga bị mất một bên lông cánh không thể bay vì mất thăng bằng. Còn con kia thì vì hồ nhỏ nên không đủ khoảng cách để lấy đà bay. Lúc đó tôi vô cùng khiếp sợ sự thông minh của người phương Đông. Sở dĩ tôi kiện nhà trường là vì tôi thấy con gái tôi giống như con thiên nga đó khi ở nhà trẻ. Họ đã cắt đứt một cánh tưởng tượng của con bé, đã nhốt con bé trong cái ao nhỏ chỉ có 24 chữ cái quá sớm. Edison nhờ trí tưởng tượng mà phát minh ra bóng đèn điện, Newton nhờ óc sáng tạo mới tìm ra trọng lực của trái đất. Có thể con gái tôi không có óc tưởng tượng phong phú nhưng người ta không thể tước đoạt quyền tưởng tượng của con bé. Bởi vì một con thiên nga không có cánh thì vĩnh viễn không thể bay lên được!".

Kể cũng kỳ! Những người viết lách chúng tôi dùng con chữ để nâng cao đôi cánh sáng tạo. Vậy thì chúng tôi có thể kiện lại bà mẹ bé Edith được chăng? Mấy ông bạn tôi can ghê quá. Này ông, ông có còn ở tuổi lên 3 không vậy? Ừ nhỉ! Lan man chữ nghĩa trong ngày xuân về, lòng phơi phới, he hé nụ xuân, cứ tưởng mình còn xuân như con trẻ, bậy thật! Bậy vô số!

01/2017

MỚI

Thế giới ngày nay rộn ràng ngày một. Con người quay cuồng đến chóng mặt. Có chuyện mới ngày hôm qua còn lạ hoắc, hôm nay đã thành quen thuộc. Kể ra thì rất nhiều. Thôi thì khỏi kể, ngoài một chuyện: chuyện đưa nhau tới bàn thờ ngoéo tay nhau thề sống đời ở kiếp với nhau. Cưới hỏi đối với người Thiên Chúa Giáo là phải diễn ra trong nhà thờ. Với các Phật Tử thì kể từ giữa thế kỷ trước, lễ cưới diễn ra tại chùa. Cưới ở chùa không gọi là lễ cưới mà gọi là lễ Hằng Thuận. Thượng Tọa Thích Bảo Nghiêm giải thích: Hằng thuận là đôi bên trai gái thuận ý sống với nhau trọn đời.

Ngày nay nhà thờ hay nhà chùa không phải là nơi các đôi tân hôn tới để cử hành những nghi lễ cưới hỏi. Họ túa ra ngoài không gian rộng lớn bên ngoài. Khi đã rộng cẳng bên bờ biển sóng vỗ, nơi những bãi cỏ xanh mướt hay nơi vùng núi non rộng mở của thiên nhiên thì họ muốn cởi bỏ mọi ràng buộc. Họ bỏ cả vị linh mục hay mục sư ở trong nhà thờ, bỏ cả các thầy ở trong chùa. Ông chú tôi, một người bảo thủ có tiếng chép miệng: "Giờ thì chúng nó cưới ở bờ ở bụi!".

Thế hệ chúng tôi thì con cái đã dắt tay nhau đi từ khuya. Hiếm còn con cái của bạn bè còn ở không. Giờ được mời đi ăn cưới thì đã phải vớt xuống thế hệ dưới nữa: thế hệ cháu của bạn bè. Đây là thế hệ thứ hai, hoàn toàn sanh đẻ nơi xứ người. Chúng khác với thế hệ các ông các bà lắm. Tại một đám cưới được tổ chức tại một sân *golf* khoảng khoát nơi đồng quê, tôi học được những điều mới bi chừ của thế hệ được gọi là thế hệ số 2. Bãi cỏ xanh mướt bên bờ một con sông được biến thành lễ đài. Một khán đài nhỏ sơ sài đối diện với hai hàng ghế phủ vải trắng được xếp thẳng tắp. Đi ăn cưới phải lên đồ vía, tóc tai mượt mà, các bà thì đã đi mỹ viện từ sáng, bà nào cũng láng lẩy. Vậy mà gió cứ ào ào trêu ngươi. Đầu tóc như vừa được một đàn quạ tới thăm. Quần áo cứ tốc lên theo những cơn gió vũ phu. Đi ăn cưới mà cứ như đi đánh vật. Khi chiếc xe ngựa trang hoàng hoa hoét, giấy màu đưa cô dâu chú rể tới khán đài thì cặp tân hôn đã phải đánh vật ca ngày. Chiếc áo cô dâu như cánh buồm no gió. Chú rể xác xơ như vừa bị cả đàn chim tấn công. Buổi lễ tiến hành có câu nghe được có câu bị gió dành nghe trước mất. Nhưng điều tôi ngạc nhiên nhất là người chủ lễ lại là cô bạn thân của cặp vợ chồng mới này. Tôi nghĩ cô này chắc làm việc trong tòa án hay trong tòa thị chính chi chăng. Nhưng hỏi ra mới biết cô này chẳng liên quan chi tới những chỗ trang nghiêm như vậy. Vậy tại sao cô có thể khơi khơi đứng ra tác hợp cho đôi tân hôn?

Hóa ra chuyện này dân Quebec làm hà rầm mà tôi nhà

quê không biết. Thực ra mình đâu có cần tới dịch vụ này đâu nữa mà biết được! Kể từ năm 2002, tỉnh bang của chúng tôi đã ra luật cho phép các đôi tân hôn có thể chọn bất cứ người nào để cử hành hôn lễ cho họ. Dĩ nhiên người được chọn phải có một số điều kiện: là dân Canada, không có tiền án hình sự, nói thông thạo tiếng Anh hoặc tiếng Pháp và đồng ý tuân thủ những quy định mà công việc này đòi hỏi. Việc chọn bạn hoặc người thân làm "ông tòa" để cử hành hôn lễ nghe ra rất thú vị. Nó làm cho đám cưới có cái vẻ thân mật như trong gia đình, không có sự can thiệp của những người ngoài. Chỉ nguyên trong năm 2015, đã có 25% hôn lễ được cử hành thân mật như vậy.

Một trong những cô dâu thời mới này, cô Audrey Gadbois đã khoái chí cho biết: "Tôi thật sự cảm thấy có một người tôi tin tưởng, một người tôi quý trọng và quen biết, một người thường có mặt trong cuộc sống của tôi, hơn là một người lạ hoắc, chẳng biết tôi là ai, làm lễ cưới cho tôi".

Vậy là cưới hỏi, các bạn trẻ ngày nay làm theo ý mình. Nhà thờ trước kia là nơi ai cũng nghĩ tới giờ bị loại ra khỏi đầu óc nhiều cặp tân hôn. Tại Quebec, năm 2002, 14 năm trước, tỷ số còn làm đám cưới trong nhà thờ là 71%, năm nay con số này tụt xuống còn 44%. Bà Barbara Mitchell, giáo sư môn xã hội học tại Đại học Simon Fraser nhận xét: sự lựa chọn của dân Quebec về cách hành xử hôn lễ của họ phản ánh một trào lưu thế tục hóa và từ chối truyền thống Công giáo. Bà nhấn mạnh: "Một số lớn các người trẻ muốn một loại nghi lễ phi tôn giáo!".

Linh mục Mike Schmitz, tuyên úy tại Đại học Minnesota

Duluth, nhân trả lời một cặp hôn nhân muốn làm đám cưới ngoài nhà thờ, đã biện luận: *"Người Thiên Chúa Giáo tin rằng hôn nhân vừa là một Bí Tích vừa là một ơn kêu gọi. Vì là Bí Tích nên đó là một hành động của Nhà Thờ. Nó được diễn ra dưới mái nhà thờ vì, nếu không, chúng ta sẽ vướng vào vòng nguy hiểm khi có thể lãng quên sự kiện này. Lý do duy nhất các cặp hôn nhân muốn hôn lễ diễn ra bên ngoài nhà thờ là bởi vì họ không muốn nhận phép Bí Tích mà chỉ muốn cưới. Đây là một câu hỏi về căn cước: họ có muốn nhìn nhận mình là người Công giáo không? Nếu là người Công giáo thì việc phải làm là tổ chức hôn lễ như một người Công giáo. Hôn lễ của người Công giáo phải diễn ra trong nhà thờ!"*.

Đó là lời nói của một vị linh mục, nói theo nguyên tắc. Việc lơ là với nhà thờ lại là chuyện của thế gian. Con người ngày nay ít lòng đạo hơn con người ngày xưa. Họ sống cho cuộc sống bây giờ, lúc này, nhiều hơn là cuộc sống mai sau ở một thế giới mà chưa ai trải qua.

Khi đất nước ta còn khói lửa mịt mùng, chuyện cưới xin là chuyện tùy tiện. Một hai ngày phép của một con người sống ngày hôm nay chỉ biết có hôm nay. Ngày mai ra sao là chuyện của bom đạn. Cưới bây giờ, biết bây giờ. Ngày mai là chuyện của ngày mai. Như đám cưới "màu tím hoa sim" của nhà thơ Hữu Loan.

Tôi là người chiến binh
Xa gia đình
Yêu nàng như tình yêu em gái
Ngày hợp hôn nàng không đòi may áo cưới,

Tôi mặc đồ quân nhân
Đôi giày đinh bết bùn đất hành quân,
Nàng cười xinh xinh
Bên anh chồng độc đáo.
Tôi ở đơn vị về
Cưới nhau xong là đi!

Vừa cưới vừa chạy như vậy thì còn bày đặt chi những tiểu tiết đời thường. Những chuyện tầm phào khác có còn đáng được suy nghĩ tới trước khi hợp hôn không? Chuyện chính là có nhau, chấm hết!

Cũng thời loạn, người lính có những cách đánh dấu ngày hợp hôn riêng. Như trường hợp Tướng Tư Lệnh Sư Đoàn 23 Trương Quang Ân. Quân hàm Chuẩn Tướng là chuyện sau, khi ông kết hôn thì trên vai ông mới có cặp lon Đại Úy. Ông thuộc binh chủng Dù. Cô dâu là Chuẩn Úy Dương Thị Thanh, một trong những nữ quân nhân đầu tiên của binh chủng Nhảy Dù. Dù kết hợp với Dù, chuyện phải xảy ra trên không trung. Người chủ hôn là Tư Lệnh binh chủng Dù. Ngay tại cửa máy bay, Đại Úy Trương Quang Ân trao nhẫn cưới cho nữ Chuẩn Úy Dương Thị Thanh, và hai người nắm tay nhau nhảy ra khỏi máy bay, điều khiển dù xuống Ấp Đồn, Hóc Môn. Hai ông bà sống một đời chinh chiến. Ngày Quân Lực năm 1968 ông được vinh thăng Chuẩn Tướng, giữ chức Tư Lệnh Sư Đoàn 23 Bộ Binh.

Chỉ ba tháng sau, ngày 8 tháng 9 năm 1968, cả hai ông bà đang bay trực thăng đi ủy lạo các đơn vị thuộc Sư Đoàn đang hành quân thì chiếc H.34 bị tai nạn cách quận Đức Lập, tỉnh Quảng Đức, khoảng 10 cây số. Cả hai ông bà đều tử nạn. Tang lễ được cử hành tại tư gia trong cư xá sĩ quan Lê Đại Hành. Ông được truy thăng Thiếu Tướng và truy tặng Đệ Tam Đẳng Bảo Quốc Huân Chương. Bà được truy tặng Đệ Ngũ Đẳng Bảo Quốc Huân Chương.

Từ chuyện một đám cưới đầy phong cách thời chiến, tôi đã theo chân Tướng Trương Quang Ân tới một kết cục bi thảm nhưng cũng rất thời chiến. Những chuyện tình thời chiến trên đất nước chúng ta không hiếm. Cuộc chiến khốc liệt và dài lâu đã là một sân khấu u ám buồn thảm cho những đôi tình nhân. Tôi nghĩ có kể thêm một chuyện tình này cũng không phải là thừa. Nhất là cuộc tình này không có đám cưới. Người ta có thể vợ chồng mà không qua bất cứ một thứ lễ nghi nào được không?

Nhà văn Giao Chỉ trong bài "Người Con Gái Sông Hương" đã kể lại chuyện tình của một người bạn. *"Đây là câu chuyện trong gia đình anh chị em cùng khóa của chúng tôi, xin kể lại để quý vị nghĩ rằng đây là khổ đau hay hạnh phúc. Đặc biệt đây là câu chuyện liên quan đến mặt trận Quảng Trị năm 1972. Chàng là sĩ quan thủy quân lục chiến, tốt nghiệp Đà Lạt, cùng khóa với chúng tôi. Năm đó đã trên 30 tuổi, ly dị vợ, sống độc thân, đẹp trai và có thể nói là hào hoa phong nhã. Đời thủy quân lục chiến, 12 tháng anh đi, nay đây mai đó. Còn nhớ bài ca của lính mũ xanh. Tháng hai đem quân ra Huế... và ở đó trung tá Nguyễn đã gặp cô Lan Hương, sinh viên văn khoa, người con gái sông Hương. Lúc đó vào đầu thập niên 70, em mới 20 tuổi. Cô gái Huế cũng có nhiều bạn trai theo đuổi và phần cô cũng rất đào hoa. Được coi là người đẹp văn khoa xứ Huế. Gặp chàng sĩ quan Bắc Kỳ, áo mầu lính biển với mũ xanh, mang vóc dáng của người hùng thời chinh chiến, Lan Hương bỏ tất cả để theo chàng".*

Cô sinh viên văn khoa Huế là chị cả trong một gia đình lễ giáo bảo thủ ở Huế. Cuộc tình của cô Lan Hương dĩ nhiên bị điểm xấu. Không cưới xin chi hết! Cô gái lụy tình cũng không cần cưới. Cô bỏ nhà theo chàng sĩ quan Bắc Kỳ đẹp trai. Cô chỉ trở về khi mang thai. Gia đình bất đắc dĩ phải chấp nhận cho chàng rể ra mắt nhạc gia và chào đón đứa con ra đời. Đúng khi Lan Hương vào nhà thương thì Cộng sản tấn công tại Ái Tử. Bom gầm đạn xé khiến các chiến sĩ Thủy Quân Lục Chiến xông vào trận mạc. Ngày 6 tháng 4 năm 1972, đứa con trai đầu lòng của Nguyễn và Lan Hương ra đời được đặt tên là Vũ. Từ mặt trận, Trung Tá Nguyễn bay trực thăng về hậu cứ thăm vợ con được ít phút rồi phải ra đi gấp. Chiến tranh thực sự đi vào cuộc sống đơn lẻ của Lan Hương. Sau trận Cổ Thành, Nguyễn được thuyên chuyển về Sài Gòn làm Trung Đoàn Trưởng một trung đoàn bộ binh.

Cuối tháng 4/1975, Lan Hương mang bụng bầu, dắt theo đứa con 3 tuổi theo gia đình chồng di tản. Tới đảo Guam, cô hối hận đã bỏ Nguyễn lại chiến trường để thoát thân. Cô ghi tên xin trở về theo tầu Việt Nam Thương Tín. Tuy nhiên sắp đến ngày sanh lại thấy những người đòi về có những hoạt động đấu tranh quá dữ dội nên cô quyết định ở lại mà cõi lòng tan nát. Qua tới miền Đông nước Mỹ, cô sanh đứa con trai thứ nhì tại trại tỵ nạn Fort Chaffee, đặt tên là Việt. Một nách hai con còn nhỏ, cô đã được các bà trong một họ đạo giúp đỡ trông con để mẹ đi học lại. Nguyễn vẫn bặt vô âm tín. Anh còn sống hay đã chết, đi tù cải tạo hay mất tích? Hình bóng người chồng theo cô trong những đêm đông giá lạnh một mình thui thủi đi học để lo cho tương lai của ba mẹ con.

Trong hoàn cảnh đó, năm năm sau, một ông giáo sư người Mỹ đã ly dị vợ, yêu cô gái Việt và xin cưới. Cô hỏi ý người anh chồng cũng sống ở Mỹ. Tuy là vai anh chồng và là bác ruột của hai đứa con của Nguyễn, ông không biết trả lời sao. Làm sao có thể quyết định được một chuyện khó khăn như vậy. Nếu không đồng ý thì cũng không thể ngăn cản được. Nhưng người bác nghĩ tới tương lai của hai đứa cháu. Làm sao người mẹ đơn chiếc có thể nuôi con nên người với những lo toan vật chất cũng như tinh thần khi hai đứa cháu của ông lên trung học và đại học. Tin nhà vẫn lặng câm. Nguyễn còn sống hay đã chết để bắt Lan Hương chờ đợi. Vậy là ông cho cưới. Ngày cưới được ấn định vào tháng 7 năm 1980.

Ba ngày trước ngày cưới, Lan Hương nhận được thư nhà từ Huế gửi qua. Trong thư có kèm theo một tờ giấy nhỏ của Nguyễn. Anh vẫn còn sống, đang bị tù cải tạo nhưng không rõ ở đâu. Tin nhà tới khiến Lan Hương vui nhưng rất khó nghĩ. Hai đứa con vẫn còn bố nhưng duyên phận nàng thì bẽ bàng. Đám cưới vẫn được cử hành. Với cuộc sống mới đầy đủ hơn, nàng có thể gửi tiền về nuôi gia đình và gửi quà tiếp tế cho Nguyễn tại các trại tù từ Bắc vào Nam.

Phần Nguyễn chỉ biết là vợ con đã qua Mỹ nhưng không có tin tức chi nhiều. Sau 13 năm tù, Nguyễn được thả. Biết tin Lan Hương đã có gia đình mới, anh tìm lại nhà người vợ cũ và đưa cả gia đình qua Mỹ theo diện HO, định cư tại miền

Trung Mỹ. Tuy giấy tờ là một gia đình nhưng Nguyễn vẫn sống độc thân như trước khi gặp Lan Hương.

Mùa xuân năm 1991, cô gái sông Hương nay đã 40 tuổi, đem hai con tới gặp bố lần đầu tiên. Trước khi đi, người chồng Mỹ cầm tay vợ nói: "Em hãy đi và thử hỏi lại lòng mình một lần cho rõ ràng. Nếu đây là lần chúng ta chia tay, anh cũng đành chấp nhận. Chuyện của chúng ta, sau mười năm, tới đây là đoạn cuối. Nhưng nếu em trở lại thì xin nói lời chia tay rõ ràng với Mr. Nguyễn. Đối với anh, Nguyễn luôn luôn là một người anh hùng. Nếu cần thì anh cũng phải hy sinh. Cảm ơn em đã cho anh một gia đình trong mười năm hạnh phúc".

Phần Nguyễn cũng có tâm trạng ước mong đoàn tụ nhưng rồi nghĩ lại thấy ba mẹ con đã thấm nhuần văn hóa Mỹ, anh không đủ khả năng phá vỡ bức tường ngăn cách đã 15 năm. Đành để cho định mệnh chơi xong cuộc chơi của nó. Cuộc thăm viếng dự định là một tuần, nhưng chỉ bốn ngày sau, Lan Hương đã đưa hai con trở về.

Tháng 5 năm 2002, đứa con trai thứ hai của Nguyễn và Lan Hương, bác sĩ Việt, 27 tuổi cưới vợ. Cô dâu người Mỹ. Ông bố chồng Mỹ đứng lên giới thiệu ông bố chồng Việt: đây là người anh hùng Trung Tá Thủy Quân Lục Chiến Việt Nam đã chiến đấu 20 năm cho miền Nam tự do và khi miền Nam sụp đổ, đã trải qua 13 năm trong tù cộng sản. Ông lớn tiếng: "Mr Nguyễn là anh hùng của ngày xưa và là anh hùng của ngày hôm nay". Bà mẹ chồng Lan Hương khoác tay, một bên là ông chồng Mỹ, một bên là ông chồng Việt Nam tiến lên bàn thờ giữa tiếng vỗ tay vang rền của quan khách.

Đám cưới được tổ chức trong nhà thờ. Đó hình như là nơi thích hợp nhất cho một cuộc tuyên hứa long trọng của hai người yêu nhau. Tôi vẫn khoái hình ảnh cặp tân hôn khoác tay nhau tiến lên bàn thờ trong tiếng nhạc của bài *Oui Devant Dieu* quen thuộc. Nhà thơ Bùi Chí Vinh chắc cũng khoái như tôi.

Kìa Oui Devant Dieu
Mau quỳ xuống trước bàn thờ đi em
Đừng cắn tay, đừng ngó lên
Trước khi chớp mắt đừng quên liếc chàng
Lát chàng nâng ngón tay ngoan
Nhớ hôn mặt nhẫn nói thầm: anh ơi
Lát môi chàng chạm vào môi
Nhớ suỵt khe khẽ: suốt đời nghe anh!

07/2016

MUỐI

Montreal chúng tôi đang ở giữa mùa đông. Mùa đông thì có chi lạ, năm nào nó chẳng dẫn xác tới! Đã biết tấm áo choàng trắng mùa đông bao giờ cũng đúng hẹn phủ xuống vạn vật nhưng năm nay hơi khác. Có lẽ vì khí hậu toàn cầu đang thay đổi nên mùa đông năm nay rất loạng quạng. Chợt ấm, chợt lạnh, chợt tuyết, chợt mưa, chợt băng, chợt trời rải đá xuống chơi. Mặt đường mọi năm đâu có ổ gà ổ vịt như năm nay. Chiếc xe chạy lủng củng, xóc lên xóc xuống làm đau lòng xe lẫn lòng chủ xe. Đôi khi, xe trơn trượt làm dân ôm vô-lăng toát mồ hôi hột. Trên lề đường, khách bộ hành không cẩn thận là vồ ếch như chơi.

Những chiếc xe trải đá và muối đan nhau xuôi ngược. Người ta trải muối trên đường để chống trơn trượt. Muối làm tan những đám băng đóng trên mặt đường và vỉa hè để dân chạy xe khỏi mất trẹo tay lái và dân cuốc bộ khỏi đo đường. Tay lái xe mất kiểm soát khiến xảy ra tai nạn, dân đi bộ vô ý lăn kềnh ra đường gãy xương trẹo cổ. Cả hai đều không vui. Vậy thì phải...vạn tuế muối. Nhưng đồng tiền nào cũng có hai mặt. Cái mặt thứ hai của muối đang làm người ta lo ngại.

Muối là thứ biết ăn biết gặm. Nhất là gặm dần gặm mòn kim loại. Xe hơi chúng ta chạy là một đống kim loại. Ngày nay nhiều bộ phận của bộ dàn xe đã được làm bằng nhựa nhưng kim loại vẫn góp phần lớn trong việc hình thành chiếc xe. Vậy là anh muối có đất phá phách. Nó gặm mòn hàng tỷ đồng tiền tu bổ xe. Trước hết là dàn thắng. Năm 2015, *U.S. National Highway Traffic Safety Adminnistration* đã chỉ đích danh thủ phạm làm hư hại hàng ngàn thắng xe chính là muối. Thắng xe là một bộ phận quan trọng, nếu hư sẽ rất tai hại, dễ gây ra những tai nạn không lường. Cứ tưởng tượng khi nhấp thắng mà chiếc xe vẫn cứ bon bon trên đường, chẳng thèm dừng lại, là toát mồ hôi hột. Cũng năm 2015, Bộ Giao Thông Canada đã phải thu hồi ba ngàn chiếc xe loại xịn BMW và Mini đậu tại Cảng Halifax vì bộ thắng không hoạt động đúng cách cũng chỉ vì muối ăn mòn cơ phận này. Ngược về quá khứ, năm 1975, Bộ Giao Thông Canada đã ước tính mỗi năm muối trải đường đã móc túi của các chủ xe hơi trung bình mỗi chiếc là 200 đô, tính theo thời giá năm 2017 số tiền này tương đương với 854 đô! Nghe ra có vẻ cũng nhẹ nhàng nhưng nếu nhân lên cho 14 triệu xe đăng ký chỉ nguyên tại hai tỉnh bang Ontario và Quebec, số tiền đã nặng tới ba tỷ đô!

Muối còn gây tai hại cho những chiếc cầu bằng kim loại. Dân Montreal chúng tôi có chiếc cầu được nói tới rất nhiều là cầu Champlain nối liền giải đất phía nam với thành phố Montreal. Cầu được xây dựng vào năm 1962. Chỉ trong vòng 55 năm mà cầu coi như bỏ cũng chỉ vì muối. Chiếc cầu mới đang được xây cất để thay thế hoàn toàn chiếc cầu đang trở thành một mối nợ của thành phố. Cầu mới sẽ hoàn thành vào cuối năm 2018. Từ nay tới đó, tiền vẫn phải đổ ra để tạm thời sửa chữa cho chiếc cầu cũ còn có thể dùng được. Hiện các công nhân đang làm việc trong một hợp đồng lên tới 4 tỷ 200 triệu đô! Chắc chúng ta còn nhớ vụ sụp cầu De La Concorde ở Laval vào năm 2006 làm thiệt mạng 6 người? Các nhà điều tra đã kết luận muối là thủ phạm chính khiến cầu gãy ngang xương.

Hạt muối nho nhỏ mà gây chuyện lớn. Chuyện chiếc cầu gẫy đã là chuyện lớn nhưng vẫn chưa ăn thua chi so với chuyện sập cả một khu mua sắm. Đó là khu Algo Centre Mall ở tỉnh bang Ontario. Năm 2012, khu mua sắm rộng lớn này bỗng khuỵu xuống, sau ba chục năm sống kiếp...building, khiến hai người thiệt mạng. Mái của *mall* này là khu để xe. Trải qua thời gian, muối ăn dần xuống làm hư hao phần khung sắt của kiến trúc. Nghiên cứu những thanh sắt gỉ này, các chuyên viên ví chúng như được ngâm nước biển trong nhiều thập niên.

Đường xá trong mùa đông ở Canada đều...mặn. Theo ước tính của cơ quan Môi Trường Canada vào năm 2009 thì đất nước này đã dùng tới ít nhất 7 triệu tấn muối để đổ ra đường xá mỗi năm. Trung Tâm Mackinac ở Michigan ước tính cứ mỗi tấn muối đổ ra đường gây tổn hại 687 đô mỗi năm. Cứ nhân con số này lên sẽ thấy tội của anh chàng muối đáng đánh đòn đến thế nào!

Nhưng muối quăng ra đường cũng có lợi, ít nhất cho các chú hươu. Xa lộ thường chạy xuyên qua những vùng rừng núi. Lái xe ban đêm trên xa lộ, chúng ta có thể húc vào các chú hươu lang thang trên đường. Bộ các chú ra ngắm trăng làm thơ sao? Không, các chú thơ thẩn trên đường chỉ để liếm láp muối. Muối rất hiếm trong thiên nhiên nên các chú đói muối. Vật cũng như người vậy thôi, đồng bào Thượng của chúng ta trên vùng rừng núi cũng đói muối kinh niên. Đó là thứ quý giá trên vùng cao.

Mỗi năm, vào ngày Chủ Nhật cuối cùng của tháng 10, giáo phận Đơn Dương đều tổ chức ngày họp mặt sắc tộc trong vùng. Đồng bào Thượng mang cồng mang chiêng xuống làm lễ. Trong ngày họp mặt năm 2013, cha quản hạt Phạm Công Phương đã nói chuyện về "con đường muối" với giáo dân. *"Cách đây khoảng hai trăm năm, các dân tộc sống ở vùng núi này đều phải tổ chức những đoàn người hàng năm băng rừng vượt núi xuống Ninh Thuận hay Bình Thuận để mua muối, một thứ gia vị không thể thiếu trong các món ăn. Vùng miền núi thì đào đâu ra muối mặn bây giờ, có đốt rễ tranh trộn vào thức ăn thì nó cũng chỉ hơi có vị mặn, không thể bằng muối, mà muốn có muối thì chỉ có xuống vùng biển mới có. Vì thế hàng năm các gia đình dòng tộc phải cử người mở đường xuống núi, mang theo nhiều lương thực thức ăn như gà vịt trâu bò vì phải đi xa và đồng thời phải có hàng hóa để trao đổi lấy muối đưa về. Khi về họ thường mua các cái chóe của người Chăm về để đựng rượu cần vì dân vùng núi này không có ai sống nghề gốm nung, và như vậy họ đổ muối vào các cái chóe rồi gùi về. Chính vì vậy mà ngày nay chúng ta còn thấy sót lại những cái chóe một trâu, hai trâu. Cũng từ các con đường muối đó (gùng lòt blơi boh) mà bác sĩ Yersin đã lần mò thám hiểm vùng đất cao nguyên này. Năm 1893, bác sĩ Yersin cùng đoàn thám hiểm, trong đó có cha Robert, quản lý Hội Thừa Sai Paris, leo đèo Xông Pha, dĩ nhiên cũng phải thuê một vài người Thượng dẫn đường ..."*

Người Thượng đói muối trong khi người Kinh thừa mứa muối. Thừa nên chúng ta mới lạm dụng. Dân ta có tiếng là... mặn mà. Tôi thú tội của tôi trước. Tôi rất khoái các loại mắm. Từ mắm tôm mắm tép đến mắm ruốc mắm cà. Cứ mặn mặn một chút (hay nhiều...chút) là cái lưỡi của tôi nhảy cẫng lên. Ngoài mắm còn muối. Cà muối, dưa muối, thịt muối, cá khô muối, cứ thứ chi ngâm vào muối là rất vừa miệng. Sang tới bên đây, thứ tôi rất mặn là thịt muối *bacon.* Ăn *hamburger* tôi thường chọn thứ nào có mấy tảng *bacon* nằm lẫn bên trong. Mặn như tôi còn thua xa ông bạn tôi. Ông này làm bếp một cây nhưng ăn thứ chi ông nấu cũng chát lưỡi. Lý do là cái miệng ông ăn mặn quen nên nêm nấu theo độ mặn riêng của ông. Vợ ông than nhỏ với tôi: ông ấy kho cá thì con nào cũng ưỡn lên vì muối. Cá vào tay ông thì không thể nào ươn được!

Tôi và ông bạn tôi đích thị là người Việt Nam. Hình như dân ta hè nhau ăn mặn cho lợi cơm. Nói có sách mách có chứng: giới chức y tế tại Việt Nam cho biết là dân Việt chúng ta khoái ăn mặn. Lượng tiêu thụ muối của mỗi dân Mít ta trong năm 2015 là 9,4 gram muối mỗi ngày, cao gần gấp đôi so với khuyến cáo của Cơ Quan Sức Khỏe Thế Giới WHO.

Họ quy định mỗi người mỗi ngày chỉ nên ăn dưới 5 gram muối. Vậy là dân ta mặn đứt đuôi rồi. Nhưng khi được hỏi thì họ chối bai bải. Một nghiên cứu thực hiện với 3740 người đã có kết quả là 70,3% người nhất định cho rằng mình không mặn mà chi cả. Có 14,6% còn cho là mình ăn rất ít mặn. Thực ra dân ta quá mặn mà. Mâm cơm bao giờ cũng có chén nước mắm nằm chình ình ở giữa. Nhiều chén chứ không phải một. Nước mắm nguyên chất, nước mắm ngọt hầu như có mặt trong các bữa ăn hàng ngày. Nếu có món thịt gà thịt vịt thì phải thêm vào chén nước mắm gừng.

Hoa quả ăn chơi cũng phải có chén muối chấm. Bưởi, cốc, xoài, me, khế mà thiếu chén muối ớt thì còn ra cái thể thống chi. Có điều tôi nhận thấy là những xứ nóng như Việt Nam ta và các nước lân bang, trái cây không đắng thì chua, không chua thì chát, chẳng có thứ nào ngọt ngào cả. Vậy nên cứ phải có tí muối cho dịu mùi vị. Nói vậy cũng hơi oan cho đất nhà. Cũng có thứ ngọt ngào như vú sữa , xoài. Xoài có nhiều loại. Xoài hòn, xoài cát ngọt lịm nhưng xoài tượng chua té...nước, vậy mà các bà các cô lại thích xoài tượng chấm muối ớt. Thực ra chúng ta phải tuyên dương muối trong vụ chua chát này. Muối quả thật làm hương vị của trái cây thêm hấp dẫn.

Táo tây ở bên này cũng có thứ chua chát chứ không ngọt sớt tất cả. Một bữa, bà chị tôi cho mấy đứa cháu lai ăn táo chấm muối, chúng mê như điếu đổ. Về nhà, chúng khoe với mẹ là bà có cái *recette* ngonhết biết. Bà mẹ đầm trợn mắt ngạc nhiên. Rồi cũng thử. Và cũng công nhận là ngon!

Muối thân thuộc với dân ta như vậy nên dân ta phớt lờ

khi được khuyến cáo về tai hại của việc ăn quá mặn. Tăng huyết áp, đột quỵ, ung thư dạ dầy, suy thận, loãng xương, bệnh tim mạch là những thứ cận kề với việc ăn mặn. Tổ chức Y Tế Thế Giới WHO cho biết bệnh tim mạch là nguyên nhân hàng đầu trong số tử vong tại Việt Nam, chiếm tới 33% tổng số tử vong. Anh chàng muối là thủ phạm chính. Nhưng dân ta đâu có *care,* cứ cho là trúng gió lăn quay ra về với tổ tiên cho tiện việc sổ sách. Anh chàng muối được trắng án!

Muối chính là kẻ nội thù đã dính vào cái lưỡi của người Việt chúng ta, rút ra không được. Rút muối ra phải có cái chi đưa cơm. Chẳng lẽ lại mang con cá gỗ ra. Mà cá gỗ cũng phải có nước chấm mặn mới giữ được sĩ diện. Miền đất "cằn lên sỏi đá" là đất vua chúa nên cái sĩ diện cần được bảo quản hơn. Muối bỗng…quan cách!

Nhà văn Nguyễn Tuân, ai cũng tưởng là dân Bắc kỳ chính cống nhưng thực ra có pha máu Huế. Cụ thân sinh ra ông là cụ tú Hải Văn, làm ký lục tại Tam Tòa, nhà ở Gia Hội. Mẹ cụ là người Huế. Cụ Hải Văn là người con có hiếu nên cũng bắt chước bố đèo bòng thêm một bà Huế, ngụ tại Kim Long. Cụ Hải Văn về hưu tại Hà Nội nhưng thỉnh thoảng vẫn lén vô Huế. Ông Nguyễn Tuân được cụ cho đi theo trong những chuyến Huế du này. Nguyễn Tuân đã kể lại: *"Có lần ăn cơm tại nhà bà Huế ấy, bố con tôi được bà thết một "bữa cơm muối". Tôi nhớ đúng lá có mười hai đĩa muối: muối tiêu, muối ớt, muối mè, muối đậu phụng, muối sả, muối khuyết khô…".* Cha con người tình từ Bắc Hà vô thăm mà đãi cơm toàn muối, nghe bạc bẽo. Sự thực ra sao, kiến trúc sư Nguyễn Trọng Huấn tiết lộ: "Có lần Nguyễn Tuân đã nói với tôi rằng:

bà bạn ấy là bạn gái của ông cụ nhà tôi. Trên đường từ Kim Long trở về phố, ông cụ nói: 'Bà ta làm bữa cơm muối, vừa là để trổ tài nội trợ thiện nghệ, vừa hàm ý thông báo cho bố biết là bà đã hết tiền tiêu rồi!". Ghê chưa? Một mũi tên mà bắn gục hai con chim. Trong một cuộc phỏng vấn của Ngọc Trai sau này, Nguyễn Tuân đã nói về các mệ Huế: *"Người Huế có cái kiểu* complexe *(mặc cảm) lạ lắm. Chị cũng là người hoàng phái, tôi kể cho chị nghe câu chuyện của các mệ. Mệ đến hiệu thợ may, lân la một hồi rồi lấy cắp cái quần. Anh thợ may trông thấy nhưng sợ uy mệ không dám nói ngay. Khi mệ ra về, tiếc của,, anh thợ may chạy theo , gãi đầu gãi tai, rồi rụt rè thưa: "Dạ, thưa mệ...". Mệ trợn mắt, quát to, dồn dập: "Chi? Mi xin cái chi? Răng không nói ngay, mi xin cái chi? Hử?". Anh thợ may nhỏ nhẹ, rụt rè: "Dạ, khi hồi...mẹ có khuấy chơi cái quần...Dạ, mệ cho con xin". Mệ tỉnh khô và phản công tiếp: "Có rứa thôi mà mi mở miệng không ra, cứ dạ với thưa hoài làm tau bắt mệt! Bay ngu lắm! Răng tau lấy trước mắt bây mà bây không biết hứ! Đây, mệ cho! Lần sau mà cứ như rứa là mệ chém ba cái đầu nghe!". Ghê chưa! Từ một* complexe d'inferiorité *(mặc cảm tự ti), mệ chuyển ngay thành một* complexe de supériorité *(mặc cảm tự tôn) một cách thông minh, láu lỉnh. Giá bây giờ khoa học có cách chi tiêm thuốc mà giữ cho sống mãi được thì phải tiêm mà giữ lại vài mệ như rứa để đưa vào bảo tàng thằng người cũ!".*

Muối được các mệ đụng vào bỗng lên chân. Từ món cơm toàn muối của người hết tiền tiêu mà Nguyễn Tuân kể lại, cơm muối bỗng khoác áo cung đình. Ăn cơm muối chừ là ăn sang. Bữa cơm muối được Ngyễn Tuân đụng vào bỗng thành thứ...xịn. Ngày nay muốn...muối, khi tới Huế cứ tới nhà hàng Ý Thảo. Nhưng không phải cứ kéo ghế là có muối mà thời đâu. Phải đặt trước. Kiến trúc sư Nguyễn Trọng Huấn, người được Nguyễn Tuân bật mí về cái sự túng tiền của bà Huế ngày xưa khi đãi cơm muối để phàn nàn cho cái túi rỗng, đã có lần dẫn ông nhà văn Nguyên Ngọc và ông nhà thơ Nguyễn Duy vào Huế. Hai ông này cũng khảnh ăn chẳng kém gì ông Nguyễn Tuân. Ông Huấn đã cho hai ông này thưởng thức cơm muối. Cơm muối bi chừ rắc rối hơn cơm toàn muối mà Nguyễn Tuân đã cho vào sách vở. Nó gồm tới 12 món: muối trắng ăn với cháo ngũ sắc, hành muối, kiệu muối nhâm nhi với rượu làng Chuồn, thịt bò ướp sả nướng cuốn lá cải cay chấm muối sống giã nhỏ với ớt xanh, muối mè ăn với khoai mì luộc, muối đậu phụng ăn với xôi, muối sả ăn với cơm nắm gói mo cau, dưa cải muối, cá rô om muối ăn với cơm nóng. Món tráng miệng là thơm chấm với muối hầm trộn ớt bột. Ngoài rượu làng Chuồn, thực khách còn có thể uống nước chanh muối.

Bà Nguyễn Trương Cúc Hoa, chủ nhà hàng Ý Thảo, nể tình lắm mới...muối cho mấy ông. Ký giả Tuyết Minh kể lại: *" Bữa cơm muối do bà chủ nhà hàng Ý Thảo chiêu đãi đoàn du khảo hôm ấy là một bữa tiệc vào loại "siêu hạng". Từ trong bếp, bà chủ đã phàn nàn: nếu không phải là anh Huấn nhờ thì em không bao giờ làm bữa cơm này. Nhiêu khê quá chừng chừng, phải chạy đi chợ lựa mua đủ thứ để anh khỏi xấu hổ với bạn bè khi đãi cơm ở Huế. Đúng vậy. Chuẩn bị được một bữa cơm muối coi được phải là một người nội trợ lành nghề và lênh láng tâm hồn ăn uống. Đó là người có đủ những đức tính quý giá của người phụ nữ Việt Nam: biết căn cơ, cẩn thận, tỉ mẩn, kiên trì và khéo tay hay làm. Do môi trường sống xứ kinh kỳ một thuở với những bài giáo huấn đã trở thành những bài tập thực hành nữ công gia chánh, rèn dũa tính hạnh mà những người nội trợ xứ Huế đã sáng tạo nên những bữa cơm muối tuyệt vời".*

Nghe kể tài biến muối dân dã thành muối cung đình của các bà Huế, tôi muốn bắt chước nhà văn Nguyễn Tuân, trợn mắt trợn mũi, thốt lên: "Ghê chưa!".

01/2017

NÀNG

Nàng mang tên Tuyết. Nếu cần có một truyện Ngưu Lang Chức Nữ tân thời thì đúng là chuyện của nàng. Chẳng cần cầu Ô Thước làm chi cho rắc rối, đúng hẹn lại lên, nàng cưỡi mây về với chúng tôi. Chúng tôi đây đầu tiên phải kể tới ông Luân Hoán. Chẳng biết ông thơ thẩn này ngủ nghê làm sao mà 2 giờ sáng đã đón bước chân đầu của nàng. Ông nhà thơ này có bao giờ tha thơ đâu nên chàng bèn mần thơ mừng nàng trở lại.

êm đềm đêm rộng trong nhà
bên ngoài thoáng hiện nhạt nhòa cửa gương
cho dù tâm chú chiếu giường
cửa sổ không khép màn, dường lẳng lơ

đèn đường rạng nụ phất phơ
bay trắng loạn xạ mịt mờ không gian
thảnh thơi và rất nhẹ nhàng
tuyết đầu mùa lén thân quàng giữa đêm

Tôi không được tỉnh táo như ông bạn nên sáng bảnh mắt, rời giường chiếu, mở màn cửa mới thấy chiếc áo trắng của người đẹp đã bao phủ vạn vật. Tôi nhớ tới chiếc váy trắng của nàng Marilyn Monroe trong phim *Seven Years Itch.* Chiếc váy trắng xòe ra ở phía dưới đã rộng mở một cách thật thà trong cảnh phim nàng đứng trên một miếng thoát gió của *metro* Nữu Ước. Cảnh này hầu như mọi người đều thấy. Không coi phim thì chí ít cũng coi hình chụp. Người ta đã làm một bức tượng khổng lồ đặt tại một công viên giữa thành phố Chicago. Tượng to tới nỗi cả đám người có thể núp dưới váy nàng trú mưa. Nhưng *trời không mưa anh cũng lạy trời mưa!* Có lần, khi tới Chicago, chẳng mưa gió chi cả, tôi đã háo hức đi tìm nàng. Cũng vất vả lắm. Hỏi chẳng ai biết. Lạ thật, người đẹp to tổ chảng đứng hớ hênh giữa đường phố mà sao dân ở đây không biết. Mãi tới khi hỏi tới người thứ một chục là ông bán hàng trong một siêu thị, ông ấy mới chỉ chỗ nàng đứng tung váy. Tới nơi chẳng thấy váy vung chi, bèn nắm áo một cô nhỏ hỏi sự tình. Cô nàng tuổi *teen* mới cho biết là người ta đã bê nàng lên Nữu Ước rồi. Phận vô duyên đành chịu. Nhưng bất kiến kỳ hình cũng có cái hay. Chiếc váy trắng xòe rộng nằm trong đầu tôi để bữa nay, khi nàng tuyết trắng trở về, tôi thấy ngay chiếc váy trắng hớ hênh của nàng Marilyn.

Chiếc váy trắng trong phim mà một anh bạn tôi dịch rất sát nghĩa là "Bảy Năm Ngứa Ngáy", có cả một huyền thoại khá lộn xộn. Nó là tác phẩm của nhà vẽ kiểu William Travilla. Chuyện đã 62 năm rồi. Vào ngày 15 tháng 8 năm 1954, Marilyn Monroe mặc chiếc váy này đứng trên một miệng hầm thoát gió của xe điện ngầm Nữu Ước. Gió từ phía dưới thổi làm bay tung chiếc váy. Nàng Marilyn giữ váy cho gió khỏi làm hỗn quá đáng. Thực ra người đẹp quá cẩn thận chứ để...phòng vệ, nàng đã mặc tới hai chiếc quần lót to tổ chảng che kín mít hết. Gió có lên mạnh hơn thì khán giả cũng chẳng nước non gì! Trên trường quay tại góc đường Lexington và đường 52, có 100 chuyên viên thu hình và khoảng từ 2000 đến 5000 khán giả đứng coi. Đó là quay vào lúc 1 giờ sáng. Nếu không, số người đứng nghía miễn phí chắc còn đông hơn nữa. Cảnh này đã phải quay tới 14 lần mới xong. Vậy mà vẫn không dùng được vì khán giả làm ồn quá. Tới cuối năm, cảnh này phải quay lại tại phim trường của hãng Fox ở California. Nhưng nhà sản xuất phim vẫn ăn gian khi quảng cáo là cảnh nóng bỏng này được quay ngay trên đường phố Nữu Ước. Cảnh quay hững hờ này có một hậu quả đáng buồn. Anh chồng của Marilyn lúc bấy giờ là danh thủ dã cầu DiMaggio thấy bị thiệt thòi quá đáng nên nổi cục. Anh làm ầm ỹ trước cảnh mà anh bảo là "phô bày quá đáng" và giận dữ rời phim trường. Tối đó anh thượng cẳng tay hạ cẳng chân với vợ. Khi vừa về lại California, Marilyn đã đâm đơn ly dị với lý do là bị hành hạ ác độc về tinh thần.

Chiếc áo...lịch sử này mới đây, vào năm 2011, đã được bán đấu giá và người mua được đã phải chi tới 2 triệu 400 ngàn! Người mang ra bán đấu giá là minh tinh Debbie Reynolds. Chắc những bạn đồng thời với tôi còn nhớ tới dáng dấp dễ thương của nàng tài tử này. Cô mua chiếc áo này để vào bộ sưu tầm kỷ vật Hollywood *(Old Hollywood Memorabilia)* mà cô tính trưng bày tại bảo tàng viện riêng của cô.

Nhưng vì thiếu tiền và bị đe dọa khánh tận nên cô đành phải mang chiếc váy đình đám này ra bán. Có điều vui vui là cô mua chiếc váy này vào năm 1971 với giá…200 đô!

Đang nói chuyện nàng tuyết mà tôi lang bang qua tới nàng Marilyn Monroe, thiệt bậy. Nhưng phiếm có lang bang cũng là đúng chỉ số. Vả lại, nàng nào chẳng là nàng. Trở lại với nàng tuyết. Phải nịnh nàng một chút. Tôi có tính nhát miệng, rất ngại ngùng khi phải biểu tỏ cảm xúc trước bàn dân thiên hạ nên…bán cái. Tôi đẩy chuyện ve vuốt nàng tuyết cho ông chuyên viên khí tượng Robert Michaud ở Montreal chúng tôi. Thấy nàng tuyết trở lại, ông reo hò: "Vậy là cuối cùng chuyện cũng tới hồi kết. Tôi mừng muốn chết. Những người bi dị ứng hoa cỏ như tôi được giải thoát. Nhớ lại hồi giữa tháng 9, thật kinh khủng!".

Dân không dị ứng như tôi, cũng mừng. Buổi sáng, khi mặt trời còn lấp ló chưa thèm lên, bước chân ra khỏi giường, vén màn nhìn qua cửa sổ, thấy chiếc váy của nàng tuyết đã phủ trắng vạn vật. Cầm lòng không đậu, tôi nai nịt áo ấm, vớ chiếc máy hình, ra ngoài ban-công nhà đứng chụp vài tấm hình mang lên Facebook để dân chúng miền nắng ấm coi cho đã thèm.

Nhan sắc của cô nàng tuyết ai cũng muốn được một lần diện kiến. Trong truyện "Gieo Cầu", tôi đã cho nhân vật Hạnh, một cô gái sống ở Đà Lạt, giấc mơ được thấy cô nàng tuyết. *"Tôi gật gù nhai miếng mực ngọt lịm đậm đà. Mắt Hạnh chăm chú nhìn sang phía tôi ngồi. Tôi tưởng cô chờ nơi tôi câu suýt soa khen ngợi, nhưng không phải. Câu hỏi của Hạnh làm tôi biết mình lầm. "Bên chú ở, tuyết đẹp lắm phải không chú?". Sau lưng tôi là một cây Giáng Sinh đèn xanh đèn đỏ nhốn nháo chớp tắt. Những vẩy bông gòn rải rác trên cây giả làm tuyết có lẽ đã gợi thắc mắc cho Hạnh. "Thì cũng như tuyết cháu thấy đây chứ có gì đâu!". Hạnh xì miệng. "Đồ giả mà chú nói giống đồ thật! Hỏi chú chán chết. Cháu hỏi cô vậy.". Hạnh quay sang Thư ngước mắt chờ đợi. Thư nhẹ giọng. "Nhìn tuyết thì thấy đẹp nhưng sống với tuyết cực lắm. Hồi còn ở bên đây, cô cũng như cháu, nhìn những tấm hình chụp hay xem phim ảnh, thấy tuyết là mê mẩn, thả bao nhiêu là mộng đẹp, hồn bay tận đâu đâu.". Hạnh vội xen vào. "Đúng đấy cô! Cháu thấy tuyết là như thấy sự thanh thản, nhẹ nhàng, lòng lâng lâng thích thú. Đẹp gì mà đẹp lạ đẹp lùng, cháu chỉ ước ao trong đời có được một lần tận mắt nhìn thấy tuyết."*

Sắc đẹp thường gây sóng gió đến chết người. *Sắc bất ba đào dị nịch nhân!* Nàng tuyết cũng dzậy. Nhìn nàng mới tới thấy trắng nõn nà, váy trắng muốt bao phủ khắp đất trời, ai thấy mà không thương. Nhưng khi tỉnh mới thấy nàng ta quá quắt . Nàng mang lại biết bao nhiêu phiền toái. Chẳng chết đuối nhưng cũng sất bất sang bang.

Phiền toái đầu tiên là cho dân lái xe. Nàng tuyết đã gài bẫy trên đường bằng những tảng băng trơn trượt. Dân cầm vô-lăng chẳng ai không có lúc khốn đốn vì cái bẫy này. Càng hung hăng càng bị nàng cười khanh khách cho trò chơi…dại của nàng. Đã có những anh coi thường, lái băng băng trên đường, nàng xoay cho một cái là chiếc xe quay lông lốc như con quay! Tôi nhớ mãi kinh nghiệm khi tôi lần đầu lái xe trên xa lộ vào lúc trời chạng vạng trong một ngày nàng tuyết làm bão. Chuyện từ năm 1986, khi tôi mới qua Canada được một năm. Bữa đó tôi lái xe tới thành phố Quebec, cách Montreal khoảng 300 cây số để ăn cưới đứa cháu. Xe mới mua chừng một tháng, còn mới toanh. Bằng lái cũng…mới toanh! Được cái tải xế đã từng lái ở Việt Nam nên tay lái cũng khá vững. Nhưng ở Việt Nam nàng tuyết đâu có lai vãng tới. Biết thân phận, tôi giữ tốc độ rùa bò. Trời mịt mù. Tuyết còn đang đổ trắng xóa tầm nhìn. Cứ nhìn đèn đỏ của chiếc xe đi trước mà bám theo. Vài anh hùng xa lộ vượt qua mặt tôi vèo vèo. Đi chừng vài cây số là thấy các anh hùng đều đang nằm lăn quay trên cỏ sâu phía bên đường. Họ đã bị nàng tuyết đè cho phơi áo! Trời này mà gọi được xe cẩu tới kéo lên có mà khướt! Đúng là nhanh nhẩu đoảng!

Trong thành phố, nàng tuyết nhẹ tay hơn. Muốn giỡn với nàng bằng tốc độ, nàng chỉ cho xe quay vài vòng là tởn tới già. Lái có trật tự như tôi mà cũng nhiều lần bị nàng cho xe trượt tứ tung. Có khi hôn…bàn tọa của chiếc xe phía trước, có khi hích nhẹ chiếc xe bên cạnh, có khi quay vòng như rớt tay lái. Kiểu nào cũng hại sức khỏe.

Thấy nàng tuyết đùa giỡn quá đáng, tiểu bang Quebec chúng tôi ra luật bắt dùng bánh xe mùa đông. Bánh xe mùa đông bám mặt đường hơn, giữ xe vững hơn nên ít bị trơn trượt. Trước khi có luật bắt buộc dùng bánh xe mùa đông ban hành vào năm 2008, dân lái xe có toàn quyền chọn lựa: hoặc dùng bánh xe bốn mùa, hoặc dùng bánh xe mùa đông. Không có luật bắt buộc, nhiều người, trong đó có tôi, ưa dùng bánh xe bốn mùa hơn. Bánh xe bốn mùa nhẹ tay lái nhưng dễ bị trơn trượt hơn. Nhưng cứ ỷ y mình lái chầm chậm, cẩn thận một chút là đỡ phải phiền phức mua thêm bốn chiếc lốp, thay qua thay lại mỗi năm hai lần, vừa mất thời giờ vừa hao tài tốn của. Thỉnh thoảng gặp những đoạn đường…chiến binh cũng hơi teo một chút, nhưng qua khỏi rồi thôi.

Từ khi có luật bắt buộc phải dùng bánh xe mùa đông mỗi năm, từ ngày 15 tháng 12 đến ngày 15 tháng 3, thì toàn dân phải thay. Nếu bướng bỉnh không theo thì cảnh sát sẽ hỏi thăm sức khỏe rất chi phiền phức và tốn tiền. Chỉ qua một năm áp dụng luật này, số tai nạn vì trò chơi ác nghiệt của nàng tuyết giảm được 5%, số người bị thương hay chết giảm được 597 người. Luật được ban ra, mừng nhất là các ông chủ *garage*. Mỗi năm hai lần, chỉ nội thay bánh xe đã vớ bộn tiền. Một ông bạn ở bên Cali hỏi tôi sao không chỉ dùng bánh mùa đông suốt năm cho đỡ đau túi tiền? Không được. Tôi thực sự chẳng rõ vì sao nhưng có lẽ vì bánh mùa đông không hợp với những ngày nóng mùa hè và hại mặt đường hơn nên phải mùa nào bánh đó. Khó nói chuyện với mấy ông bạn dân lắm!

Vậy là 8 năm nay, năm nào dân chúng tỉnh bang Quebec chúng tôi cũng phải thay bánh xe mỗi năm hai lần. Có những người may mắn, như ông bạn Luân Hoán chẳng hạn, có con có đủ đồ nghề thay bánh xe lấy nên đỡ phiền tới cái túi tiền… già. Nhiều người trai tráng khỏe mạnh cũng tự túc như vậy. Tiện tặn được mỗi năm cả trăm bạc.Thứ đại lãn như tôi thì cứ móc túi cho được việc nhà nước. Nhưng đâu phải cứ móc túi thôi là xong. Phải khuân đi khuân lại bốn cái bánh xe nặng chình chịch từ nhà tới *garage* và ngược lại, hao tổn nguyên khí rất bộn. Muốn bảo tồn nguyên khí thì phải gửi bánh xe ngay tại *garage,* chỉ việc lái xe tới, ngồi khểnh uống cà phê chừng nửa tiếng là phơi phới lái xe có bánh mới thay ra về. Muốn được nhàn nhã như vậy lại phải móc hầu bao chi thêm trăm bạc nữa. Chuyện tiền bạc, phiền phức! Biết sao được, tôi vốn không ưa nói chuyện tiền bạc và cũng không muốn để sống tiền bạc.

Nàng tuyết đâu có chỉ hành dân lái xe với trò thay bánh xe không đâu, nàng còn chơi trò ú tim dùng vạt áo giấu xe đậu bên lề đường. Có những buổi sáng bên cạnh lề đường chỉ thấy hàng hàng lớp lớp những hình thù khum khum như những con voi trắng đang nằm phủ phục. Xe của mình là con voi nào trong hàng trăm con voi trắng kia? Chuyện nhức óc. Muốn lôi chiếc xe của mình ra, phải nhận diện được nó. Nằm lù lù một đống cả dãy thế kia, biết đâu tìm. Đã có trường hợp đào toát mồ hôi ra mới biết mình đã đào xe của thiên hạ! Đào cho lộ mặt chiếc xe ra mới là thời kỳ…tiền sử. Sau đó phải làm sao bê được chiếc xe ra mà chạy. Mặt đường trơn trượt, rồ máy, bánh xe quay vòng vòng mà không nhúc nhích được một ly. Mặt đường, chỗ bánh xe quay tít mà xe vẫn dậm chân tại chỗ, bóng loáng như gương. Phải ới ông đi qua bà đi lại xúm nhau vào đẩy. Nếu vẫn không được, phải dùng miếng lót cho bánh xe có chỗ tựa để vọt ra. Trăm bề khổ ải chỉ vì nàng tuyết!

Người đẹp này còn chơi trò xô té thiên hạ để cười chơi. Đường trơn, giầy điệu nghệ mùa hè là thứ bỏ đi. Phải sắm bốt có đế bám tốt nếu không muốn làm xiếc. Tôi đã có lần té chỏng gọng mắc cở hết sức. Ông bạn Hồ Đình Nghiêm năm ngoái bị nàng tuyết cho đo ván, bể xương chậu, giờ vẫn còn chống gậy. Có cái may là ông nhà văn này được về hưu non luôn, khỏi phải cầy cấy mỗi ngày! Ông bạn Luân Hoán thì cứ xoành xoạch *xoạc cẳng đo xem đất ngắn dài.* Hình như dân Montreal chúng tôi chưa ai được miễn trừ chuyện vồ ếch. Chúng tôi đã có…châm ngôn: chưa té chưa phải dân Ca-na-điên!

Chơi với nàng tuyết vất vả như vậy nhưng ai cũng mê mẩn nhan sắc của cô nàng. Người dân xứ tuyết như chúng tôi thấy nàng tuyết bay về vẫn mừng trong tiếng thở dài. Người dân xứ chẳng bao giờ được nàng tuyết vén váy ghé qua vẫn còn mơ màng có ngày được diện kiến dung nhan. Mời các bạn theo dõi tiếp chuyện cô nàng Hạnh trong truyện "Gieo Cầu" của tôi. *"Hạnh hỏi: "Rồi muốn đi xe thì sao?". Tôi sốt ruột với những thắc mắc tưởng như không bao giờ dứt của Hạnh. "Thì đào tuyết, lôi xe ra chứ sao!". "Lấy gì mà đào?". "Lấy xẻng chứ lấy gì nữa. Mùa đông, xe nào cũng phải thủ cái xẻng cho chắc ăn.". Hạnh bơ bơ. "Vậy thì ở bên đó đi xe cũng giống như ở bên này đi làm rẫy ấy chú nhỉ?". Thư lăn ra cười. Tai tôi rần rần máu chạy. Nhìn khuôn mặt chân chất của Hạnh, tôi chẳng biết cô bé có định trêu chọc gì tôi không. Thẫn thờ nhìn tôi và Thư, Hạnh tha thiết. "Mặc! Cháu vẫn cứ mơ ước được thấy tuyết!".*

Vậy mới thấy, chẳng ai có duyên bằng cô nàng tuyết!

12/2016

NỊT

Đàn ông hay đàn bà đều dùng nịt tuy cách dùng có khác. Đàn ông nịt ở vòng 2 trong khi đàn bà nịt ở vòng 1. Chuyện nịt vòng 2 chán chết, chẳng có chi mà phiếm. Nịt vòng 1 mới hứng thú. Nào, chúng ta leo lên phiếm…thượng tầng!

Nịt tự nó đã mang ý nghĩa là thắt lại, giữ cho chặt. Nịt của các ông đúng bài bản này. Nhưng nịt của các bà không thắt chi cả, trái lại còn nâng lên nữa. Thực ra kể từ khi mới xuất hiện từ thời cổ La Mã, nó chẳng thắt mà cũng chẳng nâng. Nó che chắn. Đó là một miếng vải mỏng được dùng để che phần…dễ bể của các bà. Chuyện che chắn làm chúng ta nghĩ tới chiếc yếm của Việt Nam xưa.

Chiếc yếm xuất hiện từ bao giờ, người ta không biết rõ. Chỉ biết lần đầu tiên yếm được ghi nhận là từ thế kỷ 12 dưới triều nhà Lý. Nhưng mãi tới thế kỷ 18, hình ảnh chiếc yếm mới rõ ràng. Đó là một miếng vải hình vuông, vắt chéo trước ngực, góc trên khoét làm cổ, hai đầu đính mẩu dây để cột ra sau gáy. Nếu cổ khoét tròn thì gọi là yếm cổ xây, cổ nhọn hình chữ V gọi là yếm cổ xe, nếu chữ V được xẻ sâu xuống thì gọi là yếm cổ nhạn, hai góc ở hai bên có dây để cột ra sau lưng. Ngày nay chiếc yếm ít được dùng nên thế hệ sau ít biết tới hình dạng chiếc yếm. Nói vậy là nhìn theo cuộc sống thực tế ngoài đời. Hầu như chẳng còn bà nào mặc yếm. Nhưng chiếc yếm được tái sinh trên các bức hình "nghệ thuật" với các nàng người mẫu xinh như mộng khiến người ta lại thích yếm. Ít nhất là với các đấng mày râu. Yếm ở thế kỷ 21 dĩ nhiên khác với yếm của thuở xa xưa. Yếm ngày nay hình như mất công dụng che mà còn ỡm ờ như muốn khoe. Cái thứ nhạy cảm như vậy dĩ nhiên sẽ dễ dàng nhảy vào văn thơ.

Ca dao thiếu chi những câu ỡm ờ về miếng vải nho nhỏ đắp vào phần tinh tế nhất nơi người phụ nữ.

Thuyền anh ngược thác lên đây
Mượn đôi dải yếm làm dây kéo thuyền.

Ở gần mà chẳng sang chơi
Để em ngắt ngọn mồng tơi bắc cầu.
Mồng tơi chẳng bắc được đâu
Em cởi dải yếm bắc cầu anh sang.

Người xưa ỡm ờ một, người nay ỡm ờ hai. Ông bạn Luân Hoán của tôi ít khi bỏ qua những chuyện mặn mà như thế này lắm.

ví dầu sông rộng bằng trời
yếm em làm chiếc phao bơi nhẹ nhàng
sá chi sông rộng dềnh dàng
hít hơi yếm thắm dễ dàng sang chơi

Hình như nói tới yếm thì phải là "yếm thắm". Nhưng những thứ dính tới chị em phụ nữ đâu có đơn giản như vậy được. Màu sắc của yếm thay đổi tùy theo người mang nó. Người phụ nữ lao động mặc yếm nâu, thiếu nữ trong những gia đình gia giáo mặc yếm màu sắc trang nhã, người lớn tuổi mặc yếm màu thẫm. Yếm màu sắc sặc sỡ chỉ có những người như Thị Màu dùng. *Gió xuân tốc dải yếm đào / Anh trông thấy oản sao không vào thắp hương!*

Nhà thơ Hoàng Cầm tưởng như thấy loạn màu sắc yếm như cờ quạt ngày hội mà ông gọi là "hội yếm bay".

Ngất núi ô kìa anh vỗ nhịp
Bay cờ triệu yếm ríu ran ca
Ngũ sắc chen nhau cầu lễ hội
Nuột nà cởi bỏ áo hoa khôi

Yếm chỉ che chắn nên phụ nữ có nguy cơ giống như bà Triệu Ẩu. Mấy ông bạn tôi nhất định không chịu tin như vậy khi mải mê ngắm mấy cô yếm thắm người mẫu. Chiếc yếm các ông thấy hững hờ trên người các cô này trong các tấm hình tràn lan trên mạng rõ ràng bao bọc thứ ngạo nghễ như thách đố. Đúng là loại cam bưởi chứ không họ hàng chi với bầu mướp. Các ông tít mắt lại, đâu có nhớ là các cô người mẫu này ăn gian. Họ chỉ yếm khi chụp hình, còn nịt trong cuộc sống. Vậy nên mới bưởi mới cam.

Tôi phải thú thật là rất khoái cách ví von trái nọ với trái kia này. Vui một chút nhé. Người ta kể trong một cuộc thi… trái quốc tế có các thí sinh Mỹ, Nhật và Việt. Nhật đem một trái bưởi ra thách đố: "Phụ nữ nước tôi ngực bự như thế này đây!". Hội trường reo hò cổ vũ. Mỹ đem một trái dưa hấu ra và lên mặt: "Nước tôi, phụ nữ ít ra cũng cỡ chừng này!". Nhật tái mặt trong khi Việt Nam điềm đạm đưa ra một trái chôm chôm: "Nước tôi các bà các cô cỡ này". Dân chúng ngơ ngác. Thứ chôm chôm mà tranh đua nỗi gì! Chờ cho hội trường im lặng trở lại, Việt Nam mới chậm rãi nói thêm: "Thưa đó mới chỉ là chiếc núm!".

Vui thêm một chút nữa! Cậu con mới lún phún râu hỏi ông bố: "Bố ơi, sao bác Ba gái nói với con là con bồ của con ngực như trái chanh. Bộ người ta hay ví von như vậy sao?". Ông bố gật đầu. "Ờ! Thường người ta vẫn ví von như vậy cho dễ hình dung". Cậu con hỏi tới: "Vậy thì ngoài trái chanh còn những trái gì nữa hả bố?". Ông bố ừ hừm: "Trái chanh của con khi cỡ 20 tuổi thì như trái vú sữa, tròn và cứng. Mươi, mười lăm năm sau nó giống như trái lê, đẹp thì vẫn đẹp nhưng hơi xệ. Cỡ năm chục tuổi thì như…củ hành!". Cậu con hỏi lại: "Sao lại củ hành?". Ông bố chậm rãi: "Bởi vì hễ nhìn thấy thì mình chảy nước mắt!".

Nếu vào quầy trái cây ở chợ, chúng ta sẽ nhận thấy có một số trái như trái lê, trái mãng cầu không bị vứt ngổn ngang như những trái khác mà được bao bọc trong một bao lưới xốp thật mềm mại. Sở dĩ như vậy vì đó là thứ trái quý. Thứ trái trên ngực bà Eva quý hơn bội phần, vậy thì bao bọc cẩn thận là chuyện thuận với lẽ trời. Thuận nên chúng ta nói tiếp.

Trái cây thì bao bọc sơ sài là xong. Chỉ cốt cho khỏi trầy trụa. Thứ trái của các bà không thể sơ sài được. Vậy nên người ta mới khổ công vắt óc để phong phú hóa, đa dạng hóa những chiếc áo nịt. Vào thế kỷ thứ 14, chiếc áo nho nhỏ này được các phụ nữ Pháp đua nhau dùng. Tới thời Phục Hưng, thế kỷ 15 và 16, trào lưu này mới lan sang các nước châu Âu khác. Những ai thích coi phim lịch sử chắc đã có lần được mục kích những chiếc áo lót do các nữ diễn viên dùng thuở đó. Nó cứng ngắc với những khung sắt hoặc khung gỗ được lồng ở bên trong. Phía sau của áo là những sợi dây chằng chịt cốt để thắt lại cho nổi cái eo thon thon. Cột thắt như vậy không biết sao mà thở được! Các bà các cô ngày nay chắc có cho tiền cũng chẳng mặc thứ áo hại sức khỏe, cản trở sinh hoạt hàng ngày này. Nhưng qua mấy thế kỷ, phụ nữ Âu châu xưa vẫn phải gò bó như vậy. Tới thế kỷ thứ 18, xuất hiện chiếc *gourgandine.* Đó là những chiếc nịt có gọng đỡ. Tình hình coi bộ không khá hơn. Gò bó vẫn gò bó. Vậy nên chỉ một thời gian là chiếc áo…gọng này bị đào thải. Thế vào đó là những chiếc khăn quấn có nơ phía trước, gần giống như hình dáng chiếc áo nịt ngày nay.

Mãi tới năm 1913, kiểu áo với hai phần bầu ngực hình tam giác tách biệt hẳn nhau mới xuất hiện tại Pháp. Người vẽ kiểu cho chiếc nịt văn minh này lại là người Mỹ, bà Mary Phelps Jacob. Sự mềm mại là trào lưu mới của nịt ngực. Chất liệu dùng để chế tạo là những thứ nhẹ nhàng như lụa, *mousseline.*

Năm 1928, bà Ida Rosenthal đã nghĩ ra kích cỡ của nịt ngực, tạo thành một hướng thay đổi mới. Không còn cá mè một lứa *one size fits all* nữa mà có số đàng hoàng. Thời cận đại, kể từ sau Thế Chiến thứ hai, nhà thời trang Christian Dior tung ra xu hướng *New Look* khiến các bà các cô mê mẩn đổi mốt. Nịt không còn mang nhiệm vụ che chắn mà theo trào lưu bung ra. Diễn viên nổi tiếng thời thập niên 1950 Bettie Page, thuộc thế hệ người mẫu đầu tiên của tạp chí *Playboy,* đã lăng xê kiểu áo nóng bỏng bằng bộ ngực núi lửa của cô. Đó là những chiếc áo có hai dây chéo quàng lên cổ, kéo ngực lên và dồn hai bầu ngực gần lại nhau. Thập niên 1960 kiểu áo *wonderbra* của Louise Poirier, người Canada, ra đời giúp bộ…trái cây của các bà được nâng cao lên hơn nữa. Tới khi Victoria's Secret ra đời vào thập niên 1980 với cửa hàng đầu tiên tại San Francisco thì nịt ngực mới bung ra hết kiểu cọ và kích cỡ tôn vinh vẻ đẹp đặc trưng của các bà các cô. Ngày nay, cánh mày râu chúng ta bối rối trước những con số và chữ nghĩa…mật mã của phái đẹp. Có một người có vẻ không bối rối là ông bạn Bùi Bảo Trúc. Ông này rất rành sáu câu những con số từ 30 trở lên và những con chữ A, B, C, D đầy kỳ bí!

Thời buổi kỹ thuật cao ngày nay, chiếc nịt của các bà không thể làm lơ không theo thời được. Sản phẩm *hot* nhất ngày nay là những chiếc đồng hồ thông minh *smartwatch.* Không biết tôi có cần nhắc lại là tôi cũng…thông minh móc túi ra sắm một chiếc từ hồi đầu năm nay không. Chiếc đồng hồ này, ngoài việc chỉ giờ và ngày tháng, còn đếm bước đi bước chạy của chúng ta, nhắc nhở chúng ta vận động hàng ngày, coi giấc ngủ của chúng ta có sâu hay không, và nhất là đo nhịp tim nhịp thở của người đeo nó. Hãng *OMsignal* ở Montreal chúng tôi vừa phát minh ra chiếc nịt ngực mang tên *OMbra* đánh bay chiếc đồng hồ thông minh này. Chẳng biết có nên gọi chiếc nịt ngực này là nịt…thông minh không. Chủ nhân của hãng, ông Stephane Marceau, cho biết: "Tim và phổi của con người không nằm trên cổ tay, bởi vậy nên muốn đo đúng các tín hiệu thì phải đo ngay từ chỗ phát xuất ra tín hiệu đó. Chiếc nịt ngực nằm đúng ngay chỗ thuận tiện để lắng nghe nhịp đập của cơ thể nhất". Đúng, không chệch đi đâu được. Có điều tôi thắc mắc là từ chỗ nịt ngực tới chỗ phát xuất ra tín hiệu có một chiếc mô do vi-xi đắp nằm chắn ngang, liệu tín hiệu có bị cản trở chăng! Dù sao, hãng chế tạo cũng quả quyết là chiếc nịt *Ombra* do họ chế tạo đo nhịp tim, nhịp thở chính xác hơn. Những dữ liệu nịt ngực gửi đi sẽ được phân tích trong một *app* trên *smartphone* để người dùng được chỉ dẫn cách vận động tốt nhất. Bước đầu, mới chỉ có *app* trên *iPhone,* khoảng đầu năm 2017 mới sang tới các điện thoại dùng hệ thống điều hành *android.*

Phải mất bao nhiêu thời gian, tốn bao tim óc, chiếc nịt ngực mới được như ngày nay, nhưng một số các phụ nữ đã vất chúng vào sọt rác một cách không tiếc thương. Đó là các nàng trong phong trào mang tên *"Free the Nipple"*. Thả rông bộ ngực trước hết mang ý nghĩa giải phóng phụ nữ. Tại sao đàn bà không bình đẳng như đàn ông mà cứ phải bó chặt tù túng như vậy? Câu hỏi đầy chính nghĩa, cánh đàn ông coi bộ cũng ủng hộ hết mình. Chúng ta đều thả rông! Chị em trong phong trào còn...chính nghĩa hơn khi viện lý do khoa học để chứng minh thả rông bộ ngực mang lại lợi ích cho sức khỏe phụ nữ. Theo Tiến Sĩ Priyanjalee Perera, chuyên gia về sức khỏe phụ nữ, thì thời gian mang nịt ngực quá lâu có thể gây tổn thương cơ bắp, mỏi lưng và đau đầu. Phần quai ngang và quai dọc bó sát vào thân người gây ra những tổn thương về lưng, xương và tư thế. Còn Giáo Sư người Pháp Jean-Denis

Rouillon đã khẳng định: về mặt sinh lý và giải phẫu học, ngực của phụ nữ không đạt được lợi ích gì khi mặc nịt ngực. Giải phóng bộ ngực khỏi chiếc nịt làm ngực săn chắc hơn và ít biến dạng hơn. Mặc dù giơ cả hai tay hai chân ủng hộ phong trào, tôi cũng phải nghi ngờ về tính chính xác của kết luận của ông giáo sư người Pháp. Có nâng đỡ vẫn hơn là phó mặc cho trọng lực kéo ngực xuống chứ. Tôi mới đọc được chuyện sau trên mạng. Trong giờ sinh học, cô giáo hỏi cả lớp: "Tại sao ở lứa tuổi nhỏ, các em nữ thường có xu hướng cao hơn các em nam?". Một em giơ tay xin trả lời: "Thưa cô, bởi vì con trai có hai quả cân níu lại ạ!". Cô giáo bực mình hỏi tiếp: "Thế tại sao ở tuổi trưởng thành, con trai lại cao hơn con gái?". Một em khác trả lời: "Bởi vỉ lúc ấy hai quả cân của con gái mới nặng hơn hai quả cân của con trai ạ!".

Tung hê chiếc áo lót mới là pha đầu của cuộc cách mạng bỏ đi chiếc nịt ngực. Pha hai mới tẩy chay rốt ráo. Đó là phong trào cởi tuốt luốt cả nịt lẫn áo cho mát mẻ. Cánh mày râu thì mát ...mắt. Cả hai đều mát nên phong trào này rất rầm rộ. Có nguyên một hội tuốt luốt như vậy mang tên FEMEN xuống đường quậy khắp nơi. Trong ngày quốc tế lao động 1/5 năm nay, các bà tô hô nửa người xuống đường ở khắp nơi với con số dễ nể. Tại Paris, đã có tới 250 ngàn người diễu hành đòi tăng việc làm, giải quyết thất nghiệp, tăng lương và một số vấn đề xã hội khác như phân biệt chủng tộc, phát xít. Tại thủ đô Mạc Tư Khoa của Nga, 100 ngàn người xuống đường đòi không tăng thuế, không tăng giá sinh hoạt, tăng lương và tăng tiền hưu trí. Tại Los Angeles của Mỹ, hàng trăm người biểu tình chống ứng cử viên Donald Trump vì ông này chống dân nhập cư, coi thường phụ nữ. Nghe những con số trên mà phát khiếp. Lỗi tại tôi chưa nói hết. Đám biểu dương lực lượng đông đảo này gồm cả các ông, cởi trần hay không tôi chẳng cần biết. Tôi đồ chừng số các ông chắc đông đảo hơn vì suy ra, nếu là tôi, thì tôi cũng xuống đường ngay!

Các bà các cô của phong trào FEMEN mang trái cây ra phơi với sự hỗ trợ của các ông. Vậy là vui vẻ cả nhà!

Truyền thông khắp thế giới vừa nóng lên cực độ với cuộc ly dị của hai tài tử nổi tiếng Brad Pitt và Angelina Jolie. Họ moi móc nguyên nhân của cuộc chia tay ồn ào này. Trong các nguyên nhân được bàn tới, có báo đã ỡm ờ đặt câu hỏi là liệu việc cô Jolie cắt béng cả hai trái đào tiên để phòng ngừa ung thư ngực di truyền có ăn nhậu chi tới chuyện anh đi đàng anh tôi đằng tôi này không.

Thường thì cánh đực rựa anh nào cũng trái trăng cả, chẳng lẽ anh Brad Pitt lại khác người!

09/2016

NÓI

Chuyện vừa xảy ra tuần trước. Tôi đang lái xe trên xa lộ 40 ở Montreal thì bị một xe chạy ở lằn xe kế bên lấn qua vạch chia cách lằn xe tôi đang chạy. Xe chạy với tốc độ rất chậm và xàng xê khiến xe tôi không thể chạy lên được. Chịu đựng ít phút, thấy tình hình vẫn không thay đổi, tôi bóp còi để chiếc xe "say rượu" đó chạy đúng theo lằn xe. Lập tức, tài xế xe giơ ngón tay giữa lên! Sau đó, tôi mới biết tài xế không say rượu nhưng đang nói phôn. Dĩ nhiên nói bằng *bluetooth.* Thời buổi đã có luât lệ đàng hoàng, không ai dại gì cầm phôn nói trong khi lái xe để lãnh búa.

Cái búa này đập rất kỹ. Kỹ nhất tại Canada là tỉnh bang British Columbia. Lần đầu mà khơi khơi cầm *cellphone* a lô phải đóng 543 đô, lần vi phạm thứ hai tăng lên 888 đô. Đó mới là chuyện cái túi, chuyện cái bằng lái cũng rất chua: trừ 4 điểm! Tỉnh bang Ontario phạt tiền từ 490 đô đến 1000 đô và trừ 3 điểm bằng lái. Tỉnh bang Prince Edward Island nặng tay hơn: tiền từ 500 đến 1200 đô, trừ 5 điểm bằng lái. Nơi tôi ngụ cư, tỉnh bang Quebec tương đối nhẹ nhàng: tiền chỉ từ 80 đến 100 đô và trừ 4 điểm bằng lái.

Những người lái xe khi bị phạt tiền chỉ tiếc sơ sơ rồi quên đi. Đó là vật ngoại thân, mất đó rồi có đó. Nhưng đụng vào điểm của bằng lái thì khốn nạn cuộc đời. Tấm bằng lái trinh nguyên có 12 điểm tất cả. Bị phạt 4 điểm là mất một phần ba, chỉ còn 8 điểm. Nếu chạy quá tốc độ sẽ bị trừ nghiến đi 2 điểm, vượt đèn đỏ tôi không biết mất mấy điểm vì tôi vốn chạy xe rất hiền hòa chưa bao giờ làm lơ với màu đỏ. Bạn tôi, một tài xế khá du côn, có khi chỉ còn 2 điểm, đủ để giữ cái bằng lái. Mất nốt 2 điểm then chốt này thì cuộc đời ăn mày liền. Phải mất 2 năm, những điểm bị trừ mới được hồi sinh. Các thanh niên có bằng tạm lại chỉ có 4 điểm thay vì 12 điểm. A lô trên xe là mất ngay bằng lái.

Sợ mất điểm bằng lái như vậy nên ít ai dám hiên ngang cầm phôn a lô. Toàn phải dùng *bluetooth,* nói mà không vướng bận đôi tay. Các xe đời mới sau này đều có *bluetooth* gắn sẵn trên tay lái, chỉ cần cho số phôn tay của mình vào là xài được. Nhưng xe đời không mới, như xe của tôi, chưa văn minh đến vậy. Muốn có *bluetooth* phải mua thêm máy gắn vào. Ngày trước máy gắn trên tấm che nắng trước mặt tài xế. Hơi bất tiện vì nó nằm tuốt ở trên nên tiếng nói không rõ ràng. Bi chừ có chiếc máy gọn gàng gắn ngay ở tay lái, nói chẳng khác chi với *bluetooth* của xe đời mới.

Vậy thì vừa lái xe vừa nói phôn đã phân minh. Có vấn đề chi mà phải…phiếm. Vậy mà có! Cuối tháng 7 vừa qua, bà điều tra viên Renee Roussel của tỉnh bang Quebec chúng tôi điều tra một vụ tai nạn xe hơi. Tai nạn xảy ra vào ngày 29 tháng 11 năm 2015. Nạn nhân là bà Florilda Castonguay, 75 tuổi nhưng còn rất khỏe mạnh, rất năng nổ hoạt động. Chiều nào bà Castonguay cũng đi bộ quanh khu vực St-Alexandre-de-Kamouraska ở phía đông bắc thủ đô Quebec City. Vào cái ngày định mệnh đó, một ngày Chủ Nhật, bà đi ăn sáng với chồng, sau đó đi mua quà cho các cháu, rồi đi bộ như thường lệ trước khi mặt trời lặn. Sau khi đi bộ, bà sẽ về nấu ăn cho hai vợ chồng.

Thời tiết ngày hôm đó dưới không độ nhưng đường phố không trơn trượt. Con đường bà đi không có vỉa hè và tuyết bị xe gạt tuyết dồn thành đống ngay sát lề đường nên bà phải đi dưới lòng đường. Khoảng 3 giờ rưỡi chiều, một chiếc xe quẹo ở đầu đường, cách chỗ bà đang đi khoảng 50 thước, tới phía sau lưng bà. Bất thần chiếc xe húc vào phía sau bà Florilda khiến bà té ngửa trên cóp xe. Bà bất tỉnh. Người đi đường và tài xế gọi xe cứu thương tới ngay. Bà được đưa tới bệnh viện nhưng qua đời vào lúc 6 giờ 40 phút vì chấn thương sọ não.

Tài xế xe khai là anh bị chia trí khi lái xe vì những người cùng ngồi trong xe và chỉ thắng gấp vào giờ chót nhưng không kịp. Dấu vết bánh xe trên đường được cảnh sát ghi nhận là xe chạy với tốc độ 30 cây số / giờ. Không có xe nào khác chạy trên đường khiến tài xế phải phân tâm. Các nhà điều tra tìm ra là tài xế đang nói điện thoại khi xảy ra tai nạn. Tài xế chối phắt. Nhưng trên điện thoại cầm tay có ghi lại cuộc điện đàm vào lúc đó.

Bà Renee Roussel phải kết luận đây là một tai nạn vì

hiện không có luật nào quy định tài xế không được nói chuyện điện thoại khi đang lái xe miễn là họ không cầm điện thoại trên tay. Bà viết trong bản án: "Trên căn bản chưa có một trường hợp nào mà tòa buộc một người phải chịu trách nhiệm hình sự về cái chết của một người khác vì nói chuyện điện thoại trong khi đang lái xe. Bất kể hậu quả gây ra vì hành động của họ, họ chỉ có thể bị phạt tiền và trừ điểm bằng lái xe. Phôn tay, dù sử dụng cách nào khi đang lái xe, đều nguy hiểm và cần phải hoàn toàn cấm khi đang điều khiển một vật di chuyển".

Kể ra bà Renee Roussel cũng có lý khi đề nghị cấm hoàn toàn việc dùng phôn tay khi đang lái xe. Dù không động tay tới chiếc phôn nhưng chỉ nguyên việc nói chuyện không thôi cũng đủ khiến tài xế mất tập trung.

Cái tội nói phôn khi lái xe được liệt kê khá nhiều. Trước hết, nó làm tài xế chia trí khiến việc điều khiển tay lái không cẩn thận gây nhiều rủi ro cho chính tài xế, các người ngồi trên xe và khách bộ hành. Trường hợp ông tài xế giơ tay chửi thề tôi là một bằng chứng. Ông say mê nói quên cả việc giữ tay lái cho thẳng, chắn làn đường của xe tôi. Tội của ông thêm nặng khi được tôi báo động, đã không giữ được bình tĩnh, còn ném lại cho tôi ngón tay giữa. Lái xe là phải có tầm mắt quan sát rộng trên toàn thể khung cảnh hầu có thể có phản ứng cần thiết khi xảy ra những bất thường trên đường, mải nói thì tâm trí để cả vào câu chuyện, có biết trời trăng chi trước mặt đâu! Khi nói, say mê vào câu chuyện, đâu có để ý tốc độ xe chạy, khi nhanh quá, khi chậm quá, làm phiền những xe chạy chung quanh. Miệng nói thì mắt cũng lơ là với những bảng báo hiệu trên đường. Có những đoạn đường đặt những bảng báo sửa đường, dồn lằn xe chạy lại, miệng nói thì phản ứng sẽ chậm lại, đâu có thể đối phó kịp thời cho khỏi xảy ra tai nạn. Tóm lại, khi miệng tía lia thì các phản ứng khác đều chậm lại, gây nguy hiểm cho mình và cho người.

Thống kê tại Mỹ cho biết mỗi ngày có 9 người tử vong và 1060 người bị thương trong các vụ đụng xe do tài xế mất tập trung. Nghe ra thì là con số nhỏ nhưng nếu tổng kết trong cả năm, con số sẽ phồng lên tới mức báo động. Theo thống kê năm 2012, có 3328 người chết và 421 ngàn người bị thương vì tai nạn do tài xế bị chia trí khi lái.

Nhưng cấm hẳn phôn tay khi đang lái xe, lại gây rắc rối lớn. Trước hết là chuyện sinh hoạt của chúng ta. Giờ phút lái xe là giờ chết, người ta cần lợi dụng khoảng thời gian này cho khỏi uổng phí. Dặn vợ con chuyện này chuyện kia trước khi về nhà là chuyện cần thiết. Tiếp tục bàn bạc chuyện làm ăn cũng là một cách tiêu pha thời giờ kẹt trên xe một cách khôn ngoan. Hẹn bạn bè chỗ này chỗ kia để đến nơi trúng phóc. Tất cả những chuyện có thể coi như…công việc này đều nhờ chiếc điện thoại cầm tay. Nay không cho nói nữa, bực mình muốn chết!

Mấy anh thanh niên, mấy chị còn trong binh chủng "phòng không", lợi dụng lúc này để tán tỉnh nhau. Chuyện của những người yêu nhau có bao giờ muốn dứt. Muốn dứt cũng khó mà dứt. Cả giờ lái xe có khi không đủ diễn tả thâm tình.

Bạn bè "tám" với nhau chuyện thiên hạ. Chuyện đứa này

đứa khác. Chuyện người ghét người thương. Nói sao cho thấu. Phút này qua phút khác, giờ này qua giờ khác, chiếc bánh xe còn lăn là cái miệng còn tía lia.

Những lý do vừa kể là chuyện tào lao. Ngày xưa, khi chưa có phôn tay, người ta vẫn ngậm miệng, có sao đâu. Những ông bà thích tán dóc khi lái xe hỏi vặn lại: ngày xưa khi chưa có xe hơi, người ta cưỡi ngựa hay cuốc bộ, có sao đâu? Ý họ muốn nói là với nền văn minh hiện đại, những phát minh phục vụ cho đời sống con người ngày càng nhiều, càng tiện lợi, tại sao chúng ta lại phải nhịn chỉ vì những tai nạn do một thiểu số người gây ra? Nếu cấm như vậy thì tại sao không cấm luôn xe hơi khi chiếc xe là thứ giúp con người gây ra tai nạn?

Nói là một nhu cầu của con người. Có người còn đi xa hơn khi cho nói là một cách giải tỏa khiến con người thấy thoải mái trong cuộc sống hơn. Tôi thấy lý luận này đúng phóc. Những người hay nói là những người vui vẻ, dễ được cảm tình của người khác. Còn những người miệng cóc là những bức tượng rầu rĩ với người khác. Người ta thích gặp những người hay nói cho cuộc đời tươi vui hơn là gặp những người vụng nói cho chán mớ đời. Nhưng chuyện chi cũng có giới hạn của nó. Có những người thích độc quyền nói, không cho người khác "cướp diễn đàn", làm người ta sợ, tối về vẫn nghe như liên thanh nổ trong giấc ngủ.

Nhu cầu nói khủng khiếp như vậy nên bịt miệng không cho nói, nhất là khi rỗi rảnh trên tay lái xe, ai mà chịu. Nhưng chiếc điện thoại cầm tay trên xe không phải chỉ dùng để nói những chuyện tào lao như tôi kể ở trên, nó còn là một thứ cần thiết khi hữu sự. Trong trường hợp xảy ra tại nạn, chiếc phôn tay là cứu tinh đến kịp thời. Mọi người sẽ gọi 911 tức thời. Xe cứu thương sẽ ò e tới sớm giữa lúc mỗi phút trôi qua là thời gian sinh tử của một nạn nhân. Cứ thử nhớ lại chuyện xưa coi, xưa nhưng cũng chỉ mới cách đây vài chục năm, khi tai nạn xảy ra, người ta phải hộc tốc đi kiếm nơi có điện thoại để a lô cấp cứu. Ở trên đường phố, nơi có những trạm điện thoại công cộng hay các cửa tiệm có sẵn điện thoại còn đỡ, trên xa lộ mới trời ơi, kiếm đâu ra chiếc điện thoại để cứu cấp đây. Những hộp điện thoại trên xa lộ có đó, nhưng khoảng cách của chúng không gần. Ngày nay, mỗi lần lái xe trên xa lộ, nhìn thấy những chiếc hộp điện thoại cũ kỹ còn nằm đó đang chờ mai một với thời gian, chúng ta mới thấy cái phôn tay quý như thế nào.

Phôn tay ngày nay không chỉ dùng để a lô, nó còn là chiếc GPS chỉ đường đi nước bước cho tài xế. Nó báo trước chỗ nào đang sửa đường, chỗ nào đang kẹt xe, và hướng dẫn xe đi qua đường khác ít xe lưu thông hơn. Nó "thông minh" như vậy nên giúp việc lưu thông mượt mà hơn, tiết kiệm được thời gian, giảm bớt việc xả khói xe khi xe phải đứng ỳ ra chờ, làm lợi cho môi trường biết bao.

Người ta xúm lại bắt nạt chiếc phôn tay có lẽ vì nó là một trò mới mà giới trẻ rất thích. Tai nạn xe cộ thường do giới trẻ gây ra. Có thể vì tuổi trẻ hăng tiết vịt hay lái nhanh và lái ẩu. Hơn nữa, tuổi trẻ chuộng những phát minh mới nên anh chị nào chẳng có chiếc điện thoại di động trong tay. Ngay những người không còn trẻ nữa cũng phải dắt túi cái điện thoại vì sự tiện lợi của nó tuy trong thâm tâm họ không thích chút nào. Tôi có những ông bạn (bạn của tôi thì không còn có thể trẻ được!) nhất định không di động di điếc chi cả. Đó là thứ xâm phạm thô bạo vào sự tự do của các ông. Cái thứ chi mà mình ngồi ở xó nào bà vợ già cũng moi ra được! Nhiều ông chơi trò khá thông minh: quên không mở điện thoại! Tuổi của các ông ấy quên là chuyện tự nhiên, trách chi được! Nhưng cho cái điện thoại cầm tay đi ngủ thì các ông bạn lại chẳng hẹn hò chi được. Đã thiệt thòi còn bị mắng vốn về tội thiếu văn minh. Vậy nên đành phải hy sinh sự tự do để đổi lấy tình bạn.

Đang nói chuyện tuổi trẻ lại quẹo qua chuyện mấy ông bạn già, thiệt lẩm cẩm. Theo báo *The Bulletin* ở Úc thì "số lượng điện thoại di động hiện được sử dụng nhiều gần bằng số máy ti-vi và *computer* cộng lại". Số điện thoại di động nay đã qua mặt số điện thoại để bàn! Cứ nhìn vào đàn con của tôi ắt biết. Vợ một *cellphone,* chồng một di động, các con lớn mỗi đứa dắt lưng một cái mà chúng gọi là "dế con". Điện thoại nhà bị súp đi là cái cẳng. Một chuyên viên kỹ thuật đã phải mô tả điện thoại di động ngày nay là "một hiện tượng xã hội"! Người trẻ mà không có điện thoại di động thì chẳng ai thèm chơi! Vậy nên trai thanh gái lịch cứ phải một cục dắt bên mình mới ra người của xã hội!

Cellphone nổi như vậy nên đóng vai một người có tóc. Bị nắm đầu hoài. Cứ tai nạn xe hơi là phôn tay bị mang ra hài tội. Trong vụ án xe chạy chỉ có 30 cây số / giờ mà cán chết bà Florilda Castonguay ở Quebec City, tài xế đã khai là bị người đi cùng xe chọc ghẹo nên chia trí không thắng kịp. Vậy mà bà điều tra viên Renee Roussel vẫn cố moi ra để đổ tội cho chiếc điện thoại cầm tay.

Đành rằng *cellphone* cũng đáng tội lắm nhưng những thứ linh tinh lang tang khác cũng đáng tội không kém, nếu không muốn nói là hơn. Đại Học Iowa bên Mỹ và tổ chức *AAA Foundation for Traffic* đã nghiên cứu 2.200 đoạn *video* được ghi hình trong khoảng thời gian trước khi xảy ra tai nạn mà tài xế là những người trẻ tuổi để đưa ra kết quả khá bất ngờ. Nguyên do tai nạn là do tài xế bị mất tập trung vì mải nói chuyện hay giỡn cợt với các người khác trong xe chiếm tới 15% tai nạn. Trong khi đó chỉ có 12% là do nói chuyện điện thoại và 11% do bị chia trí vì nghe nhạc hoặc theo dõi GPS.

Những người ngồi chung trên xe thường thiếu ý thức cảnh giác. Họ ngồi thoải mái, không phải đặt tay vào bánh lái, không phải nhìn đường nhìn xá nên họ hưởng sự nhàn nhã mà tài xế không có được. Họ dùng sự nhàn nhã để đấu láo, kéo tài xế vào câu chuyện. Họ ăn uống và bắt tài xế ăn theo. Họ không kìm hãm được *volume* trong cổ họng khiến chuyện trò lớn tiếng. Có những bà có tật lên xe là lái...tài xế hoặc lôi những chuyện bực mình ra tranh cãi vào lúc ngồi xe rảnh rỗi. Tất cả những thứ trời ơi đất hỡi đó làm tài xế chia trí dễ gây ra tại nạn.

Có những bà vừa lái xe vừa trang điểm khi phải đi làm sớm. Hoặc vừa lái xe vừa ăn sáng, cà phê cà pháo, coi chuyện lái xe là chuyện phụ. Có những ông lên xe mà đầu óc để đâu không biết hoặc lo tính toán chuyện này chuyện kia, chia sự chú ý nhiều hơn cho những thứ trong đầu hơn là cho việc nhìn đường nhìn xá. Có những đấng nhi đồng cãi nhau chí chóe, tranh dành đồ chơi cật lực khiến ông bố lái xe phải làm trọng tài phân xử, mất tập trung trong việc lái xe.

Những chuyện linh tinh đó thường ít khi bị quy tội trong những tai nạn xe cộ. Vì chẳng có luật nào quy tội được cho những chuyện này. Chỉ có luật cho *cellphone!*

Nhưng chuyện anh chàng lái xe tán chuyện bằng phôn tay khiến chiếc xe lấn qua lằn xe đang chạy của tôi đích thị là chuyện của cái *cellphone.* Ngồi một mình mà vừa nói vừa cười huyên thuyên, thỉnh thoảng lại giơ tay quơ quơ vào không khí thì hoặc là nói phôn hoặc là điên. Tôi không nghĩ anh chàng này điên. Vì anh còn đủ sáng suốt để tức tiếng còi xe nhắc nhở của tôi, gửi cho tôi ngón tay giữa.

Tôi phải thú nhận là tôi cũng tức. Không tức sao được khi mình đã đủ lịch sự chờ cho anh chàng múa tay múa chân một thời gian mới bóp còi nhắc nhở, vậy mà tấm lòng của mình bị đối xử tàn tệ. Vậy nên tôi không dằn lòng được, cũng lại quả cho anh ta ngón tay giữa của tôi!

08/2016

PHÁP

Dân ta chắc không ai không biết bà Kim Phúc. Bà nổi tiếng từ hồi nhỏ, nổi tiếng một cách đau đớn. Bà chính là đứa bé gái trần truồng chạy loạn trên Đại Lộ Kinh Hoàng sau khi bị bom *napalm*, trong bức hình lịch sử của phóng viên nhiếp ảnh Nick Ut. Bức hình được chụp vào ngày 8 tháng 6 năm 1972, giữa lúc cuộc chiến Việt Nam đang hồi khốc liệt. Bức hình sau đó đã được cả thế giới biết đến và được giải Pulitzer.

Năm nay 54 tuổi, "bé" Kim Phúc vừa tới Montreal nói chuyện trong khuôn khổ cuộc hội thảo *Talking about Peace* được tổ chức vào ngày 17 tháng 2 năm 2017 tại Bảo Tàng Mỹ Thuật của thành phố. Bà hiện là Đại sứ Thiện Chí của Quỹ Nhi Đồng Liên Hiệp Quốc UNESCO.

Sau 1975, bà theo học y khoa. Năm bà 19 tuổi, cộng sản Việt Nam buộc bà thôi học để dùng bà như một công cụ tuyên truyền cho nhà nước. Bà tiếc nuối: "Tôi mất giấc mộng trở thành bác sĩ để trở thành một tù nhân". Cùng năm đó, bà theo Thiên Chúa Giáo và đây chính là một bước ngoặt trong cuộc đời của bà. Bà tâm sự: "Trong nhiều năm, trong tôi chỉ có sự hận thù và nó đã giết tôi từng ngày. Tôi tự hỏi: làm sao tôi có thể hận thù trong suốt cuộc đời còn lại của tôi? Tôi cần phải được giải thoát". Bà đã được giải thoát vào năm 1994, khi bà từ Mạc Tư Khoa trở về nơi bà đang du học là Cuba. Máy bay ghé xuống Gander, tỉnh bang Newfoundland của Canada, trong một tiếng. Nhân cơ hội này, bà đã đào thoát và định cư tại Ontario, Canada. Khi bà đào thoát, bà chẳng biết chi nhiều về cái xứ Canada. Bà chỉ biết có ba điều: rất lạnh, có lá cờ đẹp và dân chúng nói hai thứ tiếng Anh và Pháp.

Điều thứ ba mà bà Kim Phúc biết là đúng. Ngôn ngữ chính thức của Canada là hai thứ tiếng Anh và Pháp. Nhưng tiếng Pháp chỉ được dùng tại tỉnh bang Quebec và một vài vùng phụ cận. Các tỉnh bang khác của Canada ít người biết tiếng Pháp. Tại sao tiếng Pháp chỉ được dùng bởi một thiểu số người Canada mà cả nước phải chịu?

Muốn biết, chúng ta phải lần theo lịch sử Canada. Sau khi dân gốc Anh thôn tính vùng *New France* của di dân từ Pháp qua, họ dần dần áp đặt việc dùng tiếng Anh cho toàn thể hai vùng Thượng Canada (*Upper Canada)* và Hạ Canada (*Lower Canada).* Vùng Thượng Canada sau này trở thành tỉnh bang Ontario và vùng Hạ Canada trở thành tỉnh bang Quebec. Không chỉ khác nhau về ngôn ngữ, hai bên còn khác nhau về tôn giáo: bên Quebec theo đạo Công Giáo trong khi bên Ontario theo đạo Tin Lành. Về luật pháp hai bên cũng khác biệt: bên Quebec theo Dân Luật của Pháp trong khi bên

Ontario theo luật Anh. Bị áp đặt dùng tiếng Anh, dân gốc Pháp chống lại. Họ luôn luôn bảo vệ sự khác biệt của họ với phần còn lại của Canada. Vào thời gian hai bên còn tranh chấp này, dân Mỹ tuyên bố độc lập, tách rời khỏi mẫu quốc Anh. Các nhà cách mạng Mỹ thấy dân phía Canada còn bị Anh chiếm đóng nên cảm thấy bất an. Để đề phòng dân Mỹ qua xâm lấn, cả dân gốc Anh và dân gốc Pháp của Canada có nhu cầu thỏa hiệp với nhau. Vậy là dân gốc Pháp có thế. Họ duy trì được tiếng Pháp và Canada trở nên một quốc gia có hai thứ tiếng chính thức.

Nếu không ở Canada, người ta có thể cho đây là một lợi thế. Có hai thứ tiếng thì con dân như có hai cái miệng, có thể vi vút cả Anh lẫn Pháp khi giao thiệp với người ngoại quốc. Tha hồ đi ta bà thế giới mà không phải ngọng miệng. Nói nghe ngon vậy nhưng ở trong còn lắm điều phiền phức.

Phiền phức đầu tiên là tốn tiền. Tất cả giấy tờ đều phải làm thành hai thứ tiếng. Tốn gấp đôi tiền in, lại phải mất tiền công dịch thuật. Trên nguyên tắc, chính phủ làm việc bằng hai thứ tiếng nên công chức liên bang đều phải biết hai thứ tiếng. Đòi hỏi nhiều thì phải trả lương nhiều. Tôi ở Quebec nên khi tới cửa công muốn nói tiếng chi, nhân viên chính phủ cũng thù tiếp được hết. Nhưng ngoài Quebec và một vài cộng đồng phụ cận, tôi nghĩ chính phủ chẳng phải tốn tiền cho song ngữ. Vì cả vùng nói tiếng Anh đâu có ai dùng tiếng Pháp. Mà vùng nói tiếng Pháp chỉ tóm gọn như một hải đảo giữa mênh mông vùng biển nói tiếng Anh.

Nhưng vùng nói tiếng Pháp, tuy tí hon gọn ghẽ, nhưng lại làm điên đầu các nhà chính trị. Muốn ăn trên ngồi trốc bắt buộc phải biết nói cả hai thứ tiếng. Dân Anh mấy người biết ti toe tiếng Phá Lang Sa nên bị trở ngại. Trong khi đó, dân nói tiếng Pháp Quebec lại thường ngôn được cả hai thứ tiếng. Vậy nên muốn ngồi vào cái ghế Thủ Tướng Canada, dân vùng nói tiếng Anh dưới cơ thấy rõ. Tôi qua Canada vào năm 1985. Từ đó tới nay đã trải qua sáu đời Thủ Tướng, trong đó đã có tới bốn ông là dân Quebec. Đó là các ông Brian Mulroney, Jean Chrétien, Paul Martin và đương kim Thủ Tướng Justin Trudeau. Hai người không phải dân Quebec là bà Kim Campbell, dân tỉnh bang British Columbia, chỉ tạm thay thế ông Brian Mulroney từ tháng 6 đến thạng 11 năm 1993. Người thứ hai là ông Stephen Harper, cầm quyền từ 2006 đến 2015, là dân tỉnh bang Alberta. Ông này khổ vì tiếng Pháp. Ông đã học cấp tốc để có thể tham dự các cuộc tranh luận giữa các ứng cử viên. Ngày tranh luận bằng tiếng Pháp, tôi ngồi coi mà thấy tội cho ông phải vất vả đến toát mồ hôi hột khi ngọng nghịu nói tiếng Tây. Chỉ có dân Quebec, tuy thiểu số, nhưng nắm đầu toàn Canada gọn ghẽ ngon lành.

Dân Mít ta định cư tại vùng Quebec nói tiếng Pháp cũng có nỗi khổ riêng. Muốn ngon lành phải uốn éo vừa tiếng Ăng Lê vừa tiếng Phá Lang Sa. Qua định cư, tuổi đã cứng, học hành chi cũng vất vả, vậy mà đi làm thường phải uốn miệng hết bên Tây qua tới bên Ăng lê. Nếu làm những *job* phải tiếp xúc với bàn dân thiên hạ thì chua lắm. Ngay chỉ làm chân bán hàng cũng phải hai thứ tiếng. Dân ta thuộc thế hệ trước chỉ biết tiếng Pháp, thế hệ chúng tôi chỉ rành tiếng Anh, thế hệ nào đi ăn nhờ ở đậu ở tỉnh bang Quebec cũng đều khổ. Vậy nên mới có nhiều người, sau một thời gian ngắn, khi đã tỏ đường đi nước bước, phải khăn gói quả mướp di tản lần thứ hai tới những vùng nói tiếng Anh.

Nhưng thế hệ trẻ, con cháu chúng tôi, tới Canada vào lúc còn tuổi đi học lại có lợi. Thường chúng vanh vách cả Anh lẫn Pháp. Nói hai thứ tiếng như tiếng mẹ đẻ, còn tiếng Việt, nếu may mắn còn nói được, thì nói như tiếng...bố đẻ! Ra trường đi làm, chúng có lợi khi biết được cả hai thứ tiếng. Nếu qua Mỹ, hoặc qua các tỉnh bang nói tiếng Anh xin *job,* chúng thường được nhận ưu tiên.

Hai thứ tiếng đề huề đã là phúc, nhưng dân Quebec chính gốc bà lang trọc, nặng tinh thần địa phương, lại thường chê không chịu học nói tiếng Anh. Họ chỉ nói tiếng Pháp và bắt dân nhập cư nói tiếng Pháp. Dân ta đi chơi tới những tỉnh lẻ hay vùng quê ở Quebec, nếu lỡ nói tiếng Anh, sẽ không được *welcome.* Nhưng dù có nói tiếng Pháp cũng khó thông câu chuyện. Tiếng Pháp của họ cổ lỗ sĩ, nói ra bằng giọng trặc trẹo rất khó nghe. Kể từ 1975, tới nay dân ta tới ngụ cư ở Quebec đã được bốn chục năm có lẻ, nhưng nghe dân Quebec nói chuyện với nhau, chúng ta vẫn ù tai câu được câu không rất vất vả. Có lần một ông Chủ Tịch cộng đồng Việt Nam từ bên Pháp qua Québec thăm thân nhân đã ngơ ngác chẳng hiểu anh tài xế xe buýt nói cái chi. Tiếng Pháp ở Quebec xa lạ với tiếng Pháp ở Pháp, thứ tiếng mà chúng ta học ở Việt Nam. Nói tiếng Pháp bằng giọng Pháp nhiều khi bị dân Quebec chọc quê, mỉa mai là nói giọng...Paris. Qua Paris lại bị dân *Parisien* chính cống chọc quê là nói giọng Quebec. Có lần tôi qua Paris, tới chơi nhà cô em họ, được cô mời dùng cơm. Cô qua Paris từ trước 1975 nên con cháu được sanh ra tại Pháp. Lúc tôi qua thì mấy đứa cháu đã lớn, có gia đình riêng với người Pháp. Cô gọi tất cả con cháu tới ăn để bác cháu biết nhau. Khi biết tôi tới từ Quebec, chúng đưa mắt nhìn nhau và méo miệng nói chuyện với nhau bằng cái giọng quê mùa. Cô em tôi lo ngại nhìn tôi. Mặt tôi tỉnh bơ. Tôi đâu có phải dân Quebec mà động lòng. Kể ra như vậy để biết dân Pháp chính gốc rất coi thường tiếng Pháp của dân Quebec. Vậy mà dân Quebec lại luôn luôn bảo vệ tiếng Pháp một cách hung hăng. Họ sợ tiếng Pháp của họ sẽ bị mai một giữa đại dương tiếng Anh chung quanh họ.

Để bảo vệ tiếng Pháp, họ đã lập ra đảng *Parti Québecois* hoạt động tại chính trường tỉnh bang và đảng *Bloc Québecois* hoạt động tại chính trường liên bang. Không những muốn bảo vệ tiếng Pháp, họ còn muốn ly khai ra khỏi Canada để lập thành một nước riêng. Đã hai lần, khi đảng *Parti Québecois* nắm được quyền ở tỉnh bang, họ tổ chức trưng cầu dân ý để tách ra khỏi Canada. Lần thứ nhất vào năm 1980 và lần thứ hai vào năm 1995. Cả hai lần họ đều thất bại. Lần thứ nhất tôi chưa tới Quebec nhưng lần thứ hai tôi có mặt. Quả là một thời gian đầy căng thẳng. Câu hỏi đặt ra là có muốn tách rời khỏi Canada không? Có hai phe: bên gật đầu *oui,* và bên lắc đầu *non.* Hai bên vận động ráo riết. Bên *oui* gồm dân Quebec chính cống mà họ tự gọi là *pure laine.* Bên *non* gồm di dân và dân nói tiếng Anh ở Quebec. Tới gần ngày bỏ phiếu, bên *oui* coi bộ trên chân. Bên *non* thấy nguy to nên tổ chức một cuộc tuần hành lớn tại Montreal với lá cờ Canada vĩ đại để lấy khí thế. Dân ta thì khỏi nói, người người nhắc nhau nhớ đi bỏ phiếu. Ngày bỏ phiếu, phe ta kéo ra đông nghẹt. Bên dân *pure laine* cũng hăng hái tới phòng phiếu. Chưa có một cuộc bỏ phiếu nào mà cử tri chịu khó đi bỏ phiếu như kỳ này. Tỷ lệ đi bỏ phiếu lên tới 93.52%! Đó là ngày 30 tháng 10 năm 1995. Tối hôm đó, mọi người hồi hộp chờ kết quả. Bên *non* thắng khít khao với số phiếu hơn bên *oui* chỉ có 54.288 phiếu. Tính ra tỷ lệ là 50.58% so với 49.42%. Hú vía!

Để bảo vệ tiếng Pháp, Quốc hội Quebec, vào năm 1974, đã ra luật *Bill 22* đặt tiếng Pháp làm ngôn ngữ chính thức duy nhất tại Quebec. Sau đó, vào năm 1977, luật này được… củng cố thêm bằng Hiến Chương Pháp Ngữ, được gọi là *Bill 101,* ấn định phải dùng tiếng Pháp trong quảng cáo và giáo dục, được củng cố bằng *Bill 104* vào năm 2002. Học sinh, trừ những con em có cha mẹ tốt nghiệp các trường tiếng Anh, còn lại đều phải học tại các trường tiếng Pháp cho tới hết bậc trung học. Tuy nhiên cũng có một lối thoát. Nếu muốn cho con em học tiếng Anh thì móc túi cho học trường tư. Di dân như chúng ta, móc tiền ra khỏi túi là một hành động khó khăn nên đành để con học tiếng Phá Lang Sa. Nhưng cũng có cái hay. Sau trung học, sinh viên có quyền tự do theo học tiếng Pháp hay tiếng Anh tại bậc cao đẳng và đại học. Vậy là con dân Mít khi ra trường nói hai thứ tiếng nhuần nhuyễn.

Song ngữ là một trò rất mệt mỏi tại Canada. Mệt mỏi nhất là các ngài Thủ Tướng. Bài diễn văn nào cũng phải đá vào hai thứ tiếng. Khúc tiếng Anh, khúc tiếng Pháp. Phải cân đo cho đều không lại bị dân cằn nhằn. Ông Thủ Tướng trẻ tuổi, đẹp trai, con nhà nòi Justin Trudeau vừa sa chân vào chốn gió tanh mưa máu vì cái tội không…cân cái. Trong một buổi tiếp xúc với dân vào tháng giêng vừa qua tại Sherbrooke, một thành phố gần Montreal chúng tôi, Thủ Tướng Trudeau đã từ chối trả lời vài câu hỏi bằng tiếng Anh. Bà Judy Ross hỏi bằng tiếng Anh về vấn đề dịch vụ y tế tâm thần, ông Trudeau trả lời: "Cám ơn bà đã sử dụng song ngữ chính thức của đất nước chúng ta. Nhưng vì chúng ta đang ở Quebec nên tôi sẽ trả lời bằng tiếng Pháp". Dĩ nhiên bà Judy Ross nổi sùng. Bà giận run người, cảm thấy bị khinh thường và thất vọng. Ông Gerald Cutting, đại diện dân Anh, yêu cầu ông Trudeau phải xin lỗi cộng đồng nói tiếng Anh. Ông tức tối: "Nếu mọi người dân Canada đều bình đẳng thì ít nhất chúng tôi cũng đáng được trả lời bằng ngôn ngữ của chúng tôi. Trong suốt thời gian Thủ Tướng có mặt trong buổi họp, ông ta không nói một chữ tiếng Anh nào, ngay cả trong diễn văn khai mạc". Ông Trudeau việt vị thấy rõ. Trong thư gửi cộng đồng nói tiếng Anh tại Quebec vào ngày *Valentine* 14 tháng 2 vừa qua, ông đã phải xin lỗi. *"Canada là một quốc gia song ngữ, vì vậy tôi nhận thấy tôi phải trả lời bằng ngôn ngữ của người hỏi, dù ở Quebec hay bất cứ nơi đâu trong nước. Tôi hiểu sự quan trọng của một vị Thủ tướng phải nói với cộng đồng thiểu số bằng chính ngôn ngữ của họ"*. Tổ chức *The Quebec Community Groups Network* bao gồm 51 cộng đồng nói tiếng Anh ở Quebec nhận định: *"Bức thư thật cảm động vì rõ ràng Thủ Tướng đã nhận ra sự quan trọng của việc nói ngôn ngữ của cộng đồng thiểu số bằng tiếng của họ, dù cộng đồng nói tiếng Anh tại Quebec hay cộng đồng nói tiếng Pháp tại các nơi khác trên toàn cõi Canada"*.

Trên nguyên tắc, nếu gọi là song ngữ thì dù bất cứ nơi đâu tại Canada, hai thứ tiếng phải được coi như nhau, nhưng

Quebec không công nhận như vậy. Tại Quebec, tiếng Pháp phải hơn. Trên các bảng hiệu của các cửa hàng, tiếng Pháp phải được viết lớn hơn tiếng Anh. Tên của tiệm phải bằng tiếng Pháp. Vậy nên mới có chuyện hệ thống cửa hàng cà phê Starbucks ở Québec phải kéo dài thành *Le Café Starbucks!* Chính phủ tỉnh bang Québec có cả một văn phòng mang tên *Office de la Langue Francaise* chuyên cho nhân viên đi kiểm soát việc dùng tiếng Pháp tại các cửa tiệm. Dân chúng gọi những nhân viên này là "cảnh sát ngôn ngữ". Nhiều vụ cãi vã đã xảy ra vì những chuyện nhỏ nhặt, có vụ đã phải mang ra tòa án giải quyết.

Chuyện ngôn ngữ trong các cửa hàng dù sao cũng không có chi tai hại, chỉ hơi tức cười chút xíu. Nhưng chuyện các bảng thông báo giao thông chỉ được viết bằng tiếng Pháp trên các đường phố và xa lộ tại Quebec là chuyện...an toàn trên xa lộ! Làm sao mà dân các tỉnh bang khác hoặc các du khách có thể hiểu được các bảng cảnh báo như: *"Respectez les feux de voies", "Risque d'aquaplanage", "Dégel", "Ralentir", "Allumez vos phares", "Voie cahoteuse", "Incident, voie droite bloquée"*. Ông bạn Từ Công Phụng, trong một lần ngồi trên xe của tôi ở Montreal, đã có một trò chơi: ông cố đánh vần những bảng cảnh báo bằng tiếng Pháp, thứ tiếng mà ông đã quên gần hết sau gần nửa thế kỷ. Nghe ông bập bẹ tôi biết chắc là ông chẳng hiểu chi cả! Vậy nếu giao tay lái cho ông, chắc chắn xe sẽ loạng quạng vì...ngôn ngữ. Chuyện nguy hiểm chết người này, tại sao người ta coi thường? Trong Hiến Chương Tiếng Pháp, tức *Bill 101,* tại điều 22 có quy định: *vì an toàn công cộng và an toàn y tế, tiếng Pháp trên các bảng hiệu giao thông có thể được bổ túc hay thay thế bằng các biểu hiệu hoặc hình vẽ. Nếu không có biểu hiệu hay hình vẽ thì có thể thêm vào bằng ngôn ngữ khác*. Vậy là luật cho phép nhưng mấy anh "còi" (chữ dân Việt gọi xách mé dân *Quebecois*) làm lơ để tôn vinh tiếng... còi! Vậy nên dân xài tiếng Anh mới nổi sùng. Tôi xài tiếng... mít cũng thường chửi thề khi lái xe trên xa lộ về sự thiển cận của thành phố. Montreal là một thành phố lớn, có nhiều khách du lịch, vậy mà lại cư xử như một nơi biệt lập trong rừng rú. Tức cười hơn nữa là tỉnh bang sát nách Ontario và ngay cả các tiểu bang lân cận của Mỹ như New York, Vermont, Maine và New Hampshire đều có đề tiếng Pháp trên các bảng chỉ dẫn lưu thông để phục vụ dân Quebec.

Cộng đồng dân nói tiếng Anh tại Montreal đang cho phổ biến một thỉnh nguyện thư, do dân biểu David Birnbaum đỡ đầu, để yêu cầu cải thiện tình trạng tự cô lập này. Mọi người có thể vào ký tại *website: assnat.qc.ca/en/exprimez-votre-opinion/petition/Petition-6407/index.html* Thời hạn chấm dứt là ngày 2 tháng 3 năm 2017.

Khỏi phải nói, tôi ký cái rụp. Không ký sao được khi qua Paris, thủ đô của nước Pháp, cái nôi của tiếng Pháp, tôi thấy các bảng chỉ dẫn thường có thêm tiếng Anh. Mấy anh "còi" ôm tiếng Pháp trong lòng còn chặt hơn các anh tây *Parisien*, dù tiếng Pháp của các anh là thứ tiếng Pháp bị dân Tây chê! Chuyện này người ta kêu là bảo hoàng hơn vua!

03/2017

PHỐ

Canada có một nhân vật rất đặc biệt: bà Elsie MacGill với hỗn danh "*Queen of the Hurricanes*" (Nữ Hoàng của Bão Tố). Nghe dữ dằn phát khiếp. Nhưng thực ra hỗn danh này là do bà là kỹ sư trưởng trông coi việc sản xuất ra loại xe *Hawker Hurricane* của hãng chế tạo xe hơi Canadian Car and Foundry Company ở Ontario hồi Thế Chiến Thứ Hai. Thực ra bà cũng...bão tố dữ! Bà là người phụ nữ hành nghề vẽ kiểu máy bay đầu tiên trên thế giới, người phụ nữ Canada đầu tiên tốt nghiệp Đại Học ngành kỹ sư điện, và cũng là người Bắc Mỹ, có thể cả thế giới, đầu tiên có bằng *Master* ngành kỹ sư hàng không. Khỏi phải nói, bà nhận được rất nhiều khen thưởng và huy chương trước khi qua đời vào năm 1980 ở vào tuổi 75. Bà là người chính gốc ở Vancouver nhưng đã hành nghề tại Montreal chúng tôi khi bà làm tại hãng chế tạo máy bay *Fairchild Aircraft* ở Longueuil vào thập niên 1930. Vì giây mơ rễ má như vậy nên thành phố

Montreal dự định sẽ đặt tên bà cho một con phố trong khu Bois-Franc ở St-Laurent.

Có một con người hiếm quý như vậy để dựa hơi, đặt tên bà cho một con phố là phải. Chắc chẳng có ai có ý kiến chi khác. Nhất là tên phụ nữ được đặt cho các đường phố, công viên ở Montreal hơi ít. Chỉ có 360 tên. Trong khi đó, tên của phái nam ăn trùm, tới phân nửa của con số 6 ngàn danh tính được đặt cho các đường phố và công viên. Tính tỷ lệ thì các bà các cô chỉ chiếm có 6% số tên được nghễu nghện viết trên bảng xanh. Phiền hơn nữa là tên của cây cối, sự kiện lịch sử, tên sông tên hồ, tên các địa danh xa xôi lại nhiều hơn tên các chị em phụ nữ.

Năm tới, 2017, Montreal sẽ ăn mừng 350 năm thành lập, ông Đô Trưởng Denis Coderre đã phải nghĩ cách làm nhạt bớt chuyện...kỳ thị giới tính kỳ cục này. Ngay từ năm 2010, 21% tên phố mới đã được dành cho các bà.

Chễm chệ trên các bảng tên đường phố thường là các nhân vật lịch sử. Cũng đúng. Những người có công với đất nước phải được lưu lại tên tuổi cho con cháu noi theo. Mới đây, báo mạng trong nước *VietNamnet* số ngày 11 tháng 12 đã phải công nhận là cách đặt tên đường ở Sài Gòn trước 1975 "rất khoa học và có tính giáo dục cao". Khởi đầu từ bến xe Miền Tây vào thành phố, lịch sử khởi đầu với thời dựng nước Hồng Bàng, An Dương Vương, Triệu Đà, Bà Triệu, Lý Nam Đế, Triệu Quang Phục. Tiếp đến là Mai Hắc Đế, Phùng Hưng, Ngô Quyền, Đinh Bộ Lĩnh, Lý Chiêu Hoàng. Tới nhà Trần có Thần Nhân Tông, Trần Hưng Đạo và các tướng nhà Trần gồm Trần Khánh Dư, Phạm Ngũ Lão.

Nhắc tới đường Phạm Ngũ Lão là nhắc tới cái nôi của báo chí và văn học của thành phố. Trên con đường này quy tụ hầu hết các tạp chí thời danh thời bấy giờ. Tạp chí tôi cộng tác suốt từ năm 1959 đến 1975 là tờ Thời Nay nằm tại số 217 Phạm Ngũ Lão. Phía bên trái, số 213 là tạp chí Màn Ảnh, số 215 là nhà làm bản kẽm cho báo chí là nhà Cliché Dầu. Phía bên phải, cách một con hẻm nhỏ, là tạp chí Phổ Thông. Hồi đó làm báo là nghề tay trái của tôi nên tôi chỉ tới tòa soạn vào chiều thứ bảy mỗi tuần. Chiếc vespa của tôi không la cà nhiều, chỉ đậu trước cửa tòa soạn nên tới nay tôi không nhớ hết những tòa báo ở các khúc đường khác. Nhà văn Từ Kế Tường, trong bài "Phố Báo Chí của Người Việt", đã gợi lại đầy đủ hơn con phố này: *"Trên đường Phạm Ngũ Lão từ ngã tư Phạm Ngũ Lão tới vòng xoay chợ Thái Bình có nhiều nhật báo, tuần báo, tạp chí và cả nhà xuất bản, phát hành, nhà in. Nằm trên đoạn đường Nguyễn Thái Học cắt Phạm Ngũ Lão và Trần Hưng Đạo là nhà phát hành Nam Cường, còn gọi là Tổng phát hành Nam Cường, lớn nhất bấy giờ. Kế đó, nằm ở góc đường Phạm Ngũ Lão - Đề Thám là nhà phát hành Đồng Nai, trên lầu là tòa soạn của tờ tạp chí Tuổi Hoa. Gần đó, nằm trên đường Phạm Ngũ Lão phía bên tay phải là nhà phát hành Sống Mới, đồng thời cũng là nhà xuất bản Sống Mới. Gần cuối đường Phạm Ngũ Lão, số 38 cùng chiều, là nhà in Nguyễn Đình Vượng "nuôi" hoàn toàn tạp chí Văn, một tạp chí chuyên về văn chương nổi tiếng thời bấy giờ... Phía trên lầu, đúng hơn là một căn gác xép bằng gỗ thấp lè tè, phía ngoài ngay cầu thang gỗ ọp ẹp bước lên là chỗ sắp chữ... Bên trong căn gác ọp ẹp là kho chứa báo cũ chất cao nghệu lên tận mái trần, khoảng trống duy nhất giữa căn gác là "tòa soạn" tuần báo Tuổi Ngọc, một tờ tuần báo nổi tiếng dành cho tuổi mới lớn do Duyên Anh làm chủ nhiệm kiêm chủ bút...Nằm bên tay trái đường Phạm Ngũ Lão có một nhà in lớn là nhà in Alpha, đồng thời cũng là nhà xuất bản loạt sách giáo khoa "túi khôn nhân loại" của ông Lý Thái Thuận và mấy nhà in lớn, nhỏ nữa, tất nhiên đóng chung với mấy nhà in này là một số nhật báo, tuần báo và tạp chí. Tôi nhớ bên dãy này có tờ nhật báo Hòa Bình của Linh Mục Trần Du với ê-kíp của Anh Quân làm Tổng thư ký tòa soạn. Kế đó là tòa soạn nhật báo Sài Gòn Mới của bà Bút Trà, một nhật báo lớn thời bây giờ. Kế đó nữa là trụ sở của tuần báo Màn Ảnh, tạp chí Phổ Thông của nhà thơ Nguyễn Vỹ, tuần báo Nghệ Thuật của Mai Thảo, Viên Linh làm Tổng thư ký tòa soạn, tạp chí Thời Nay của Nguyễn Hữu Thái, tạp chí Chính Đạo của Nguyễn Mạnh Côn, tuần báo Con Ong của Minh "vồ". Trong số này chỉ có tòa soạn tạp chí Phổ Thông và Thời Nay là ra vẻ một "cơ ngơi", còn các tòa soạn báo khác đều là ở ké với nhà in".*

Tới Phạm Ngũ Lão, tôi bị kỷ niệm níu kéo nên khựng lại, lạc đề! Bỏ chuyện đi lạc của tôi, chúng ta tiếp tới vào trung tâm thành phố. Tên phố càng vào tới giữa thành phố càng gần với lịch sử thời cận đại với Lê Lợi, Lê Lai, Nguyễn Trãi. Đi tiếp chúng ta tới nhà Nguyễn với những tên phố Nguyễn Hoàng, Minh Mạng, Tự Đức cùng các tướng lãnh như Võ Tánh, Lê Văn Duyệt. Chệch qua phía Bắc của khu trung tâm thành phố, ta gặp triều Tây Sơn với các võ tướng Bùi Thị Xuân, Trần Quang Diệu, với các văn nhân như Bà Huyện

Thanh Quan, Hồ Xuân Hương. Sau dòng lịch sử, chúng ta tiến tới những ý niệm của một chế độ dân chủ tự do khi vào tới trung tâm thành phố. Chúng ta có đại lộ Thống Nhất với trung tâm quyền lực là dinh Độc Lập! Con đường chạy ngang phía trước dinh Độc Lập mang tên Công Lý, đồng thời cũng là con đường có Tòa Án. Đây là con đường một chiều vì Công Lý không thể nào hai chiều được! Biển dâu biến đổi, sau cuộc đổi đời vào năm 1975, chế độ độc tài cần chi Công Lý với Tự Do, nên mới có câu: *Nam Kỳ Khởi Nghĩa tiêu Công Lý / Đồng Khởi vùng lên mất Tự Do!*

Tên các bến sông của thành phố được đặt theo địa danh của các trận thủy chiến trong lịch sử như Vạn Kiếp, Hàm Tử. Bến cảng lớn nhất thành phố được đặt tên Bạch Đằng.

Nhưng tuy lịch sử là những chuyện đã xảy ra trong quá khứ, nhưng đánh giá lịch sử lại là chuyện của nhà cầm quyền mỗi thời, nên tên đường phố cũng thay đổi theo thời. Ngày nay Lý Tự Trọng đã đánh bay Gia Long, Phạm Ngọc Thạch đã hạ bệ Duy Tân, Cường Để đã bị Tôn Đức Thắng chiếm chỗ, Võ Thị Sáu thay thế Hiền Vương, Ngô Gia Tự lấn đất của Minh Mạng, Lê Thị Riêng hất Ngô Tùng Châu, Huỳnh Văn Bánh thay Nguyễn Huỳnh Đức, Mai Thị Lựu khơi khơi cho Phạm Đăng Hưng đi chỗ khác chơi!

Tên các nhân vật lịch sử trên đường phố có sự bất tiện như vậy. Một số tên đường theo "trường phái" thực tế cũng có sự bất tiện khác. Mấy ngày nay, báo chí đang ồn ào về một tên đường tại Hà Nội. Đó là đường Ướp Lạnh! Đường này nằm trên khu vực Cầu Diễn, quận Nam Từ Liêm. Tại sao có cái tên đường nôm na như vậy? Bởi vì trên đường này có một xí nghiệp sản xuất đá đông lạnh rất lớn. Người dân quen miệng gọi tên đường theo nhà máy, riết rồi quen, thành phố chắc chiều dân nên chính thức hóa, có bảng tên đường phố đàng hoàng. Sau khi bị báo chí làm rùm beng, bảng tên đường đã được gỡ xuống.

Chuyện đường Ướp Lạnh gợi tôi nhớ tới con hẻm bên Vĩnh Hội thuộc quận tư Sài Gòn trước kia. Năm 1954, gia đình tôi di cư vào Sài Gòn, mua được một căn nhà mái tôn, vách ván tại con hẻm này. Hẻm nằm sát cạnh bức tường dài của một hãng sản xuất phân bón nên dân gian gọi là hẻm Hãng Phân. Sau đó, khi đặt tên đường, thành phố cũng chiều theo ý dân nên chính thức đặt tên là "Hãng Phân". Thư từ của dân trong hẻm đều có địa chỉ không được thơm tho gì cho lắm này. May cho tôi là ngày đó còn là học sinh, tình ái chưa bắt đầu nên không có thư đi thư lại với giai nhân nào. Nhưng thường thì thư từ với họ hàng và bạn bè cũng ngại về cái tên hẻm thiếu vệ sinh khiến gia đình tôi thường lấy địa chỉ sở làm của bố tôi để giao dịch. Cũng may chỉ vài năm sau, gia đình tôi dọn về một ngôi nhà mới mua tại Thị Nghè. Lúc đó anh em chúng tôi đã lên Đại Học, giao thiệp rộng hơn, nhất là với những bóng xanh bóng hồng. Nếu khi đó gia đình tôi không dọn nhà, cứ nghĩ tới đã thấy kinh hãi!

Đường phố có tên lôi thôi dữ! Bỏ quách đi cho tiện việc nhà nước. Như bên Mỹ chẳng hạn. Thực ra việc không dùng tên nhân vật lịch sử hay địa danh làm tên đường chỉ có ở một số thành phố Mỹ áp dụng. Tôi chỉ biết có hai thành phố là Nữu Ước và Hoa Thịnh Đốn. Mà Nữu Ước cũng chỉ có ở Mahattan.

Họ dùng số làm tên đường. Đường dọc là đại lộ (*Avenue),* đâm ngang là đường hay phố *(Street).* Như những đường kẻ trên bàn cờ tướng của chúng ta. Muốn tếu một chút, chúng ta có thể gọi Nữu Ước và Hoa Thịnh Đốn là…khu Bàn Cờ! Y như khu Bàn Cờ của Sài Gòn. Tỷ như đường dọc 4th *Street*, đường ngang *7th Avenue.* Nhưng cũng có ngoại lệ. Thí dụ như tại Nữu Ước có Đại Lộ Broadway, cái nôi của kịch trường Mỹ. Trong khi đó, *Fifth Avenue* cũng chạy dọc như vậy, mang tên bằng con số, là đại lộ của thời trang thế giới. Ngoài con số, người ta cũng dùng những chữ cái để đặt tên đường. Không có một nhân vật lịch sử nào được héo lánh tới các bảng tên đường phố. Nhưng không phải là người Mỹ không tôn kính các nhân vật lịch sử. Họ được ghi nhớ bằng các tượng đài, các *memorial* đồ sộ và mỹ thuật.

Cách đặt tên đường thứ tự như vậy có một cái lợi nhãn tiền là người ta rất dễ tìm ra địa chỉ muốn kiếm. Nhất là đối với du khách. Nhà báo Phạm Tấn đã luận về sự tiện lợi đó. *"Từ ngày đặt chân tới nước Mỹ cách nay hơn một năm, tôi chưa lần nào phải dùng bản đồ để đi lại ở Thủ đô Washington D.C. Cũng họa hoằn lắm mới phải dùng tới bản đồ ở một vài thành phố khác. Thế mà vẫn không bị lạc đường. Không phải vì tôi có biệt tài tìm đường hay xác định phương hướng. Tôi giống như khá nhiều người Việt khác, thiếu một chút kỹ năng và kiến thức về xác định phương hướng địa lý, dù cho ngày còn trên ghế nhà trường chẳng bao giờ bỏ một tiết môn Địa lý. Chỉ đơn giản là cách đặt tên đường phố ở đây đã giúp tôi và tất cả mọi người… New York, một thành phố không ngủ với hệ thống đường phố chằng chịt cũng có một hệ thống đánh tên đường tương tự. Khu Manhattan trứ danh, có mật độ dân cư đông nhất nước Mỹ (khoảng 27.300 người/km2) và mạng lưới đường xá không khác gì một cái mạng nhện, thậm chí đã được đặt tên theo cách thức này hơn hai thế kỷ. Khi ấy người ta chỉ trích cách đặt tên phố bằng chữ số và chữ cái là một sự đơn điệu và cứng nhắc. Nhưng ngày nay, ai cũng thấy sự tiện lợi của nó. Ở Denver, bang Colorado, toàn thành phố là những con đường và những con phố tuân theo một trật tự của các chữ cái cứ hết A lại tới B và hết Y thì tới Z".*

Sở dĩ ông Phạm Tấn tìm đường dễ như ăn phở, ngoài việc dùng số và chữ cái đặt tên đường, còn do cách đánh số nhà ở các thành phố này. Số nhà khớp với tên đường. Thí dụ Tòa Bạch Ốc nằm trên Đại Lộ Pennsylvania có số nhà 1600. Nhìn vào con số, biết ngay nó nằm ở góc đường 16! Muốn tìm Ngoại Trưởng John Kerry ở Bộ Ngoại Giao nằm trên Đại Lộ C mang số nhà 2201, thì cứ tới góc đường 22 là đúng phóc. Nhà quan hay nhà dân đều đánh số tiện lợi như vậy. Muốn thưởng thức đặc sản của nhà hàng Miss Saigon, địa chỉ 3057 M Ave. thì cứ tới đường 30 cắt ngang Đại Lộ M là thấy nó nằm ngay tróc giữa đường 30 và đường 31.

Chẳng tên danh nhân, chẳng số hay chữ, Nhật Bản là một quốc gia đặc biệt được người ta đặt cho câu…vè: nhà không số phố không tên! Làm sao mà kiếm được nhà? Tôi đã tới Nhật ba lần nhưng toàn có người dắt nên chẳng bao giờ phải tìm nhà. Vậy nên lòng vẫn cứ tin là phố phường xứ mặt trời mọc không bao giờ có tên. Lần mới tới Nhật vào năm nay, tôi chợt nhìn thấy một bảng tên phố trên đường đi, vội chụp hình ngay. Làm như bắt được nhân chứng! Đúng là tôi bé cái lầm. Thực ra đường phố lớn ở Nhật có tên. Những đường phố lớn này bao quanh một khu phố gồm nhà cửa trên nhiều đường nhỏ. Những đường nhỏ này làm thành những ô vuông trong đó là một đơn vị gồm một chùm nhà. Các nhà trong đơn vị này được đánh số thứ tự nhưng không phải theo lũy tiến như các nước khác mà theo thời gian xây nhà. Nhà xây trước đánh số 1, cứ thế mà thêm vào khi có nhà thứ hai đánh số 2, và tiếp theo. Khi tìm một căn nhà nào, người ta tìm theo khu. Để dễ dàng cho việc tìm kiếm, mỗi đầu khu đều có bản đồ. Nhìn vào đó mà tìm thì việc tìm nhà rất dễ dàng. Ngày nay, còn dễ dàng hơn nữa với bản đồ trên *smartphone*. Bấm vào số nhà là bản đồ chỉ tới ngay chóc! Số nhà trong một khu phố thường có dạng phân cách, thí dụ 3-33-2. Lần vào ô 3, ô nhỏ hơn 33, số 2 trong ô nhỏ này là nhà muốn tìm. Nghe thì nhức đầu nhưng tìm thử một lần sẽ thấy chuyện chẳng có chi khó. Vậy mà có những huyền thoại như vì việc tìm nhà khó nên các nhân viên bưu điện trong mỗi vùng phải cha truyền con nối mới biết đưa thư!

Chuyện tưởng nhức đầu nhưng nghe ra cũng không đến nỗi nào. Dù sao cũng chẳng nên vương vấn chuyện "nhà không số phố không tên" ở Nhật. Quay về…thiên đàng cho thảnh thơi. Canada chúng tôi là đất thiên đàng, ít nhất ông Trà Lũ cũng đã rao giảng không biết mệt về chuyện này. Nhưng thực ra thiên đàng chỉ nằm ở Montreal chúng tôi. Tuần vừa qua, gặp ông Trà Lũ tại đám tang nhà thơ Dương Tử ở Montreal, tôi không có dịp nói chuyện thiên đàng với ông dù nơi gặp gỡ là nhà thờ. Giờ thì nói cho ra lẽ. Trình ông bạn, thiên đàng chỉ có ở Montreal chúng tôi. Cứ nhìn lên bảng tên đường phố là biết liền. Gần như đông đủ các thánh trên thiên đàng đánh đu trên bảng tên đường phố! Từ các thánh quen thuộc như Saint Laurent, Saint Denis, Sainte Thérèse, Saint Urbain, Saint Paul, Sainte Élizabeth cho tới các thánh ít người biết tới như Saint Zotique, Saint Viateur, Saint Valier… Thiên đàng quá đi chứ! Chắc ông Trà Lũ chẳng đôi co chi được!

09/2016

PHƠI

Montreal chúng tôi đang theo dõi sát sao một vụ xử của tòa án thành phố. Bị cáo là cô Neda Topaloski, 30 tuổi, can tội...phơi. Phơi quần phơi áo có chi mà tội tình, nhưng cô phơi thứ khác: hai trái tuyết lê. Nơi phơi lại không phải là chỗ kín đáo trong nhà trong cửa mà là giữa đường giữa phố. Đường là đường Crescent nằm ngay trung tâm thành phố. Thời gian là ngày hội triển lãm xe đua nhân dịp có cuộc đua xe *Grand Prix Formula One.* Đường phố lúc đó nhộn nhịp du khách từ khắp nơi đổ về. Mấy ông du khách khoái xe đua nên cũng thích...đùa. Loại đàn ông mê cảm giác mạnh ưa thích dĩ nhiên cũng là thứ đầy cảm giác. Ngoài giờ đi xem xe, các ông cũng muốn...ngắm cảnh. Cảnh đây là cảnh thổ quen thì rất quen nhưng khác thì rất khác.

Hàng năm, cứ vào dịp đua xe hơi, chị em ta ở Montreal lại tưng bừng với đám du khách nhộn nhạo này. Thành phần cơ bản địa phương bận rộn tiếp khách túi bụi. Số cầu vượt hơn số cung. Các thiếu nữ từ các nơi được ma cô đưa tới để tiếp tay. Cảnh lầu xanh lầu hồng nhộn nhịp khiến cô Topaloski phải mất công phản kháng. Thân phận nữ nhi chìm trong biển người có la lối chi cũng chẳng ai thèm nghe. Cô bèn giở võ độc. Trật hai trái tuyết lê ra với hàng chữ *"Slavery Is Not A Choice"* ghi rõ rành rành. Không ai chọn bị làm nô lệ, đúng vậy. Phụ vào chữ nghĩa, cô leo lên một chiếc xe đua hiệu Alfa Roméo được trưng bày và hô lớn "Montreal không phải là một ổ điếm!".

Nhân viên bảo vệ lập tức can thiệp. Họ lôi cô xuống khỏi xe, nắm tay nắm chân kéo lê cô trên mặt đường, dẫm chân lên tóc cô khiến cô bị nhiều vết thương sưng tấy. Đôi ngực trần của cô bị chà sát trên mặt đường.

Bữa đó là ngày 4 tháng 6 năm 2015. Cuối tháng 11 năm nay, cô mới bị ra tòa. Cô khai trước tòa: "Họ dùng sức mạnh quá đáng. Tôi cảm thấy như bị ném cả người xuống với lực đẩy mạnh mẽ!". *Video* thu cảnh này được chiếu trước tòa cho thấy hai người bảo vệ, một người nắm tay, một người nắm chân, kéo lê cô trên mặt đường trước khi cảnh sát tới bắt giữ cô. Một chứng nhân là một kỹ thuật viên đã ước tính thiệt hại cho chiếc xe là 2.500 đô. Ông Louis Bordeleau, người coi chiếc xe Alfa Roméo, đã nói trong cuốn *video:* "Chiếc xe đáng giá hơn là cô ta!". Trước tòa, ông nhìn nhận đã nói quá trong lúc giận dữ.

Cô Topaloski cho rằng cô đã phản kháng một cách bất bạo động cho chính nghĩa bảo vệ giá trị của phụ nữ: "Thân thể phụ nữ đã bị coi như một thứ khiêu dâm, được rao bán như một sản phẩm. Nếu người ta có thể mua bán cơ thể phụ nữ thì chúng tôi cũng có thể dùng nó để quảng bá sự bình đẳng và tự do của phụ nữ chúng tôi". Cô không nhận tội phá rối trật tự. Ngược lại, cô chỉ phản đối việc mua bán dâm nở rộ trong dịp đua xe mỗi năm khi một số đông du khách đổ dồn về thành phố.

Ít khi tòa án thành phố Montreal, một tòa án chủ yếu xử các tội vi cảnh như lái xe bất cẩn, vượt đèn đỏ, đậu xe chỗ cấm, lại có một buổi xử án loại…trí thức như vụ xử cô Neda Topaloski. Nhiều nhân chứng cỡ bự ra tranh luận trước tòa. Đây là phiên tòa…lịch sử. Cô Topaloski là thành viên đầu tiên của phong trào FEMA bị đem ra xử ở Quebec. Cô bị ghép tội gây rối trật tự. Bà Martine Delvaux, Giáo sư văn học của đại học UQUAM, nói trước tòa: phong trào FEMEN là một phong trào có một vị trí quan trọng trong lịch sử phản kháng của phái nữ. Phong trào phản kháng này bắt nguồn từ thời cổ Hy Lạp với các nữ chiến binh ngực trần, lan qua tới cuộc phản đối thuế của Lady Godiva ở thế kỷ thứ 11 tại Anh. Chắc chúng ta đều đã có lần được coi tấm hình Lady Godiva ngực trần cưỡi ngựa. Bà giáo Delvaux dõng dạc trước tòa: "Đây là chuyện đối nghịch với tình dục. Họ cho rằng họ là các chiến binh. Đây là một thân hình lên tiếng chứ không phải thứ để cho người ta chiêm ngưỡng". Bà Chánh Án Guylaine Lavigne sẽ nghị án vào ngày 15 tháng 2 năm 2017!

Đụng vào chị em FEMEN mệt lắm. Phát xuất từ Ukraine vào năm 2008 trong cuộc phản đối về thân phận phụ nữ trong hoạt động tình dục, phong trào này đã nhanh chóng lan ra hầu hết các quốc gia Tây phương. Tỉnh bang Québec có phong trào FEMEN vào năm 2013, mới được có ba năm. Vậy nên vụ cô Neda Topaloski mới nổi đình nổi đám như vậy. Các nơi khác, họ quen rồi. Họ cứ việc phơi ngực phản kháng bất cứ chuyện gì, cánh đực rựa cũng nhất định không…phản đối! Họ là những bậc quân tử rất yêu nghệ thuật nên ít khi bỏ lỡ các cuộc triển lãm. Cũng có thể họ ngưỡng mộ những nhà tranh đấu với vũ khí trời không cho họ. Nói tội trời, trời cũng có cho họ nhưng cắt xén rất nhiều về trọng lượng. Họ có muốn phơi ra để tranh đấu thì cuộc phơi phóng cũng không được ai chú ý tới. Thứ vũ khí loại cùng mằng ăn nhằm chi. Phải phổng phao, phơi phới mới nói lên được chính nghĩa.

Các ông bạn thơ của tôi là những người biết đá biết vàng. Họ trân trọng thứ cứ tưởng là vũ khí nhưng đích thực là thứ hoa xuân trong cuộc sống. Ông Quan Dương nghĩa:

Em quên gài cửa
Thơ ngây bỏ nhà
theo ta xuống phố
Búp mặc áo hồng
Ngực xuân chúm nụ

Con mắt kẻ phàm
lòng ta em rõ
Theo nhịp tim thầm
ngực hoa. Xuân nở

tràm bàn tay thon
Linh hồn ta thở
Kề môi em. Hôn
nhựa hoa ướt nụ

Ông Luân Hoán tự tình với thứ ông không coi là vũ khí dữ dằn.

hai hòn núi ngọc rung rung
mạch ngầm sóng chảy về chung đỉnh trời
cái nơi để ngậm vào đời
để bàn tay trải những lời thương yêu

Cái mà các ông bạn văn thơ của tôi ngợi ca đó thường vẫn bị nhốt trong lụa là, có chọc giận các ông văn thơ cũng chỉ he hé dung nhan. *Đẹp phô ra, xấu xa đậy lại.* Thứ các ông thơ thẩn tụng ca đó chẳng phải thứ phải đậy lại. Nhưng từ xưa tới chừ, đó cũng không phải là thứ mở ra khơi khơi. Chuyện he hé hay mở toang là chuyện thân mật trong chỗ kín đáo. Phúc phận ai người nấy nhờ. Từ trước tời giờ vẫn như vậy, nhưng chừ lại khác. Các bà các cô đòi quyền sống cho thứ trái cấm của họ. Tại sao các ông cứ phây phây mở toang trong nhà ngoài phố mà lại bắt chúng tôi nai nịt kỹ càng? Giờ chúng tôi muốn bình đẳng, các ông phơi được thì chúng tôi cũng phơi được. Quyền bình đẳng là quyền được quy định trong hiến pháp đàng hoàng. Đâu có phải chuyện cần xin xỏ ai! Vậy là tổ chức *GoTopLess* ra đời.

GoTopLess ra đời vào năm 2007 tại Mỹ do lãnh tụ của phong trào Raelian thành lập. Mục đích của tổ chức là tranh đấu cho quyền bình đẳng của phụ nữ. Thứ bình đẳng họ nhắm vào là quyền để ngực trần nơi công cộng. Cái chi mấy anh đực làm được thì chị em chúng tôi cũng có thể làm y chang như vậy. Họ suy tì như sau: "Bất cứ lúc nào nam giới được phép để ngực trần nơi công cộng thì phụ nữ phải có quyền hiến định tương tự. Nếu không, nam giới cũng phải che ngực!". Để thực thi quyền này, mỗi năm vào ngày "Bình Đẳng cho Phụ Nữ" 26 tháng 8, phụ nữ ở trần xuống đường tranh đấu. Họ tô hô ở nhiều thành phố tại Mỹ cũng như các thành phố lớn trên khắp thế giới. Theo lịch sử Hoa Kỳ, ngày 26 tháng 8 năm 1920 là ngày phụ nữ Mỹ lần đầu tiên được quyền bỏ phiếu. Năm 1971, Quốc Hội Mỹ đã biểu quyết lấy ngày 26/8 làm ngày "Bình Đẳng cho Phụ Nữ". Tổng Thống Hoa Kỳ có trách nhiệm tổ chức ngày này mỗi năm.

Năm tổ chức đầu tiên vào 2007, tổ chức *GoTopLess* chỉ quy tụ được có vài chị em mở toang áo tại bãi biển Venice ở California, thách thức hàng trăm anh đực rựa chụp hình lia lịa. Mấy ông cảnh sát bị bất ngờ nên không biết hành động ra sao. Các ông bà đạo đức cùng mình đứng xỉa xói dọa: chúng bay sẽ xuống hỏa ngục cả lũ. Ngày nay đã có hàng ngàn các bà các cô hè nhau phơi cả chùm trên khắp thế giới. Người sáng lập ra phong trào hứng chí: "Bằng cách thay đổi những chuyện nhỏ, nhất là những chuyện liên quan tới văn hóa, chúng ta thay đổi thế giới. Thế giới này đầy bệnh hoạn, chiến tranh, bạo lực, đói kém, tất cả vì bọn đàn ông. Đàn ông đã cai trị thế giới này quá lâu. Để thay đổi thế giới, người ta cần trao quyền cho phụ nữ. Phụ nữ yêu chuộng hòa bình hơn nam giới. Vậy nên phải khởi đầu bằng việc bình đẳng trong mọi lãnh vực. Bắt đầu bằng *topless.* Phụ nữ muốn không còn sự phân biệt giới tính, muốn có quyền như đàn ông, cần phải cởi nịt ngực, như một hành động cách mạng. Không phải tôi ở trần vì đó là quyền của tôi mà vì tôi muốn thay đổi thế giới!"

Vừa dịch vừa gõ những hàng chữ…cách mạng của phong

trào *GoTopLess,* tôi mệt đứt hơi. Cuộc cách mạng nào cũng để lại những dấu vết mất mát, tôi nghĩ đây là sự mất mát ít nhất cho các ông. Nhìn vào *video* quay lại cảnh biểu tình đòi quyền bình đẳng của các bà, tôi thấy ông nào ông nấy mặt phơi phới, tận tình quay phim, chụp hình. Thật là một cuộc cách mạng dễ chịu!

Phơi ra như một hành động tranh đấu và cách mạng, các bà chẳng làm mất lòng các ông. Cần thua, các ông chịu thua ngay. Bình đẳng thứ chi chứ bình đẳng phơi ra giữa thanh thiên bạch nhật, các ông đâu có *care.* Nhưng khi các bà buông vũ khí để coi chuyện phơi trần như một cách làm từ thiện, các ông hưởng ứng liền một khi!

Tại Nhật, các bà đứng phơi ngực cho các ông sờ nắn để quyên tiền chống bệnh AIDS. Các ông muốn táy máy tay, phải đóng một số tiền trước khi được phép ra tay hành hiệp. Các bà là các tài tử điện ảnh loại phim người lớn. Nữ diễn viên Rina Serina nói với phóng viên tạp chí Tokyo Sports: "Tôi thực sự mong muốn nhiều người âu yếm bộ ngực của tôi nhưng tôi sẽ rất hạnh phúc nếu bạn làm điều đó một cách tinh tế". Cô này muốn nhắc nhở các ông nên thương hoa tiếc ngọc, chẳng nên phũ phàng quá. Cô đã có kinh nghiệm về sự bày tỏ xúc động của các ông một cách thái quá vì sự kiện này đã có từ năm 2003. Cô nói thêm: "Tôi chưa bao giờ nghĩ ngực tôi có thể đóng góp được cho xã hội".

Ngực của diễn viên phim người lớn chắc đã quen việc, có đem ra làm việc thiện cũng không hao hụt chi. Nhưng đôi gò bồng đảo của các nữ sinh, chẳng biết có *sương còn ngậm* không, nhưng chắc chắn là thứ ít ra ngoài sương gió, mà cũng làm việc thiện thì đúng là...thiện. Một nhóm nữ sinh tuổi *teen* ở quận Shinjuku của thủ đô Tokyo đã tổ chức buổi gây quỹ giúp ngăn chặn bệnh AIDS bằng cách cho những người trả tiền sờ thoải mái vòng số một. Tin tức không cho biết số tiền phải trả có cao hơn số tiền làm việc thiện với các diễn viên phim người lớn không. Tôi nghĩ chắc phải có. Tiền nào của nấy, đó là quy luật...thị trường, dù là thị trường làm việc thiện. Các em gái làm việc thiện này đều là sinh viên các trường Đại học trên khắp nước Nhật. Phong trào này mang tên *"Erotica will Save the World"*. Nơi hoạt động của các nữ sinh này là các *shopping mall.* Họ là những sinh viên có vóc dáng chuẩn, xinh đẹp và đặc biệt vòng một rất đầy đặn và hấp dẫn. Phong trào "tình dục cứu thế giới" này đặt ra các luật lệ mà các ông tham gia phải tuân thủ. Các ông phải trên 18 tuổi, tay phải khử trùng trước và đóng góp một số tiền tùy lòng hảo tâm. Tất cả tiền thu được sẽ tặng hết cho các quỹ phòng chống bệnh AIDS để xử dụng trong việc tuyên truyền, phòng chống và điều trị căn bệnh thế kỷ này.

Trò chơi coi bộ hấp dẫn, anh đực rựa nào chẳng khoái. Nhưng vé máy bay đi Nhật là một trở ngại lớn, Mấy ông bạn tôi lắc đầu: tiền già đâu có chi cho chuyện làm việc thiện kiểu này được. Nhưng những người hay lang thang trên mạng đã sáng mắt trước tin là chuyện làm từ thiện kiểu này đã có ở Việt Nam. Trên *facebook,* một người có *nickname* N.T.L. đã loan báo là phong trào sờ ngực làm việc thiện sẽ được diễn ra tại Hồ Gươm và hồ Tây từ ngày 15/6 đến ngày 30/6. Bản tin này ghi rõ thể lệ như sau: "*Hơn 20 cô sinh viên được mang khẩu trang, đứng xếp hàng dài trên 2 tuyến đường. Nếu bạn quyên góp 50 ngàn bạn sẽ được bóp lần lượt từ người 1 đến người thứ 20, mỗi người bạn chỉ được sờ bên ngoài áo trong vòng 2 tới 5 giây rồi chuyển qua người khác...".* Các nữ sinh viên sẽ mặc áo gió bên ngoài ngực trần. Mỗi người muốn làm việc thiện sẽ phải trả 50 ngàn đồng nếu chỉ cho tay chu du bên ngoài áo gió. Muốn vào bên trong áo gió sẽ phải trả gấp đôi. Đợt đầu đã quyên được 300 triệu đồng. Đợt thứ hai được tổ chức từ ngày 30/10 đến ngày 4/11/2016. Tuy nhiên, vào ngày 31/10, tất cả 15 nữ sinh viên đã bị công an bắt về bóp. Phần lớn là các sinh viên trường Ngoại Thương, Tuy nhiên cũng có hai em là nữ sinh trung học. Sau khi thẩm vấn, các em đã được thả.

Tin ngoài luồng chi tiết như vậy nhưng theo phóng viên của VTC News thì Đội An Ninh Trật Tự tại hồ Hoàn Kiếm cho biết là không hề có chuyện làm từ thiện kỳ quái này trên địa bàn của họ. Người cầm đầu đội an ninh này quả quyết: "Tôi khẳng định trên địa bàn không có nhóm từ thiện nào kêu gọi người dân ủng hộ bằng cách thức như trên. Hoạt động văn hóa, nghệ thuật kêu gọi từ thiện tại Bờ Hồ diễn ra khá nhiều, song việc kêu gọi bằng hình thức sờ ngực thì quá nhảm nhí, không phù hợp với thuần phong mỹ tục, rất phản cảm". Có hay không có, chẳng biết. Tin tức nước mình thường vẫn mờ mịt như vậy. Lề trái nói khác, lề phải nói khác!

Trở lại với cô Neda Topaloski của tỉnh bang Quebec chúng tôi. Cô đã nhiều lần phơi trước khi hành hiệp tại Montreal. Lần gần đây nhất là tại một phòng phiếu ở thành phố New York trong ngày bỏ phiếu bầu Tổng Thống Mỹ. Cô phơi ra để phản đối ứng cử viên Donald Trump!

Tôi thấy cô Topaloski đã 30 cái xuân xanh mà còn ngây thơ. Phản đối ông Trump bằng chiêu giơ ngực ra thì ăn thua chi!

12/2016

PITBULL

Với tôi, chuyện chẳng có chi. Vậy mà ầm ĩ. Chuyện chó *pitbull* đang sôi nổi tại thành phố Montreal chúng tôi. Ngày thứ ba 27 tháng 9 vừa qua, Hội Đồng thành phố đã thông qua luật về nuôi súc vật, đặc biệt về chó *pitbull,* với 37 phiếu thuận và 23 phiếu chống. Chuyện nuôi súc vật không có chi gay cấn. Nhan nhản ngoài đường phố, đầm non đầm già ôm chó, dắt chó cùng khắp. Có điều là hiện nay chỉ có 20% chó nuôi có giấy phép. Tám chục phần trăm sống…ngoài vòng pháp luật! Luật quy định là từ nay tới ngày 31/12/2019, tất cả chó mèo nuôi đều phải có giấy phép. Muốn có giấy phép thì phải mang chó mèo yêu quý đi tiệt trùng và mang bảng nhận diện. Giá tiệt trùng là 10 đô cho mèo và 25 đô cho chó không phải thuộc giống *pitbull.* Mỗi người chỉ được nuôi bốn con thú trong đó tối đa là hai chú chó. Nếu muốn nuôi thêm chú chó thứ ba thì phải chi ra 50 đô mua giấy phép.

Phần chính của luật nhắm vào chó *pitbull.* Những ai

muốn mua hoặc nuôi chó *pitbull* thì phải thực hiện trước ngày 3 tháng 10 sắp tới. Sau đó bắt đầu nuôi chó *pitbull* là bất hợp pháp. Những người hiện đang nuôi loại chó này phải xin giấy phép trước cuối năm nay. Bắt đầu từ ngày 1 tháng 3, chủ nuôi chó phải có giấy phép đặc biệt, giá 150 đô. Chó phải được tiệt trùng, mang thẻ nhận diện và chích ngừa. Khi đi ra ngoài nhà, mõm chó phải được bịt và cổ chó phải có xích dài 1 thước 25. Đó là về phần chó. Phần người chủ phải không có tiền án. Tôi thắc mắc về điều kiện này. Chó giống *pitbull* là thứ dữ, nhưng mắc mớ chi phải đòi hỏi chủ phải hiền. Chủ chó và chó là một sao?

Thị trưởng Montreal là ông Denis Coderre có tư thù gì với chó *pitbull* hay sao mà làm khó với loại chó này như vậy? Ông chưa bị chó cắn nhưng dân thành phố của ông đã bị chó vật chết. Đó là bà Christiane Vadnais, cư dân vùng Pointe-aux-Trembles. Chuyện xảy ra vào ngày 8 tháng 6 vừa qua. Bà bị chó của hàng xóm tên Lucifer chui qua rào vật bà tới chết. Nhân chứng Farid Benzenati cho biết là khi đi làm về, khoảng 5 giờ chiều, ông nhìn thấy con chó đang chơi với một vật chi bên sân cạnh nhà ông. *"Khi tới gần tôi mới thấy đó là một vật khá lớn. Rồi tôi nhìn thấy tóc. Tới gần hơn nữa tôi mới trông thấy một thân người đàn bà không còn cử động. Phản xạ tự nhiên khiến tôi gào lên: "Christiane!"*. Ông giáo dạy tiếng Pháp này vội đập cửa căn nhà nhưng không có ai mở cửa. Ông lập tức chạy về nhà , gọi 911. Cảnh sát cho biết người đàn bà 55 tuổi này đã chết. Con chó hung dữ đã chui vào sân nhà bà qua một lỗ thủng ở hàng rào. Lúc cảnh sát tới nó còn đứng cạnh thi thể nạn nhân và gầm gừ một cách hung dữ. Cảnh sát phải nổ súng giết để cho nhân viên y tế vào cứu nạn nhân. Mọi sự đã quá muộn. Nạn nhân chết ngay tại chỗ! Ngay viên cảnh sát bắn hạ con chó cũng bị nó tấn công trước khi ông nổ súng. Cảnh sát Benoit Boisselle cho hay: "Trên thân thể nạn nhân có nhiều vết thương. Tôi không muốn đi vào chi tiết nhưng chắc mọi người có thể tưởng tượng được chuyện gì xảy ra với một con chó hung dữ như vậy". Chủ của con chó giết người này đã bị thẩm vấn.

Thị Trưởng Coderre nhấn mạnh là ông phải bảo vệ người dân thành phố nên phải hành động ngay. Riêng về chuyện này, tôi đứng về phía ông Coderre. Tôi vốn thiếu tình yêu loài thú này và rất kính nhi viễn chi khi gặp chó ngoài đường phố. Nhiều người không giống tôi. Thấy chó là xúm lại ve vuốt với nét mặt sáng rỡ. Mấy ông bạn tôi, toàn những người xưa kia ở Việt Nam chỉ khoái thấy chó trên bàn nhậu mà thôi, cũng chê tôi có tính...ghen hạng nặng. Ghen cả với chó. Số là trong những lúc chuyện trò bù khú, tôi tỏ ra rất khó chịu với những chú chó được những em đầm thơm phức bồng bế trên ngực, thỉnh thoảng cúi xuống mi một phát trông rất đáng ghét. Thực ra tôi rất sòng phẳng. Người là người, chó là chó, hai thứ không thể đánh đồng với nhau được. Khổ nỗi là chung quanh tôi, số người thích chơi với chó chiếm đa số. Đành thua!

Tổ chức ngăn ngừa bạo tàn với súc vật *Society for the Prevention of Cruelty to Animals,* viết tắt là SPCA, không những phản đối mà còn đâm đơn kiện lên tòa Tối Cao tỉnh bang Quebec chỉ một ngày sau khi luật này được biểu quyết. Họ cho rằng luật này bất hợp pháp và vi hiến, cần phải ách lại. Chó đã nhảy lên tới hiến pháp! SPCA yêu cầu đơn kiện của họ phải được tòa xử khẩn cấp trước ngày 3 tháng 10 là ngày luật có hiệu lực. Tòa viện lẽ không có đủ thẩm phán nên chỉ xử được vào đúng ngày thứ hai 3/10.

Chuyện như vậy tưởng đã đủ ầm ỹ, nhưng tiếng chó kêu đã vang ra khắp thế giới. Trên *Facebook* xuất hiện liền một *video* kêu gọi mọi người tẩy chay không du lịch tới Montreal nữa. Trên 15 triệu người đã vào coi và 150 ngàn người đã ký vào bản tẩy chay này. Ca sĩ nổi tiếng Cyndi Lauper (nghe là nổi tiếng thì biết vậy chứ thú thực tôi chẳng biết cô này là ai!) đã *tweet: "Thực là một ngày buồn ở Montreal. Khi nào người ta mới ngưng báng bổ một giống chó? Chó* pitbull *thiếu giống chi. Nhưng giống chó khác cũng có con dữ dằn chứ bộ! Chuyện này là bất công. Không nên cấm giống chó nhưng cấm những người huấn luyện luôn bạc đãi chúng. Hàng ngàn con xếp hàng để bị bứng ra khỏi nhà và bị giết bằng hơi ngạt".* Cô ca sĩ ái chó này đề nghị mọi người ký kiến nghị phản đối và 156 ngàn người đã theo chân cô ký vung vít. Một dân Montreal đã *post* một đoạn phim chân dung một chú chó *pitbull* rất ăn ảnh tên Lucky nói chuyện thẳng với Thị Trưởng Coderre. Trên 317 ngàn người đã vào coi. Vợ của thủ môn *hockey* Carey Price của đội Canadiens ở Montreal cũng đã lên *Twitter* thúc dục mọi người ký kiến nghị phản đối.

Ông Denis Coderre bị chó *pitbull* vây tứ bề! Thực đáng thương. Tôi thấy trên báo *The Gazette of Montreal* một bức biếm họa ông Thị Trưởng do họa sĩ Aisla vẽ. Ông này vẽ hầu như hàng ngày trên báo nhưng tôi thấy khiếu khôi hài của ông rất nghèo nàn. Thường tôi không thích. Nhưng kỳ này ông vẽ một bức làm tôi cười được. Bức vẽ hình ông Coderre lùn tịt bị một con chó *pitbull* gác cẳng tè vào chân.

Tội cho ông Thị Trưởng! Ông biện luận là theo thống kê của cảnh sát thì, trong năm 2015, giống chó *pitbull* đã chiếm tới 38% những vụ chó cắn người trong khi dân số giống này chỉ chiếm có 4,2% số chó trong thành phố. Ông khẳng khái nói: "Với tư cách Thị Trưởng, tôi có trách nhiệm giữ an toàn cho dân chúng. Số đông dân muốn tôi có những biện pháp cụ thể". Nghị viên Anie Samson, người cầm đầu tiểu ban phụ trách an ninh, tiếp lời ông Thị Trưởng: "Tôi nghĩ là với trách nhiệm của một dân cử, chúng tôi phải chọn con người trên súc vật. Đó là điều chúng tôi muốn thực hiện với luật này". Những nghị viên ủng hộ luật đã cho biết là có tới 40 quốc gia và 900 thành phố tại Mỹ có luật cấm chó *pitbull* khiến những vụ chó cắn người giảm đi rất nhiều.

Vấn đề đặt ra là làm sao quy định một con chó thuộc giống *pitbull.* Theo luật của thành phố Montreal mới được ban hành thì những giống chó *American Staffordshire terriers, Staffordshire bull terriers, American pit bull terriers* và tất cả chó lai các giống này được coi là chó *pitbull.* Dân chúng muốn biết chó nuôi trong nhà có phải thuộc giống chó bị cấm không có thể điện thoại cho thành phố để được xác nhận. Các nghị viên bỏ phiếu chống luật này cho biết chuyện phân biệt giống chó *pitbull* không hề dễ dàng. Nghị viên Marvin Rotrand nhấn mạnh là vì khó khăn này nên 21 tiểu bang của Mỹ đã không cho các thành phố làm luật cấm. Tại Canada, hai thành phố Edmonton và Vancouver đã phải bãi bỏ luật cấm. Ông nói: "Hậu quả của luật này là người ta giết những con chó không phải vì cách hành xử mà vì ngoại hình của nó". Ông nói một đàng, bà nói một nẻo, chẳng biết đâu mà lần. Bà nghị Anie Samson quả quyết là chỉ nhìn cũng phân biệt được, chuyện dễ ợt. Bên SPCA bảo là ngay cả các thú y sĩ cũng khó xác định.

Tôi đã từng bị chó cắn nên vẫn có mối tư thù với chó. Kể ra thì không nên thù dai như vậy vì con chó *berger* to đùng chơi xấu với tôi từ hồi tôi còn nhỏ lận. Nhưng sao khó hỉ xả quá! Chó cắn người xảy ra vô số. Nơi nào có chó là có máu đổ thịt rơi.

Chuyện xảy ra vào tháng 1 năm nay, 2016, tại thị trấn Yuba, California. Cô Alexandria Griffin-Heady đi làm, để cậu em trai cùng cha khác mẹ tên Tyler Trammell-Huston, 9 tuổi, ở nhà một mình với ba con chó *pitbull.* Ba tiếng sau, khi cô chị trở về thì cậu em đã nằm bất động với nhiều vết thương nặng trên người. Cô vội gọi cảnh sát. Xe cứu thương chở cậu bé 9 tuổi vào bệnh viện. Nhưng đã quá muộn. Cậu bé chết ngay sau khi tới nhà thương. Cô Alexandria cho biết cậu em rất thân thiện với ba con chó này. Thậm chí còn ngủ chung với chúng. Các cụ đã phán: *chơi với chó, chó liếm mặt.* Chó *pitbull* không liếm mặt mà sơi tái luôn chủ!

Cô Porsche Nicole Cartee, 25 tuổi, cũng bị chó nuôi sơi tái. Con chó giống *pitbull* phản chủ tên Spike này đã được nuôi mười năm nay, không biết mắc giống chi mà nổi điên tấn công mẹ và em gái cô chủ Cartee. Cô nhào vào giải cứu. Con chó giận dữ quay lại cắn vào đầu và người cô tới chết. Mẹ và em của cô bị thương nặng được đưa vào nhà thương cứu chữa. Bạn trai của cô, anh Patrick Powell, tâm sự là anh và người yêu đã có lần tranh cãi đến chia tay nhau vì con chó: "Nicole yêu nó. Nàng coi nó như con vậy. Nhưng sự thực là tôi và Nicole đã từng bị nó cắn. Cả người nhà của Nicole cũng đã từng bị nó cắn. Tôi đã nói suốt nhiều năm qua rằng nó rất hiếu chiến và cần được giải quyết trước khi nó cắn chết ai đó!". Người bị con Spike vật chết không ai khác hơn là chính người đã thương yêu bảo vệ nó. Anh Patrick đã thốt lên khi nghe tin dữ: "Hôm qua tôi đã mất đi tình yêu của đời mình vì một con chó *pitbull*. Đó là những gì tôi muốn nói với những người vẫn đang tin rằng *pitbul*l không xấu. Nó và cả những người tin vào điều đó nên bị tống hết xuống địa ngục!".

Giống chó *pitbull* là một trong mười giống chó dữ dằn nhất. Cứ nhìn vào dung nhan các cô các cậu chó này là thấy ngán liền. Bắp thịt săn chắc, đôi mắt lạnh lùng, hàm răng cứng rắn, bước chạy thoăn thoắt như tên lại thêm các "đức tính" hiếu chiến, gan lì. Với hai hàm răng rất dài và sắc nhọn, khi nó đã ngoạm vào chỗ nào thì ngoạm tới đứt lìa ra mới thôi. Vì vậy khi bị *pitbull* cắn, vết thương để lại rất sâu và rộng, nhẹ thì mang tật, nặng có thể mất mạng!

Bắt nguồn từ châu Mỹ, *pitbull* thường được dân cao bồi mang theo trong các cuộc săn bắn. Chúng rất trung thành với chủ và sẵn sàng chiến đấu tới hơi thở cuối cùng để bảo vệ chủ.

Kể từ năm 2003, chó *pitbull* được mang vào Việt Nam và lập tức gây *hot* liền. Người ta đua nhau tìm mua cho được loại chó mới này. Người mang *pitbull* nhập cảnh Việt Nam là anh Mai Quang Tuấn. Qua lời mách bảo của một người bạn sống tại Nga, anh Tuấn, một tay chơi chó, đã mua về chú chó đầu tiên. Ngày nay dân số *pitbull* đã tăng nhanh chóng sau khi rộ lên mốt nuôi loại chó dữ dằn này. Người ta dắt chó ra đường, chẳng biết có phải để khoe hay không, nhưng rất dễ dãi trong việc canh chừng chúng. Các vụ chó *pitbull* cắn người và các giống chó khác xảy ra như cơm bữa. Chủ chó thường lơ là, chậm can thiệp. gây nguy hiểm cho người và vật khác. Phẫn nộ trước tình trạng này, một dân mạng đã *post* lên *facebook* một bài văn chửi chó. *"Tối qua thằng con tôi theo mẹ đến trường / bị hai con chó chúng nó xông ra cắn / Mẹ nó bế lên che kịp nhưng cu con sợ khóc thét / Bọn bảo vệ vô trách nhiệm / Chúng thả rông chó trong trường các anh ạ /Tôi hồi bé ở quê bị chó cắn suốt / Có những cú tôi choáng váng đến tận giờ / khi khoảng dăm con chó dữ xộc ra lùa thằng ranh con mười tuổi giữa trưa hè / Chủ nhà gác chân ngủ trong nhà không can thiệp / May mà chỉ bị vài phát vào chân".*

Người dắt *pitbull* vào Việt Nam, anh Mai Quang Tuấn, nhớ lại khi đưa chú *pitbull* đầu tiên về anh cũng tưởng nó dữ dằn lắm, nhưng nó không hề sủa lên inh ỏi khi gặp người lạ như giống chó ta. Ngược lại, nó để anh thoải mái vuốt ve chơi đùa. Sau đó anh dạy chó theo đúng sách vở. Mỗi ngày anh huấn luyện nó bơi, nhảy cao, vượt chướng ngại vật. Theo anh Tuấn, việc nuôi và dạy chó đòi hỏi người chủ phải có một tình yêu đặc biệt với nó, dạy bảo, cư xử đúng cách, tuyệt đối không dạy nó kích động, tấn công vô lý. Hiện anh Tuấn sở hữu một trang trại chó gồm 50 chó *pitbull* tại phường Đông Hải, quận Hải An, Hải Phòng. Anh chia sẻ: *"Pit Bull bản chất không quá dữ dằn như ngoại hình của nó. Ngược lại nó hiền và rất trung thành. Giống chó pitbull có thể nói là rất tuyệt. Chúng hoà đồng mọi cá thể xung quanh. Chúng biết nghe lời khi được dạy dỗ. Chỉ có điều, hiện nay ở nước ta, rất nhiều người nuôi pitbull theo cách rất tệ. Từ đó dẫn đến sự thất bại cho chính người nuôi nó và muốn trục lợi nó. Họ không lường hết được hậu quả sẽ đến nếu nuôi dạy pitbull một cách thiếu hiểu biết, không đúng cách. Việc xảy ra ở Hà Nội vừa qua, khi một chú chó pitbull lao vào tấn công chú chó labrador vài tháng tuổi là một minh chứng cho việc nuôi sai cách. Với kinh nghiệm của tôi, người chủ nuôi pitbull này đã dạy cho nó thói kích động ngay từ nhỏ. Nếu là người hiểu pitbull thì khi phát hiện có chó labrador đi gần đó, người chủ phải tìm cách né ngay lập tức, giữ gìn khoảng cách tránh để pitbull có cơ hội tấn công"*.

Chó phải dạy mới nên...chó. Người phải dạy mới nên người. Phóng viên có phải dạy không? Ông Nguyễn Như Phong, Đại Tá Công An, nguyên Phó Biên Tập báo Công An Nhân Dân, Tổng Biên Tập báo *Petro Times*, mới có một bài báo tên *"Nghề Phóng Viên Là Phài Như Con Chó Ấy"*. So sánh phóng viên với con chó không phải là ý của ông nhưng là câu ông nghe được từ ông Chủ Bút báo *Bangkok Post.* Chó rất trung thành, có tình với chủ. Chó có đôi tai thính, biết sủa để báo động với chủ và khi chủ gặp nguy, chó xả thân bảo vệ chủ. Người phóng viên cũng có đôi tai thính để săn tin, có mũi thính để phân biệt giả thật, đúng sai, có dũng khí để bảo vệ cái đúng và phê phán cái sai. Ông Nguyễn Như Phong viết: "*Vậy nếu so sánh giữa nghề làm báo với những phẩm chất cao quý của con chó thì xem ra rất giống nhau. Một con chó sẽ chẳng có giá trị gì nếu như chỉ biết ăn rồi làm cảnh cho chủ. Một nhà báo cũng sẽ chẳng có giá trị nếu viết theo kiểu "ăn theo nói leo" hoặc ngồi một chỗ nhặt nhạnh thông tin từ nơi này, nơi khác biến thành của mình. Một nhà báo, mà không biết bảo vệ quyền và lợi ích hợp pháp của người dân, bảo vệ những cái đúng và dám đấu tranh với những điều sai trái thì cũng thật vô tích sự! Chỉ có một điều rằng, muốn có được một chú chó hay, mang tất cả những phẩm chất cao quý của loài chó, thì ngoài tình thương yêu chăm sóc của chủ ra, nó cũng phải được dạy dỗ, chỉ bảo từng li từng tí. Nó cũng sẽ bị phạt như phạm lỗi và cũng sẽ được thưởng khi có công. Nhắc lại điều này là để bạn đọc thấy rằng, chó muốn giỏi thì cũng phải nuôi dạy và phóng viên, nhà báo muốn giỏi thì ngoài năng khiếu trời cho, cũng phải được dạy dỗ, rèn luyện tử tế. Và chó khôn nhờ chủ, muốn có phóng viên giỏi cũng phải nhờ chủ*".

Nghề làm báo là nghề cao quý. Thường người làm báo chân chính chỉ hành xử theo lương tâm chứ không theo chủ. Họ được huấn luyện chuyên môn nghề nghiệp chứ không cần chủ nuôi dạy. Loại phóng viên bám đuôi chủ của ông Đại Tá Công An Nguyễn Như Phong chẳng khác chi…*pitbull!*

10/2016

ROBOT

Trong lễ bế mạc Thế Vận Hội Rio 2016 vừa qua, bà Thị Trưởng Tokyo đã nhận lá cờ Thế Vận để đứng ra tổ chức Thế Vận Hội năm 2020. Ngay sau đó, báo chí đã đưa tin Thế Vận Hội Tokyo 2020, khi thế giới bước qua thập niên thứ ba của Thế kỷ 21, là một dịp trình diễn của robot! Phải nói ngay kẻo có sự hiểu nhầm: robot không thay thế các lực sĩ trên thao trường mà chỉ lăng xăng bên lề. Chúng lăng xăng như thế nào? Báo chí đã hé lộ nhiều tin liên quan đến đoàn quân không tim này.

Chúng sẽ có mặt khắp nơi. Ngay khi tới phi trường, khách tới coi thế vận hội sẽ được đón tiếp ngay từ sân bay bằng những robot mẫn cán. Khi tới ngụ tại làng thế vận tại khu Obaida của thủ đô Tokyo, khách tha hồ chọn robot phục vụ cho mình. Loại robot *oshin* này rất đa dạng. Chúng sẵn sàng trả lời các thắc mắc về chuyện đi đứng, ăn uống, vui chơi. Ra đường, sẽ có các robot taxi không người lái giúp chúng ta di chuyển. Khi tới các vận động trường, chúng ta sẽ lại gặp người...sắt phục vụ chúng ta. Cam đoan không lười biếng và nhất định không nhận tiền *tip. Tip* không phải là mối bận tâm cho khách vì cả người thật lẫn người sắt ở Nhật đều không có thói quen nhận tiền...boa.

Chính quyền và dân chúng Tokyo, cho tới nay, đã bỏ ra 20 tỷ đô Mỹ cho thế vận hội còn tới bốn năm nữa mới khai mạc. Họ muốn chứng tỏ cho thế giới biết sự thay đổi của Nhật. Đây không phải là lần đầu họ bày hàng cho thế giới thấy. Đã từng có thế vận hội Tokyo vào năm 1964, kỳ thế vận hội đầu tiên được tổ chức tại một thành phố Á châu. Từ 1964 đến nay, 52 năm đã trôi qua, Nhật muốn cho thế giới biết họ đã khác ra sao. Cái khác nổi bật nhất là Nhật Bản hiện là quốc gia "tự động hóa" nhất thế giới. Họ sẽ thả cả một rừng robot ra thế vận hội lần này.

Trở ngại lớn nhất trong kỳ thế vận Tokyo 2020 là phiên dịch. Dân Nhật vốn chỉ thích nói tiếng Nhật, hiếm có người nói được các tiếng khác. Du khách ngoại quốc lạc vào một xã hội đóng như vậy dễ bị bệnh câm điếc. Đó là một trở ngại rất lớn mà họ phải giải quyết. Một ứng dụng mang tên *VoiceTra* có thể dịch các văn bản ra 27 thứ tiếng ngoại quốc và có khả năng phiên dịch chính xác tới 90% những gì người sử dụng nói ra sẽ được đặt tại các địa điểm đông người qua lại như các *shopping center,* bệnh viện, sân vận động. Hãng Panasonic đang hoàn tất một máy phiên dịch chỉ nhỏ bằng lòng bàn tay có khả năng dịch ra 10 ngôn ngữ khác để du khách thủ trong túi hầu dễ dàng tiếp xúc với dân chúng địa phương. Có robot dịch thuật này trong túi, cuộc đời sẽ dễ chịu hơn nhiều. Chẳng xảy ra cảnh nói chuyện bằng tay và cười khơi khơi như tôi đã từng khổ sở trong những lần tới Nhật.

Như vậy, năm 2020, khi tới Tokyo du khách sẽ gặp rất nhiều robot trên mọi nẻo đường. Thủ Tướng Nhật Shinzo Abe coi bộ khoái robot hóa thế vận hội nên ông dự tính tổ chức một cuộc thi tài giữa các robot trong dịp tổ chức thế vận hội: "Vào năm 2020, tôi sẽ tập hợp robot trên toàn thế giới và tổ chức một kỳ "thế vận hội" robot để chúng tranh tài với nhau về khả năng kỹ thuật".

Robot quốc tế sẽ lềnh khênh ở Tokyo. Ra đường là đụng robot. Chẳng cần chờ tới năm 2020, ngày nay ra đường chúng ta cũng đã đụng robot. Hai giáo sư Đại học Canada là Giáo sư David Harris Smith của Đại học McMaster ở Ontario và Giáo sư Frauke Zeller ở Toronto đã chế tạo ra chú robot *HitchBOT* có kích thước bằng một đứa trẻ, cao 91 phân và nặng 14 ký. Phí tổn chế tạo chỉ 1900 đô Mỹ. Giữa năm 2014, họ thả chú robot này ra để du lịch khắp thế giới nhờ vào lòng tốt của những người mà nó gặp trên đường. Chú đứng bên vệ đường xin đi nhờ xe. Nhiều người đã cho chú lên xe. Có người đã cho chú lên máy bay qua Âu châu. Tổng cộng chú đã đi qua bảy quốc gia. *HitchBOT* có một bản danh sách các nơi chú cần đến nhưng chú không tự đi được. Tất cả nhờ vào lòng hảo tâm của mọi người. Vậy nên người ta mới gọi chú là "robot thử lòng tốt của con người". Con người có tốt không, người ta không chờ câu kết luận khẳng định chuyện này vì dù sao chú cũng là một "người" đặc biệt, không giống với những *hitchhicker* giơ ngón tay muốn đi nhờ xe mà chúng ta thường thấy bên đường. Vậy nên, suốt mùa hè năm 2014, chú đã đi xuyên qua Canada trong 26 ngày nhờ 19 người tốt bụng. Sau đó chú đã cưỡi máy bay qua Âu châu. Hành trình của chú qua nhiều nước Âu châu. Tới đâu chú cũng được mọi người hết lòng giúp đỡ. Tháng 8 năm 2015, chú tới Massachusetts, Mỹ, tiếp tục tới Nữu Ước rồi Philadelphia. Hành trình tiếp theo sẽ là San Francisco, tới thăm núi Rushmore và Grand Canyon. Nhưng đoạn đường này đã đứt đoạn. Vì một cuộc bạo hành tại Philadelphia. Chú đã bị hành hung tới banh càng và đứt đầu! Dân Mỹ nổi giận muốn "trả thù" cho chú nhỏ dễ thương này. Một người đã viết trên Twitter: "Hãy đưa những kẻ sát hại *HitchBOT* ra trước công lý! *HitchBOT* đã bị những kẻ khốn nạn ở Philadelphia hủy hoại!". Một người khác viết: "Xin lỗi *HitchBOT* vì hành trình của em phải kết thúc như thế này!". Dân Mỹ đòi phải coi lại *camera* giám sát ghi lại sự việc. Nhưng hai cha đẻ người Canada của chú robot dễ thương cho biết chú đã hết pin từ trước. Họ không muốn khiếu nại chi về cái chết tức tưởi của chú. Giáo sư Harris Smith cay đắng: "Chúng tôi muốn ghi nhớ những thời khắc tốt đẹp của *HitchBOT* và kêu gọi những người bạn của chú robot này cũng làm như vậy. Đôi khi có những chuyện xấu xảy ra với những người tốt!".

Chú robot *HitchBOT* của Canada đã xuống đường, được mọi người thương mến giúp đỡ, cuối cùng đã bị thảm sát. Đó là thực trạng của xã hội: có người tốt, có người xấu. Nhưng chúng ta tin rằng người tốt nhiều hơn những người xấu. Một chú robot khác cũng ra đường phố nhưng chẳng để thử cái chi cả, chú trốn nhà đi chơi. Nhà của chú là phòng thí nghiệm

Promobot ở Perm, Nga. Chú này khác với chú *HitchBOT,* có thể tự di chuyển được. Nhân một bất cẩn của một kỹ sư quên đóng cửa phòng thí nghiệm, chú đã lẻn ra đi dạo phố chơi. Chú đi được 50 thước trước khi hết pin. Nhưng chú cũng đã ra được ngoài đường phố. Chú ngơ ngác đứng giữa phố đông người. Cảnh sát giao thông vội chạy tới canh bên cạnh. Một lúc sau, một kỹ sư mới đuổi kịp chú và xách cổ về! Chú đã có 40 phút rong chơi ngoài đường, quyến rũ đám đông vây quanh, gây ra nạn kẹt xe. Không ai tin là chú đã trốn nhà đi chơi. Họ cho đây là một chiêu quảng cáo của hãng chế tạo robot Promobot. Hãng này cho biết họ đã chế tạo được robot có thể giao tiếp với con người, trả lời các câu hỏi thông thường và chỉ đường cho khách bộ hành.

Robot cũng xuống đường ở Trung Quốc nhưng không được dư luận tán thành. Cuộc xuống đường của 8 robot đi hầu một đại gia là một cuộc trình diễn mà dư luận gọi là… sến! Nhìn hình của cuộc trình diễn này tôi thấy sến thật! Cứ như cảnh trong các phim Đại Hàn, khi ông Tổng Giám Đốc đi ngang là tất cả nhân viên dàn hàng ngang cúi đầu chào. Đại gia Trung Quốc không được nêu tên nhưng mặt ông rõ ràng không giấu giếm trong các bức hình, đi sắm nữ trang tại một tiệm kim hoàn ở Quảng Châu. Tám cô robot dàn hàng đi theo để xách đồ, từ chiếc cặp da, *laptop* đến những túi đồ ông mới mua. Hình ảnh của chuyến đi trình diễn mua nữ trang này bị dân chơi trên mạng ném đá, gọi ông trọc phú này là "thổ hào", một tiếng lóng ám chỉ một người giầu có nhưng không có gu.

Nhìn vào những hình ảnh của các cô gái robot, tôi thấy

các nàng này có dáng người hơn hai chú *HitchBOT* và chú robot Nga hư đốn trốn nhà đi chơi nhiều. Nhưng khuôn mặt các cô giống như người hỏa tinh. Chỉ lồ lộ hai con mắt xanh lè. Không miệng mũi, tóc tai. Các cô có dáng người nhưng chưa thành người. Phải đợi tới tháng 6/2016 vừa qua, robot mới thành người, mà người đẹp hẳn hoi.

Người đẹp tên Jia Jia được gán cho hỗn danh "thánh nữ robot". Nhìn hình tôi cảm ngay. Đó là một cô gái đẹp, cử động mềm mại, ứng đáp duyên dáng. Dĩ nhiên cô nàng chỉ nói được những câu đã được lập trình. Tôi vào YouTube, nghe thử xem người đẹp Jia Jia nói năng ra sao. Nàng đứng đón khách nơi cổng vào nơi tổ chức diễn đàn Davos tại thành phố Thiên Tân. Cha đẻ ra nàng là Giáo sư Trần Tiểu Bình của Đại học Công Nghệ và Khoa Học Trung Quốc chào hỏi cô con gái và cô trả lời ngay: "Thưa ông chủ, tôi có thể giúp gì cho ông?". Câu tiếp nàng nói: "Xin chào mọi người, tôi là Jia Jia. Xin làm ơn đừng chụp hình gần tôi vì nó sẽ khiến mặt tôi mập hơn!". Khi nói, môi nàng mấp máy theo câu nói, đôi mắt nhìn rộng khắp phòng. Nhóm của Giáo sư Trần Tiểu Bình phải mất ba năm mới cho ra đời được Jia Jia, thua xa các bà bầu chỉ mất có 9 tháng 10 ngày! Chuyện đứa con nít vài ba tháng có thể làm được là cười và khóc thì Jia Jia chưa làm được. Chắc phải chờ tới phiên bản thứ hai thì em của Jia Jia mới được hoàn thiện hơn. Giáo sư họ Trần cho biết: "Chúng tôi muốn phát triển robot có khả năng tự học hỏi. Chúng tôi sẽ thêm biểu cảm cho khuôn mặt và giúp Jia Jia tiếp xúc tốt hơn với con người". Nhóm sáng tạo ra Jia Jia coi cô nàng là vô giá và không có ý định sản xuất hàng loạt nên dù có là đại gia cũng chẳng có cơ hội sắm được tám Jia Jia dắt theo khi đi mua sắm.

Chẳng là đại gia, anh đàn ông nào thấy người đẹp, dù là người đẹp robot, cũng muốn ôm về hưởng riêng. Biết được cái tật cố hữu này nên robot tình dục ra đời. Vậy là nên chuyện. Phải nói là lắm chuyện. Dân chúng cãi nhau ỏm tỏi về giống robot này.

Đầu têu trong vụ sản xuất robot tình dục là hãng True có trụ sở tại Nữu Ước. Họ phải mất tới vài năm mới sản xuất ra được con robot tình dục đầu tiên trên thế giới mang tên Roxxxy. Nói ngay kẻo nhiều vị sốt ruột: giá của Roxxxy là bảy ngàn đô Mỹ. Từ ngày Roxxxy ra đời, dân chúng cãi nhau loạn xạ về thứ robot mất nết này. Tại cuộc hội thảo về công nghệ *Web Summit* được tổ chức tại thủ đô Dublin của Ái Nhĩ Lan, vào ngày 4 tháng 11 năm ngoái, bà Kathleen Richardson, nhà nghiên cứu về vấn đề đạo đức trong việc sử dụng robot của Đại học De Montfort, đã cảnh báo về những nguy hiểm của việc quá thân mật với robot. Bà nói: "Người ta không thể quan hệ tình dục với một cỗ máy như cách người ta làm với một con người. Chúng ta đang đánh mất nhân tính". Giáo sư Joel Snell của Đại học Kirkwood ở Mỹ cho rằng robot tình dục luôn sẵn sàng, không bao giờ biết nói không nên người xử dụng dễ bị nghiện.

Phản ứng lại, ông Nell Watson của Đại học Singularity ở Slicon Valley, California, lại hoan nghênh việc thân mật giữa người và máy vì "máy móc có thể giúp con người bớt cô đơn". Chuyên gia về tình dục Gurpreet Singh góp ý: "Hãy để mọi người tận hưởng robot tình dục, chúng cũng như các cặp vợ chồng thích dùng đồ chơi trong chuyện chăn gối của họ. Nếu cả hai phía đồng thuận thì tôi thấy điều này không có gì sai". Tiến sĩ David Kreps của Đại học Salford không nghĩ rằng robot có thể thay thế con người: "Bạn hãy đặt câu hỏi, liệu người máy có thể trở thành người thật được không? Tình yêu cần có hai người, và đó là việc của con người. Con người kết nối với nhau dựa trên tình cảm. Không bao giờ có thể cảm nhận được điều ấy với một robot".

VoucherCodesPro đã tiến hành một cuộc khảo sát với 2816 người Anh về lựa chọn quan hệ tình dục với robot. Kết quả có 72% người thừa nhận robot tình dục rất tốt và 28% cho đây là một chuyện mới cần thử trước đã.

Bàn về chuyện tình dục của con người bao giờ cũng là chuyện còn phải tranh cãi, khó đồng thuận. Tình dục không phải chỉ là chuyện giao tiếp thể xác mà là chuyện có tình yêu can dự vào. Một cuộc sống an hòa là chuyện chúng ta vẫn thường cổ súy. Robot, dù có là Jia Jia đi nữa, chẳng bao giờ thay thế được con người. Đó là chuyện của cuộc sống bình thường của phần đông chúng ta. Nhưng với những hoàn cảnh đặc biệt, robot có vai trò của nó. Tôi còn nhớ những gì thấy trên màn ảnh nhiều năm trước khi những thủy thủ phải sống nhiều tháng đằng đẵng trên tàu, không có bóng dáng người khác phái, vác những con búp bê tình dục xuống tàu trước khi nhổ neo. Không ai không thông cảm với tình huống đặc biệt đó. Với búp bê ngày đó và robot bây giờ. Lại còn chuyện ngàn năm không giải quyết được, dù bất cứ dưới hình thức xã hội nào, là chuyện đĩ điếm. Nếu con người có thể bằng lòng với robot tình dục, không chừng chuyện ngàn năm vẫn còn đó lại có cơ giải quyết.

Ông Jim Hunter, nhà khoa học thuộc hệ thống Greenwave, còn nhận định về một khía cạnh khác: robot có thể giúp những người gặp khó khăn trong việc giao tiếp với thế giới chung quanh. Đây là chuyện thật. Chú em họ tôi có một cháu trai bị trầm cảm nặng. Suốt ngày cứ ngồi ru rú trong nhà. Đứa cháu này không thể ra đời làm việc chi được và hiện được chính phủ Mỹ trợ cấp nuôi sống suốt đời. Khi cháu tới tuổi trưởng thành, có những đòi hỏi tình dục. Mỗi lần như vậy, cháu phá phách kinh khủng. Cậu em tôi phải đưa cháu tới nhà hồng để cho cháu giải quyết. Nếu có robot tình dục, có thể chú em tôi đỡ tốn tiền xăng!

Viết tới đây tôi nhớ tới "cậu chó" của Trần Đức Lai tức ký giả Tô Văn. Ông đã mất tích từ ngày tháng 4 năm đó nên tôi không thể hỏi ông: nếu lúc ông sáng tác tiểu thuyết "Cậu Chó" mà có robot tình dục thì nàng robot này có mặt trong truyện không? Tôi nghĩ rằng có. Có là cái chắc!

11/2016

SOLAR

Có một thời mọi người thích thú với những cây đèn tự sáng cắm ngoài vườn. Đèn dược gắn trên một cây kim loại dài, cắm xuống đất là xong. Chẳng giây điện chi lằng nhằng. Vậy mà cứ tối trời là lung linh sáng. Giá mỗi cây đèn này rất bèo, chỉ vài đô. Ngày đó tôi tới chơi nhà ông Luân Hoán, thấy ông cắm lia chia chung quanh nhà. Ông này già mà còn tính con nít, chỉ thích đồ chơi. Không hiểu ông có bao nhiêu thứ đồ chơi, tôi chỉ biết những thứ ông bày ra ngoài nhờ thơ của ông. Ông này bấu vào người là ra thơ!

Ngoài cây đèn tự sáng, ông còn chơi búp bê biết kéo đàn, chơi chim giả, chơi thứ vòng loanh quanh thử tài khéo tay mà mấy đứa cháu tôi vẫn hay chơi. Ông này thuộc loại già mà còn con nít. Nói vậy không phải tôi bắt nạt bạn mà do chính ông *tự thú trước bình minh.*

trò chơi con nít tập tành
chú tâm nhanh nhẹn sớm thành khéo tay

từ chơi thử hết nửa ngày
khi hư khi tốt loay hoay tôi cười

cháu bảo ông nội già rồi
tay run mắt yếu và hơi thở nhiều
có lẽ đúng, lỗi bấy nhiêu
đủ để lạng quạng xiêu xiêu bước đời

khi vắng cháu tôi cũng chơi
tuy kém lý thú vẫn ngồi chú tâm
luyện bàn tay bớt lỗi cầm
mong đèn bớt đỏ thanh âm ngưng ồn

còn ham chơi cũng hơi ngon!

Ngon quá đi chứ! Nếu giả dụ một bữa nào đó, ông tới nhà tôi chơi mà tay cầm chiếc xe hơi nhỏ xíu, mặt tươi như ngoan đồng, thì tôi cũng chẳng ngạc nhiên.

Cái thứ đồ chơi mà ông thơ thẩn ở trên cần phải cắm điện. Mỗi khi tay run chạm vào thanh ngang thì điện xẹt lên mắng mỏ tội vụng về. Còn thứ đồ chơi ông cắm ngoài vườn cứ đêm tối là sáng lên không cần phải điện đóm chi. Nó dùng ánh sáng mặt trời tích tụ từ ban ngày để sáng đèn ban đêm. Thứ ánh sáng thiên nhiên đó người ta gọi là điện mặt trời *solar*. Điện *solar* không chỉ là thứ đồ chơi mà còn là đồ thiệt. Nghe vậy biết vậy nhưng biết làm sao cho ra điện để dùng thay thế điện năng chúng ta đã quen từ trước tới nay. Thực ra tôi cũng chỉ nghe đại khái là họ dùng những tấm kính có diện tích lớn, thu ánh nắng mặt trời, biến thành điện, đủ dùng cho cả căn nhà. Còn thực hiện coi bộ lích kích quá. Cứ nhắm mắt cho đỡ nghĩ ngợi lôi thôi. Dùng điện cung cấp bởi những hãng bán điện, ở Montreal chúng tôi là Hydro Quebec, ở Cali là Southern California Edisson, đã quen thói. Thay đổi chi cho rắc rối. Biết bao nhiêu chuyện đau cái đầu.

Nhưng biết ra mới thấy cái đầu chẳng hề hấn chi. Tôi vừa đọc được một bài viết của cô ký giả Ngọc Lan trên báo Người Việt phỏng vấn các người đã dùng điện *solar* trong sinh hoạt thường ngày. Cô ký giả trẻ này cũng ngại như chúng ta. Bao nhiêu câu hỏi được đặt ra. *"Chuyển qua* solar, *điện từ năng lượng mặt trời, thì chi phí như thế nào, tiết kiệm tiền được bao nhiêu, rồi những tấm* solar *đen đúa nằm chình ình trên nóc liệu có làm cho mái nhà mau hư không. Rồi ngộ nhỡ mấy tấm chào đón ánh mặt trời đó bị hư thì sao, sửa chữa thay thế trong bao lâu, rồi nhà có bị mất điện tối thui lui không. Bao nhiêu là câu hỏi chỉ mới nghĩ trong đầu đã thấy...phát mệt. Cho nên phần lớn mọi người cứ trước xài điện sao thì giờ cứ vậy, khỏi mất công".* Nghĩ như vậy là nghĩ lùi. Chí tiến thủ của chúng ta đã thui chột. Nhiều người oách hơn chúng ta. Họ đã tiên phong tìm tới chân trời mới sáng trưng (bằng điện *solar*!).

Một người tiên phong là cô Trương Ngọc Bảo Xuân ở thành phố Garden Grove. Nhà của gia đình gồm hai vợ chồng có tuổi và một *guest house* ở phía sau cho gia đình người con mà trong những tháng hè, mỗi tháng phải trả từ 600 đô đến 700 đô tiền điện. Hóa đơn tiền điện thực trong mùa hè năm 2015 của gia đình cô Bảo Xuân là: tháng 8 hết 520,40 đô, tháng 9 tổng cộng 715,21 đô, và tháng 10 là 632,50 đô. Cuối năm 2015, do người em đã xài điện *solar* rồi, mách nước, cô Bảo Xuân quyết định đổi qua xài điện mặt trời. Cô chọn công ty Southwest Sun Solar gắn cho hệ thống điện *solar*. Cô trả góp trong 25 năm hệ thống này, mỗi tháng hết 245 đô. Tiền điện hàng tháng ra sao? Tháng 1 năm 2015, khi còn dùng điện của hãng điện "truyền thống", cô phải trả 233,06 đô. Tháng 1 năm 2016, dùng điện mặt trời, cô chỉ trả có…33 xu! Tháng 3 năm 2015, cô trả 274,62 đô. Cũng tháng 3 năm 2016, cô chi ra có 9,87 đô! Tháng 5/2015 cô trả 274,61 đô, tháng 5 /2016, cô chỉ trả đúng 1 đô! Đúng là lợi nhãn tiền. Cô khoái chí: "Như vậy là quá sướng rồi còn gì nữa! Đó là chưa kể sau 25 năm, hệ thống này được trả dứt, thì nó là của mình, không còn phải lo vụ tiền điện nữa!".

"Nhân chứng" thứ hai trong bài báo của cô Ngọc Lan là anh Phú Nguyễn, cư dân Fountain Valley. Anh này mau chân hơn cô Bảo Xuân nên đã chuyển qua dùng điện solar từ đầu năm 2015. Mau chân hơn, anh cũng chơi ngon hơn: không thèm trả góp mà chi ngay một cú 19 ngàn cái rụp. Móc tay sâu vào hầu bao mà anh vẫn vui như tết: "Trước đây, mỗi tháng nhà tôi trả tiền điện khoảng từ 200 đô đến 250 đô. Nay tiền điện mỗi tháng chỉ…vài xu!". Anh vui là vì anh biết tính toán. Anh tính như sau: nếu xài điện của hãng điện mỗi tháng anh phải trả từ 200 đến 250 đô. Năm nào tiền điện cũng bị hãng điện tăng từ 5% đến 7%, vậy là trong vòng 20 năm tới số tiền điện anh sẽ phải trả ước tính lên tới 80 ngàn đô. Nếu so với 19 ngàn đô anh đầu tư vào điện *solar* thì anh lời quá xá. Lời tới 61 ngàn đô trong 20 năm, sau đó thì…điện chùa! Không biết anh Phú có hành nghề kế toán không chứ chuyện anh tính toán coi bộ rất chi ly. Anh trả ngay một cú như vậy, chia đều cho 20 năm, mỗi tháng anh chỉ tốn có 80 đô. Nếu trả góp thì mỗi tháng đều phải trả tiền lời, tốn tới 135 đô lận. Đi đứt thêm 55 đô. Cũng bộn chứ. Có điều tôi thấy anh không tính: trong 20 năm đồng tiền cũng mất giá, số tiền 19 ngàn anh bỏ ra ngay một cú sẽ hơn 19 ngàn đô. Nhưng có lẽ đó là chuyện nhỏ, tính làm chi cho nhức đầu!

Anh Phú truyền kinh nghiệm cho những ai muốn chuyển qua xài điện *solar*: nên chọn công ty phục vụ tốt chứ không nên chọn công ty cho giá rẻ nhất. Anh giải thích: "Khi quyết định chuyển qua *solar* có những vấn đề tôi thấy cần phải nghĩ và lo trong tương lai. Chẳng hạn như nếu muốn bán nhà thì sao, nếu những tấm thu ánh sáng mặt trời gắn trên mái nhà bị hư thì chuyện sửa chữa ra sao. Cho nên nếu mình chọn được một công ty lớn luôn có sự hỗ trợ 24/24, luôn có chuyên viên kỹ thuật sẵn sàng nói chuyện khi mình gọi tới và họ còn có hẳn một trung tâm dịch vụ để lo những thủ tục xin phép thành phố hay chuyển đổi giấy tờ cho đúng khi bán nhà. À đó là lý do tôi chọn công ty Sun Run, một trong hai công ty lớn nhất của Mỹ do Costco đứng sau lưng bảo đảm".

Vậy là phía người tiêu thụ mà cô Bảo Xuân và anh Phú Nguyễn đại diện, giơ cả chân lẫn tay cho việc dùng điện mặt trời. Nhưng họ chỉ nghĩ tới lợi ích kinh tế mà không thấy nói chi tới việc xài điện mặt trời giúp làm sạch môi trường. Thông thường chúng ta ai cũng vậy: nghĩ tới cái túi tiền trước khi nghĩ tới những chuyện xa vời khác. Đó là chuyện của mấy ổng! "Mấy ổng" đây là chính quyền. Họ nghĩ tới tập thể xã hội. Nhưng muốn cho dân xài điện mặt trời cho sạch môi trường, chính quyền phải khuyến khích người dân. Cách khuyến khích hay nhất lại vẫn là...tiền! Đúng là cái vòng luẩn quẩn. Chính phủ tiểu bang California tặng cho người dân chuyển đổi dùng điện *solar* 30% số tiền bỏ ra mua hệ thống điện có lợi cho môi trường. Vậy nếu anh Phú Nguyễn mua đứt hay cô Bảo Xuân mua trả góp hệ thống chuyển đổi này, họ nhận được tiền tài trợ của nhà nước. Ví dụ anh Phú mua với giá 20 ngàn thì chính phủ tặng anh 6 ngàn đô. Vậy anh chỉ chi ra 14 ngàn đô thôi. Đúng là lợi đơn lẫn lợi kép!

Theo anh Hiệp Nguyễn, đại diện của công ty *Việt Solar*, thì có hai cách chính dể sử dụng điện *solar*. Cách thứ nhất là mua đứt hệ thống bằng cách trả ngay một lần hoặc trả góp. Công ty của anh nhận cho trả góp trong thời hạn 10, 15 hoặc 20 năm. Cách thứ hai là thuê hệ thống. Chủ hệ thống là công ty, người thuê phải trả tiền thuê hàng tháng. Cách nào chính phủ cũng vẫn tài trợ. Khác nhau là nếu mua thì người tiêu thụ hưởng số tiền 30%, nếu thuê thì công ty hưởng số tiền này. Như vậy nếu mua thì lợi hơn nhưng phần lớn khách hàng của anh Hiệp lại thuê. Họ nhìn gần chứ không nhìn xa. *Đồng tiền liền khúc ruột*, thà nhi nhỉ mỗi tháng một ít hơn là tiền túa ra ồ ạt một cú. Những người này chỉ biết một mà không biết hai: các cụ cũng từng ngôn *"đồng tiền đi trước là đồng tiền khôn"*!

Đi sâu vào phần kỹ thuật: để giúp cho người tiêu thụ dễ dàng quyết định, bà Kim Phạm, đại diện công ty *Solar Time*, phân tích rạch ròi. Chất lượng của những tấm *panel* thu ánh sáng mặt trời khác biệt nhau rất nhiều nên cần phải giao hẹn chỉ dùng thứ tốt trước khi ký hợp đồng. Bà nói toạc móng heo: "Khi quyết định gắn hệ thống năng lượng mặt trời, điều đầu tiên quý vị phải giao hẹn với người định giá là chỉ chọn đồ sản xuất tại Mỹ". Hệ thống gồm hai phần là *panel* (bảng hút năng lượng mặt trời) và *inventor* (bộ chuyển hóa năng lượng mặt trời thành điện). Có hai loại chuyển hóa là *string inverter* và *micro-inverter. String inverter* rẻ tiền hơn *micro-inverter.* Bà Kim giải thích: "Nhược điểm của *string inverter* là, vì nó nối kết với từng *panel* nên khi một *panel* bị hư thì tất cả cùng không sản xuất được điện. Ngược lại, dù *micro-inverter* đắt tiền hơn một chút nhưng nếu một *panel* bị hư thì tất cả những *panel* còn lại vẫn sản xuất điện như thường".

Hiện nay, để thu ánh sáng mặt trời cho biến thành điện năng sử dụng trong nhà, người ta thường lợp thêm những tấm *panel* trùm lên mái nhà. Điều này có cái bất tiện là mái nhà sẽ bị hứng thêm một trọng lượng nữa khiến yếu đi, nhà sẽ xấu đi, trông như mái nhà có trùm mền! Tất cả những nhược điểm này nay đã được cho đi chỗ khác chơi. Nhờ bàn tay của ông Elon Musk.

Các bạn có quen ông này không? Tôi đã viết về ông này trong bài nói về xe hơi chạy điện Tesla. Ông đang là khuôn mặt nổi bật trong việc làm sạch môi trường. Xe Tesla của ông sẽ đánh gục kỹ nghệ sản xuất xăng, đem lại sự sạch sẽ cho trái đất. Sau vụ xe hơi Tesla, ông ra tay trong vụ dùng điện *solar*. Ngày 28 tháng 10 năm nay, ông đã cho trình làng ngôi nhà mẫu dùng điện mặt trời của ông. Nó khác với những ngôi nhà hiện đang dùng điện mặt trời với chiếc mái nặng nề của cô Bảo Xuân và anh Phú Nguyễn.

Nhà điện năng mặt trời của ông Musk không dùng những

tấm kính phủ trên mái nhà mà dùng ngay ngói lợp nhà làm những *panel* hút ánh sáng mặt trời. Thứ ngói này mang tên "ngói Tesla". Kích thước y chang như thứ ngói chúng ta đang lợp nhà hiện nay nhưng chất liệu rất khác khiến thứ ngói...tân kỳ này nhẹ hơn, bền gấp đôi ngói hiện chúng ta đang dùng, giá thành rẻ hơn và, quan trọng nhất, chúng thu được năng lượng mặt trời. Phát biểu trong buổi giới thiệu thứ ngói mới này, ông Elon Musk đặt câu hỏi: "Quý vị có thích một mái nhà đẹp hơn, bền gấp đôi, lại rẻ tiền hơn mái nhà hiện nay của quý vị không? Thứ ngói này còn mang điện vào trong nhà quý vị, quý vị còn đòi hỏi chi hơn nữa?". Người đòi hỏi chính là ông Musk. Hiện thứ ngói thu điện năng của ông mới chỉ thu được 98% năng lượng mặt trời so với thứ *panel* hiện đang dùng. Nếu là tôi thì như vậy cũng xà-và quá rồi. Nhưng với ông Musk như vậy là chưa được. Ông hứa sẽ cải tiến để thứ ngói của ông cũng trăm phần trăm chứ nhất định không chịu kém.

Ngói Tesla có bốn loại để khách hàng lựa chọn: ngói làm bằng sợi dệt thủy tinh, ngói kính đen, ngói kính Tuscan và ngói kính trơn. Mỗi loại có màu sắc và bề ngoài khác nhau nhưng chất liệu tạo thành và hiệu quả sản sinh điện năng thì gần như giống hệt nhau. Chúng đều trong suốt cho năng lượng mặt trời đi vào và chuyển hóa thành điện. Nếu vậy thì ánh nắng sẽ sỗ sàng xông vào nhà chăng? Ông Musk không sơ ý như vậy. Ngói sẽ phản chiếu lại để ánh nắng không chiếu vào được bên trong nhà. Tuổi thọ của ngói dư sức trên 50 năm, gấp đôi tuổi thọ của thứ ngói hiện nay, kể cả tại những nơi có thời tiết khắc nghiệt nhất. Thứ ngói quý giá này sẽ được bán trên thị trường vào mùa hè năm tới. vậy nên quý vị nào đọc bài này mà tấp tểnh muốn dùng điện *solar* thì hãy ráng chờ thứ ngói xịn này vài tháng nữa.

Cũng trong dịp giới thiệu ngói Tesla này, ông Musk đã loan báo công ty Tesla cũng đã cải tiến để cho xuất xưởng bộ phận biến chế và lưu giữ diện năng mặt trời thế hệ thứ hai có sức chứa gấp đôi bộ biến chế thế hệ thứ nhất. Ngoài ra bộ phận biến chế này rất dễ chịu, Chúng ta có thể gắn chúng trong nhà hay ngoài trời cũng được.

Điện ở ngay trong nhà chứ không tới từ ngoài đường. Cứ nghĩ tới đã thấy đã điếu chi đâu! Anh Hydro Quebec ở Montreal chúng tôi sẽ quê độ. Đâu phải cứ bắt nạt nhau mãi được. Mỗi năm mỗi tăng tiền điện, thỉnh thoảng điện đứt ngang xương làm phiền tới đèn pin đèn cầy. Có khi điện bỗng phụt tắt vào những lúc éo le nhất.

Giáng Sinh năm ngoái, đúng vào lúc gia đình tôi đang quây quần trong bữa ăn hội tụ đón mừng Chúa Hài Đồng, điện bỗng tắt ngang xương. Ác một nỗi món ăn chính là món lẩu. Nồi nước lẩu nóng bằng điện. Giờ điện không có lấy chi mà nhúng cho nghêu sò ốc hến chín được. Mà những thứ đó dâu có tính ăn sống. Vậy là bối rối. Biết mần răng? Lúc đó khoảng sáu giờ tối. Ngoài trời đen như mực. Chiều tối ngày lễ. Tôi vội vàng lái xe đi kiếm cái bếp ga. Bụng đánh lô tô vì giờ khuya vào ngày lễ có còn tiệm nào mở cửa không. May mắn là mấy tiệm Á châu ở khu vực khác vẫn đỏ đèn đón khách. Tôi vớ vội cái bếp ga mà lòng như mở hội. Có đòi giá bao nhiêu tôi cũng chơi tuốt!

Đó là một Noel nhớ đời của tôi. Năm nay, không biết ông

Hydro Quebec có giở trò cũ nữa không? Cứ bình tĩnh mà run! Phải chi tôi có điện *solar!*

12/2016

TÈ

Tè là chuyện chúng ta làm hàng ngày, không làm được là mệt, phải kêu xe ò e đưa vào bệnh viện thông cho tới khi nào tè được thì thôi. Có bao giờ chúng ta tự hỏi một ngày xoành xoạch bao nhiêu lần là bình thường không? Đếm tiền đếm bạc thì đếm chứ đếm lần đi tháo nước trong người ra thì đếm làm chi. Tuy vậy, các nhà chuyên môn cũng đã đếm cho chúng ta. Nếu ngày tè bảy lần , tối một lần là tốt. Mỗi lần chúng ta xả ra khoảng 300 ml. Vậy là đúng chỉ tiêu. Các nhà khoa học khuyên không nên xả ra quá ba lít một ngày.

Thường thì ban ngày chúng ta không tính số lần. Cứ tiện là mở cửa *toilet*. Nếu không tiện thì để dành, lúc nào thấy cái cửa có vẽ hình người là nhảy vô. Ở nhà thì tiện lợi, lúc nào cần là hành sự ngay, nhưng đi ra ngoài thì tùy theo hoàn cảnh. Có khi nhịn miết, có khi thấy *toilet* hoài nên đi hoài. Tính làm chi cho mệt.

Ban đêm thì khác. Bởi vì đang ngon giấc điệp phải nhỏm

dậy, chia tay chăn mền là một điều không ai muốn. Có người dậy rồi ngủ ngay lại được, nhưng có người dỗ giấc ngủ rất khó, vậy nên tè đêm là chuyện cần phải đếm.

Tè ở đâu? Câu hỏi có vẻ ngớ ngẩn. Thì vào *toilet* chứ ở đâu. Tại các nước văn minh, đi chỗ nào chúng ta cũng có những *toilet* công cộng rất tiện lợi. Cần là có. Nói vậy chứ ở Pháp, văn minh biết mấy, nhưng kiếm đỏ mắt không ra một cái. Có khi kiếm được thì lại có một bà đầm béo tốt ngồi chình ình thu tiền mãi lộ. Nản hết biết!

Tô Cách Lan cũng là một nước văn minh, chuyện *toilet* công cộng tưởng cũng…văn minh, nhưng không. Một nghị viên tên Jackie Burns, Phó Chủ Tịch Hội Đồng Thành Phố South Lanarkshire, vào tháng 11 năm 2015, đã nhất quyết chống đối việc xây 24 nhà vệ sinh công cộng trong thành phố vì tốn tiền quá, mất tới 33 triệu rưỡi đô lận. Dân Tô Cách Lan có tiếng là dân thắt chặt hầu bao nên chuyện ông này tiếc tiền không phải là chuyện lạ. Lạ là ở chỗ ông bị tổ trác. Trong lúc đứng đợi tắc-xi, bàng quang của ông đầy nhóc. Ông cố nhịn nhưng chịu không nổi, bèn kiếm một góc khuất trút bầu tâm sự. Phú lít làm việc liền. Ông bị phạt 60 đô. Có tiếc tiền tới đâu thì số tiền này cũng là nhỏ, vì cái danh của ông bị sứt mẻ lớn. Ông ngượng chín người và muốn xin lỗi vì cái tội không nhìn xa trông rộng nên mạnh bạo chống xây *toilet*. Các đồng viện của ông khoái chí ra mặt. Một ông nhận xét: “Tôi nghĩ rằng hội đồng thành phố sẽ phê phán ông về nỗ lực chống đối xây nhà vệ sinh công cộng của ông, những thứ mà ông cho rằng chúng ta không cần đến”. Một ông nghị khác: “Bây giờ chắc ông Burns đã ân hận nhiều!”. Chưa hết, người ta tiên đoán chuyện này sẽ làm đời hoạt động chính trị của ông bế mạc. Chỉ vì cái nhà…xả!

Dân Mỹ không có cái vụ tiếc tiền xây *restroom*. Đi đâu cũng có. Nhà văn Lê Lựu, tác giả cuốn truyện nổi tiếng "Thời Xa Vắng", được qua Mỹ tham quan. Khi về lại Việt Nam, ông muốn khen Mỹ nhưng không dám. Chắc sợ mất lập trường. Nhưng mấy ông nhà văn là tổ sư dùng chữ, ông khen mà như chê. Nhà thơ Trần Mạnh Hảo kể lại như thế này: *"Lê Lựu ca ngợi Mỹ tới mây xanh mà vẫn rất chính trị, mà vẫn không mất lòng đảng ta. Ông cũng nói xấu Mỹ tới tận cùng địa ngục mà Mỹ vẫn quý hóa ông như giời, thế mới lạ. Ông chửi Mỹ rằng nước nó thế nào cũng loạn vì không có ban tổ chức trung ương, vì nó đa đảng nên bất cứ thằng dân nào cũng có thể lên báo chửi tổng thống, không còn quân tị quân nhậm gì, cá mè một lứa, dân cũng như quan, quan cũng như dân, ấm a ấm ớ, chẳng còn tôn ti trật tự gì cả. Ông chê nước Mỹ nó sạch như lau đến ruồi muỗi cũng nghỉ chơi mà bỏ đi. Sạch quá mức là mất vệ sinh nhất; vì trẻ em bị vô trùng từ lúc sinh ra nên nó dễ bị vi trùng tấn công. Nước với chả non, đi bất cứ chỗ nào cũng có rét -rum (restroom), phí đất vô lối, sao không để đất mà xây trường học bệnh viện như ta, lại coi trọng nơi (xin lỗi) đi ỉa đến nhường ấy, đúng là Mỹ mới có. Nước Liên Xô thiên đàng xã hội chủ nghĩa anh em ta, sang đó tôi tưởng là Mỹ mà sang Mỹ tôi tưởng đấy là Liên Xô. Ở Liên Xô người ta dùng đất để xây trường đảng, để xây trường học, để xây quảng trường cho quần chúng đến sung sướng vỗ tay, chứ có nhiều chỗ đi toilet phí phạm như bên Mỹ đâu. Người viết bài này đã mấy lần tí chết khi đi giữa đường phố Matxcova, mắc... quá tưởng đứt thở, mà đi mãi không tìm ra nơi trút bầu tâm sự... Người viết bài này cũng từng đến một số thành phố Mỹ. Đúng như Lê Lựu nói, đi mấy bước lại thấy restroom, không mắc... cũng vào ngó qua xem nó sạch cỡ nào... mất hết cả thì giờ vàng ngọc".*

Vì Liên Xô hiếm nơi xả xú bắp nên dân Nga, cũng tếu táo như mấy ông nhà văn, sáng tác ra chuyện giễu như thế này. "*Một nữ đảng viên đảng cộng sản Liên Xô sau khi chết bị lạc vào cõi tiên. Đột nhiên mụ ta buồn tiểu tiện. Thánh Phêrô khuyên mụ nên làm cái vụ đó ở đám mây gần nhất. Mụ đi tới và chờ khi mây đã che khuất thì mụ vén váy, nhưng chưa kịp làm gì thì đã nghe thấy tiếng vỗ tay hoan hô ầm ầm. Ngượng quá, mụ qua đám mây thứ hai, nhưng cũng vừa kéo ngược váy lên là lại nghe thấy tiếng reo hò hưng phấn. Dù rất mót nhưng không dám làm bậy, sợ có nhiều người nhìn thấy trên thượng giới, mụ ráng đi thêm qua áng mây thứ ba, thứ tư, rồi thứ năm... nhưng cứ vén váy là nghe tiếng vỗ tay reo hò. Bực quá, mụ quay lại hỏi Thánh Phêrô cho rõ sự tình. Thánh Phêrô cười rồi nói: "Thật không may cho con rồi, những đám mây này đang bay trên bầu trời Ba Lan. Ở cái nước này chỉ cần nhìn thấy cái đít của người cộng sản Nga là dân chúng buộc phải vỗ tay hoan hô!".*

Canada chúng tôi là anh em cật ruột với Mỹ nên cũng *toilet* ê hề. Lúc nào thiên nhiên réo gọi là có chỗ trả lời liền. Ngay cả nơi hồ bơi cũng có cả dãy *toilet*. Nhưng nhà tè nơi đây coi bộ ế. Bơi lội dưới nước, nước gọi nước, những tay bơi thường hành sự tại chỗ. Thực ra chuyện tiện lợi này nơi đâu cũng có nhưng Canada chúng tôi dại dột nên lạy ông tôi ở bụi này, vạch áo cho người xem lưng. Người dại dột này là ông Lindsay Blackstock, tốt nghiệp Đại học Alberta, trong một thông báo kết quả nghiên cứu vào ngày 1 tháng 3 vừa qua, cho biết: "Nghiên cứu của chúng tôi cung cấp thêm chứng cứ là quả thật mọi người đã tè dưới hồ bơi và hồ ngâm nước nóng". Làm sao có thể nghiên cứu để tìm ra thứ nước trong nước được? Họ đo độ ngọt nhân tạo của chất *acesulfame potassium (ACE).* Sau đó dựa vào nồng độ để chuyển qua số lượng. Với phương pháp này, người ta có thể ước lượng được mật độ nước tiểu trong hồ bơi. Kết quả ghi nhận được cho thấy là tất cả các hồ bơi được thí nghiệm đều có nước tiểu.

Hai hồ bơi ở Canada được chọn làm thí điểm nghiên cứu trong ba tuần lễ đã cho kết quả: hồ lớn chứa 830 ngàn lít nước có 75 lít nước tiểu, hồ nhỏ có kích thước bằng nửa hồ lớn chứa 30 lít nước tiểu. Cuộc nghiên cứu không phát hiện được thành phần nào thả chất ngọt nhân tạo vào hồ bơi nhưng ngay các tuyển thủ Thế vận hội cũng thú nhận là đã châm thêm nước vào hồ.

Tôi nghĩ chẳng phải tìm kiếm thành phần làm chi cho thêm phần chia rẽ. Tất cả mọi tay bơi đều có khuynh hướng thả nước trong người ra khi ở dưới hồ. Đang uốn lượn ngon lành trên mặt nước trong xanh, mấy ai có đủ dũng khí để lên bờ, quần ướt nhẹp, chui vào *toilet* cho mất thời giờ. Ai cũng nghĩ số lượng nước mình thải ra ăn thua chi với số lượng nước trong hồ. Có pha vào chút đỉnh đâu có chết con cá nào!

Mở rộng cuộc nghiên cứu thêm 31 hồ bơi nữa, kết quả

là 100% các hồ đều có thứ nước thải của con người, không chừa một hồ nào. Vậy là hết thuốc chữa. Tuy nhiên, ông Blackstock cũng có lời khuyên vớt vát: "Chúng tôi muốn dùng cuộc nghiên cứu này để thúc đẩy sự giáo dục đại chúng về cách xử sự thích hợp cho vệ sinh hồ bơi. Chúng tôi kêu gọi mọi người chịu khó ra khỏi hồ để tới nhà vệ sinh mỗi khi thiên nhiên réo gọi". Nghiên cứu của Đại học Alberta đã được đăng trong tạp chí *Environmental Science & Technology Letters* của Hội Hóa Học Hoa Kỳ.

Trong một thăm dò bằng cách hỏi những tay bơi thì 19% người lớn thú nhận là có pi pi trong hồ, ngay cả các tay bơi chuyên nghiệp cũng cho biết họ đã thường xuyên thêm nước vào hồ bơi. Trước Thế vận hội năm 2012 tại Luân Đôn, hai tay bơi Mỹ Ryan Lochte và Michael Phelps đã dễ dãi nói về chuyện này. "Tôi biết là ai cũng pi pi trong hồ bơi nhưng chất *chlorine* trong hồ bơi đã giết hết mọi nguy hại, không sao!".

Hai tay bơi nổi tiếng này sống chết với hồ bơi nên tự trấn an. Thực ra, tuy nước tiểu trong hồ bơi không gây nguy hại chi nhiều nhưng cũng tai hại cho những tay bơi. Trong nước tiểu có hợp chất *urea, ammonia* và *creatinine* phản ứng với các chất khử trùng tạo thành một phó sản được biết dưới tên DBP. Phó sản này có thể gây ra ngứa ngáy cho vùng mắt và hệ thống hô hấp. Lâu ngày chày tháng, những tay bơi chuyên nghiệp có thể bị suyễn.

Làm sao khiến cho mọi người bỏ được tệ hại pi pi trong hồ tắm? Có nhiều nơi, người ta đã dậy cho con nít là nếu chúng tiểu dưới hồ thì một đám nước có màu sắc sẽ nổi lên chung quanh đứa tè bậy khiến bị lộ mặt. Đó chỉ là trò dọa con nít chứ chưa có chất nhuộm nước tiểu trong hồ. Nhưng nếu chúng giữ được thói quen leo ra khỏi hồ khi cần pi pi thì hy vọng khi lớn lên chúng sẽ có thói quen giữ gìn vệ sinh cho hồ bơi.

Văn minh nên vẽ chuyện, pha chút xíu chất khai vào hồ bơi có khử trùng thì ăn thua chi. Bên Hà Nội chúng tôi, người người công khai đứng bắc vòi rồng xuống hồ là chuyện bình thường. Tôi được coi vài tấm hình chụp lại những cảnh chữa cháy mà không có lửa này. Họ tỉnh bơ bắc vòi ngay bên cạnh đám đông đánh cờ, ngay chỗ mọi người đang câu cá, có chỗ ba trự đứng cạnh nhau bắc vòi tập thể. Họ không bao giờ đỏ mặt, làm như những chiếc vòi của họ là vòi cao su! Đúng là họ tự nhiên như người Hà Nội.

Tự nhiên nên tự do tè đường ở Hà Nội. Bên Mỹ không được tự do như vậy. Trong mục Viết Về Nước Mỹ của Việt Báo, tác giả Dương Chi Lan có bài viết "Đái Ngoài Đường", viết theo lời kể của một người quen tình cờ. Người quen này là một bà dân đánh cá, ít học, không biết tiếng Anh. *"Một hôm, cũng như mọi ngày, tui đi bộ để vừa chiêm ngưỡng những nhà cửa sang trọng với những bãi cỏ xanh và đủ loại hoa đẹp rực rỡ như cảnh tiên. Đang đi bỗng mắc đái không chịu được, sẵn thấy chân cầu có vẻ kín đáo, tui bèn bước vội đến đó, nhìn trước nhìn sau thấy coi bộ hổng có ai dòm, chỉ có xe hơi chạy nườm nượp hàng hàng lớp lớp, yên chí lớn, ai mà thèm dòm đít bà già. Thì tui đã quen làm như vậy khi ở Việt Nam mà! Tui ung dung ngồi chồm hổm xuống, khoan khoái dễ chịu vô cùng. Vừa đứng lên thì xe cảnh sát ở đâu bất ngờ trờ tới, thắng nghe một cái réc, ra dấu biểu tui để hai tay lên xe, tui vừa để lên thì nó lấy hai tay tui bẻ quặt ra đàng sau, tui nghe một tiếng "cắc" rồi cảm thấy hai cổ tay lạnh ngắt, thì ra tui đang bị còng tay. Tui sợ điếng người nhưng đành chịu vì có biết tiếng Mỹ nào đâu mà nói với chẳng nói. Mấy ổng dìu tôi vô xe, thật ra mấy ổng vừa dìu vừa đẩy thì đúng hơn vì tui thấy sợ quá, không muốn vô xe cảnh sát chút nào".*

Người ta gọi thứ nước trong người tháo ra là nước thải. Đã gọi là thải thì là thứ vô dụng, chỉ đáng vứt đi. Nhưng trong dân gian, nước tiểu vẫn được dùng để chữa được nhiều bệnh. Thế hệ chúng tôi, ngày nhỏ, hầu như đều có lần được o bế để cho nước tiểu làm thuốc. Xin…thuốc nhiều nhất là mấy bà mới sanh con. Vậy nên tối khoái chí tử khi đọc được truyện ngắn "Nước Tiểu" của cố nhà văn Thảo Trường nói về thời kỳ…lên hương của chúng tôi. *"Ngay từ thuở ấu thơ, lúc đó còn đang học ở trường tiểu học của các nữ tu dòng Trái Tim Đức Mẹ, tôi đã thường bị bà lái buôn nhà cùng phố lôi vào nhà bà bắt đái cho bà uống. Bà lái buôn này còn rất trẻ và rất đẹp, da dẻ bà trắng muốt và mịn màng. Tôi còn bé nhưng vẫn thấy rõ ràng chắc chắn là như vậy. Bà gọi tôi là em và xưng chị ngọt ngào. Nhiều lần tôi ôm cặp sách trên đường về học, ngang qua nhà bà, bị bà từ trong nhà chạy ra lôi thốc vào, tay bà cầm sẵn cái cốc pha lê có quai thật đẹp, bà kéo dây lưng quần tôi tụt xuống nói: "Em đái vào đây cho chị, chóng ngoan". Bà còn cẩn thận cặp hai ngón tay ấn cái vòi của tôi chĩa vào trong cốc để nước đái không bị văng ra ngoài phí phạm. Phải nói rằng lần đầu tiên bị bắt làm việc đó, tôi bẽn lẽn không thể đái ra được giọt nước nào. Tôi vùng vẫy giằng co với chị, tôi la oai oái là tôi không buồn đái. Bà lái buôn cười chúm chím dỗ dành: " Ờ thì chờ một tí nữa sẽ tới thôi. Đái ra cho chị uống. Em có biết không, thuốc của chị đó. Thầy lang tầu bảo chị phải uống nước đái mỗi ngày thì mới tốt cho sức khỏe, da dẻ chị mới trẻ trung đẹp đẽ. Mà chỉ có nước của em còn nhỏ tuổi, chưa biết trai gái là gì, mới tinh khiết, chứ nước đái của mấy đứa lớn, chúng thành quỉ hết cả rồi, bố chị cũng không dám uống. Em cố gắng đái ra cho chị đi em".*

Công việc sản xuất nước tiểu làm thuốc của tác giả không phải lúc nào cũng suông sẻ. Có những lần ro ro dễ dàng, nhưng cũng có những lần bí tắc. *"Nhưng cũng có những ngày tôi quên nhiệm vụ, mải chơi, buồn quá, tôi đã tè ở bãi cỏ mà không nhớ. Đứng đực mặt ra hồi lâu không đái được, tôi bối rối, mấy ngón tay thon đẹp của chị lại phải nựng nịu, có khi tôi bị cương lên, chị tủm tỉm cười: " Thôi, ngồi chơi một lát đi rồi làm lại, cương lên thế kia thì làm sao nước đái nó tuôn ra được. Hồi này cũng... quỉ sứ lắm rồi đấy nhá, liệu hồn".*

Nước tiểu của quỷ sứ làm sao mà chữa bệnh. Vậy nên nhiệm vụ của tác giả chấm dứt. Thật uổng, không có nghề nào phải về hưu sớm như nghề chế tạo thuốc bằng…vòi!

04/2017

THIỆN

Ai chứ hai ông tỷ phú Bill Gates và Warren Buffett thì chúng ta đều biết. Người giầu nhất nhì thế giới thì những ai quan tâm tới tiền đâu dễ bỏ qua. Mà tiền thì ai chẳng thiết tha muốn có trong túi. Hai ông ấy làm chi mà giầu? Có thể nhiều người không biết. Đó là cái tài của họ. Nhưng cái đức của họ thì hầu như ai cũng biết. Họ đã trút gần hết gia sản cho việc thiện nguyện.

Nhiều người cho là trên thế giới này chẳng ai dại hơn hai ông lắm của này. Tiền là thứ liền khúc ruột, vậy mà để ruột vung vãi ra đường. Bộ hai cha này không con cái chi chăng? Có chứ. Bill Gates có ba con: Jennifer Katharine, Rory John và Phoebe Adele. Warren Buffett cũng có ba con: Peter, Howard Graham và Susan Alice. Ông Buffett hơn ông Gates: ông có hai vợ trong khi ông Gates chỉ có một. Ông cưới bà vợ đầu Susan Buffett vào năm 1952 và bà vợ sau Astrid Menks vào năm 2006.

Họ cũng thương con, để tiền lại cho con như mọi người chúng ta nhưng họ làm khác lũ lục tục thường tình chúng ta. Theo đánh giá của Fortune vào tháng 8 năm 2016 thì gia tài của Bill Gates, giầu nhất thế giới, ước tính vào khoảng 90 tỷ. Gia tài của Warren Buffett, tính tới ngày 23 tháng 1 năm 2017, là 73 tỷ 100 triệu. Giầu nứt đố đổ vách như vậy nhưng họ chỉ để lại cho con cái số tiền không đáng kể.

Bill Gates để cho ba con 0,05% tài sản. Chỉ là vảy móng tay chẳng đáng chi? Bộ ông này không thương con cái chăng? Ông thương theo kiểu của ông. Ông nói như thế này: "Đã là con người thì phải làm việc. Tại sao tôi phải cho con cái tiền?". Thiệt...gàn!

Warren Buffett, trong một lá thư gửi Bill Gates cũng... gàn bát sách: "Tôi chỉ đưa cho con mình đủ tiền để chúng biết rằng chúng có thể làm bất cứ điều gì mình muốn, nhưng cũng không quá nhiều khiến chúng tưởng rằng chúng chẳng cần làm gì cả. Nếu ba đứa con mang họ Buffett vì chỉ được tình cờ may mắn sinh ra trong gia đình Buffett mà được hưởng số tiền hàng chục tỷ đô để hưởng thụ thì đó là điều vô cùng bất công, xã hội không còn công lý nữa". Ông này mắc bệnh gàn nhẹ hơn ông Bill Gates nên đã để lại cho ba con tới 10% số tài sản của ông. Nhưng ba người con này đã từ chối không nhận và bỏ số tiền đó vào quỹ từ thiện. Người con cả, Peter Buffett, bằng chính bàn tay của mình, cũng đã... tỷ phú. Ông là một nhạc sĩ thành công. Ông con này cũng hách như cha khi nói: "Tiền không phải là tất cả!". Cái mà ông quý nhất là bài học về giá trị cuộc sống của cha ông mà ông sẽ noi theo.

Cuộc sống của người sở hữu 73 tỷ này chẳng có chi ngoạn mục. Tỷ phú Warren Buffett vẫn sống tại ngôi nhà ông mua từ năm 1958 ở Omaha khi ông cưới vợ. Căn nhà chỉ có ba phòng ngủ, không có hàng rào bao quanh, ông mua hồi đó hết 31.500 đô. Trị giá hiện nay của căn nhà khoảng 700 ngàn đô. Bạn bè tôi, chẳng tỷ phú chi, cũng đang ngự tại những căn nhà có giá cao hơn nhiều. Tại sao tiền rừng bạc bể như ông mà sống trong căn nhà thiếu...đẳng cấp như vậy? Ông thản nhiên cho biết: "Ở đó tôi cảm thấy hạnh phúc. Tôi sẽ dọn nhà nếu tôi cho là mình sẽ hạnh phúc hơn ở một nơi khác. Làm sao mà tôi có thể cải thiện được cuộc sống của mình bằng cách có chục ngôi nhà trên khắp thế giới. Nếu muốn trở thành một người quản lý nhà cửa, tôi sẽ làm nghề đó. Nhưng tôi không muốn quản lý chục căn nhà và cũng không muốn ai đó phải làm giúp mình công việc đó. Tôi cảm thấy căn nhà của tôi ấm áp trong mùa đông, mát mẻ vào mùa hè. Căn nhà thật tiện lợi đối với tôi. Tôi không nghĩ là mình sẽ có một ngôi nhà tốt hơn thế!".

Theo cái nhìn của thế gian thì ông Warren Buffett là một tỷ phú...bèo! Tỷ phú chi mà chẳng có máy bay, cũng chẳng du thuyền, thua xa ngay cả mấy anh tỷ phú hãnh tiến ở Việt Nam. Ông cho những thứ đó chỉ là những món đồ chơi, những cục nợ phiền toái. Lần cưới vợ thứ hai ông cũng chỉ tổ chức đơn giản tại nhà con gái ở Omaha. Khi có đứa con đầu, ông không chịu mua nôi mà đóng lấy bằng gỗ từ một chiếc ngăn kéo cũ. Tới đứa con thứ hai, ông tiến bộ hơn một chút: đi xin một chiếc nôi cũ! Ông quan niệm cái chi đáng mua mới mua, thứ chi dùng một thời gian rồi bỏ xó thì ông nhất định không lòi ra một xu. Chiếc xe ông đi là chiếc Volkswagen cũ kỹ, có lẽ thua chiếc xe tôi đang dùng không chừng. Chỉ khi bị vợ làm áp lực ông mới chịu đổi chiếc Cadillac mới. Ông vẫn lái xe lấy, không có tài xế. Tuy có cả một hãng máy bay lớn nhưng đi đâu ông cũng chỉ ngồi hạng tiết kiệm như mọi hành khách khác. Bộ ông tỷ phú này không có thú vui chi sao? Kể ra cũng có. Đó là ăn nhẩn nha một túi bắp rang khi đọc sách hay coi ti-vi tại nhà!

Không tiêu xài, không để cho con, tiền tỷ của ông được mang ra làm từ thiện hết. Ông rất tâm đầu ý hợp với vợ chồng tỷ phú Bill Gates. Ông đã khơi khơi góp 35 tỷ vào quỹ từ thiện của vợ chồng Bill và Melinda Gates vì thấy quỹ này hoạt động hiệu quả. Năm 2002, sau khi đàm đạo với nhau suốt 10 tiếng đồng hồ, Bill Gates đã ngẩng đầu lên trời, cảm tạ Thượng Đế: "Sao Ngài đã sinh ra Bill lại còn sinh ra Warrent nữa cho tri kỷ tương phùng!". Hai ông này là vua từ thiện. Họ hợp nhau xúi các tỷ phú khác làm từ thiện với họ qua tổ chức *The Giving Pledge* được họ thành lập vào năm 2010. *The Giving Pledge* quy tụ những tỷ phú cam kết sẽ dành ít nhất phân nửa tài sản cho từ thiện khi còn sống hoặc khi đã qua đời. Tính tới tháng 6 năm 2016, đã có 154 tỷ phú gia nhập với số tiền cam kết là 732 tỷ. Sự cam kết này không có tính cách pháp lý mà chỉ là bản tự nguyện. Đọc trong danh sách các cây tiền này, tôi thấy có nhiều tên quen thuộc như Mark Zuckerberg (Facebook), Larry Ellison (Oracle), Tim Cook (Apple), Paul Allen (Microsoft), Elon Musk (Telsa).

Theo một nghiên cứu của *Wealth-X* thì trung bình mỗi tỷ phú Mỹ đã góp 179,5 triệu đô cho từ thiện. Trong khi đó thì trung bình đóng góp của những người siêu giàu trên thế giới chỉ có 28,7 triệu đô. Dân Mỹ là dân thích làm từ thiện. Họ có tới trên một triệu cơ quan từ thiện tất cả. Người ta ước lượng mỗi gia đình Mỹ đóng góp 2,2% lợi tức vào việc giúp các người kém may mắn khác. Tôi đọc được trên *internet* một bài viết của một người Việt, không đề tên tác giả, kể về bước đầu tới Mỹ: *"Những ngày tháng đầu tiên ở Mỹ, tôi thường được người bảo trợ chở đi đây đó khắp thành phố Houston để tìm việc làm. Nhớ có một lần chúng tôi đi trên đường phố gặp một người ăn xin, tôi liền lấy một đô-la ra cho. Người bảo trợ có vẻ không vui, tôi đưa mắt hỏi, ông giải thích: "Cho tiền người ăn xin này có thể xúi anh ta lười biếng. Muốn làm việc từ thiện, xin hãy góp tiền cho xã hội có phương tiện ngăn chặn không còn một kẻ ăn xin nào nữa. Một tuần sau, tôi có việc làm tại một Đại học, người bảo trợ hỏi ý kiến tôi và trừ ngay 2% lương hàng tháng của tôi, trong suốt 30 năm, để đóng góp vào quỹ U.W., cơ quan từ thiện giúp người vô gia cư. Người bảo trợ chính là viên chức cao cấp tại Đại học này. Từ thiện là nét đẹp lương tâm cộng đồng Hoa Kỳ, từ thiện là triết lý công bằng xã hội của quốc gia có một nền tự do dân chủ tiên tiến nhất trên quả đất này. Sau hơn 34 năm ở Hoa Kỳ, dành nhiều thời giờ hoạt động trong công tác từ thiện, tôi nhận thấy nhiều người Hoa Kỳ đều cho rằng làm việc từ thiện là món trang sức đẹp nhất của con người và hầu hết người Hoa Kỳ đều hân hoan công nhận: thước đo giá trị của con người là lòng từ thiện".*

Nhận xét của một dân tỵ nạn người Việt trên không sai chệch đi đâu được. Các tỷ phú Mỹ rộng mở túi tiền giúp đỡ những người nghèo và thiếu may mắn trên khắp thế giới đã dành. Những người lợi tức yếu kém cũng cố dành chút ít cho đồng loại túng thiếu khác. Theo một nghiên cứu của công ty *Justgive.org,* những gia đình có lợi tức kém, khoảng 10 ngàn đô mỗi năm, trung bình đã đóng góp cho từ thiện khoảng 520 đô. Tính ra tỷ lệ, đó là 5,2% lợi tức. Tài liệu không ghi rõ cuộc nghiên cứu được thực hiện vào năm nào, nhưng tôi nghĩ chắc nhiều năm trước, bởi vì ngày nay ít có gia đình nào có lợi tức ít tới con số quá khiêm nhượng đó. Nhưng nếu nhìn vào tỷ lệ 5,2%, đây là một con số đáng khâm phục.

Những người không đủ phương tiện tài chánh để làm từ thiện cũng có thể hiến công sức của họ. Theo thống kê năm 2005, đã có 65 triệu 400 ngàn người Mỹ tự nguyện đóng góp công quả tối thiểu 50 giờ làm việc thiện nguyện trong năm.

Đại Học John Hopkins đã có một nghiên cứu về làm việc từ thiện của dân chúng trong nhóm G7, nhóm những quốc gia giầu nhất thế giới. Họ so sánh tiền đóng góp cho từ thiện với tổng sản lượng quốc gia (GDP). Quốc gia mà dân chúng đóng góp cho từ thiện ẹ nhất trong số các nước giầu là Đức với tỷ lệ trung bình là 0,13%, con cháu Thái Dương thần nữ cũng ẹ không kém, chỉ 0,22%, dân Pháp khá hơn một chút 0,32%. Dân Anh tưởng phớt tỉnh ăng-lê nhưng cũng vào hạng khá với 0,84%. Dân Mỹ là số dách với 1,85%.

Có thể có người nghĩ là dân Mỹ và dân các nước giầu làm từ thiện là đúng, dân nghèo lấy chi mà cho. Tôi mới đọc được một bài của Giáo sư John Vũ viết về một chuyện ông trực tiếp chứng kiến tại một quốc gia nghèo là Ấn Độ. Giáo sư John Vũ là một trong mười người *top* sáng tạo nhất thế giới. Đứng đầu trong nhóm chục người sáng giá nhất hành tinh này không ai khác hơn là hai nhà tỷ phú Bill Gates của Microsoft và Steve Jobs của Apple. Ông John Vũ đã từng là Viện Trưởng viện Nghiên Cứu Phần Mềm của Đại Học Carnegie Mellon và Kỹ Sư Trưởng của hàng máy bay Boeing. Ông là người đã đào tạo hơn 10 ngàn kỹ sư phần mềm. Tài ngang ngửa với thiên hạ nhưng ông là người khiêm tốn, đã từ chối nhiều giải thương về sáng tạo khoa học lớn của Mỹ và từ chối nhiều đề nghị phỏng vấn của các hãng thông tấn uy tín. Khi Tổng Thống Obama tới thăm Đại học Carnegie Mellon, ông đã từ chối không gặp Tổng Thống. Một người Việt tài giỏi tưởng như thuộc về một thế giới học thuật xa cách với chúng ta nhưng nếu biết ông chính là dịch giả Nguyên Phong của một loạt sách tâm linh thì ông lại quá gần với chúng ta. Chúng ta đây là đông đảo độc giả của những cuốn Hành Trình Về Phương Đông, Bên Rặng Tuyết Sơn, Đường Mây Qua Xứ Tuyết, Minh Triết Trong Đời Sống, Ngọc Sáng Trong Hoa Sen…

Giáo sư John Vũ kể: *"Vài năm trước khi dạy ở Ấn Độ, tôi thấy Prasad Mehta, một sinh viên năm thứ tư thường viết bằng bút chì. Ngày nay sinh viên đại học không dùng bút chì, phần lớn dùng laptop và nếu phải viết, họ dùng bút bi. Tôi ngạc nhiên hơn khi không thể dùng được bút chì thêm nữa, anh để nó vào trong túi nhỏ nơi có nhiều bút chì, tất cả đều ngắn và dường như chúng đã được dùng rồi. Bút chì là rẻ và thường được dùng cho tới khi ngắn vài phân rồi vứt đi. Tôi tưởng Prasad là sinh viên nghèo không thể mua được bút bi nên hôm sau tôi cho anh ta một gói sáu bút bi và nói: "Em có thể dùng các bút này để không phải dùng bút chì nữa." Prasad cám ơn tôi về những bút bi rồi giải thích tại sao anh ta thích dùng bút chì".*

Prasad là con nhà giầu. Cha anh là chủ của một công ty thương mại rất lớn. Anh có đủ mọi thứ như *laptop, iPhone, iPad,* xe máy, xe hơi và mặc toàn hàng hiệu đắt tiền. Anh ăn chơi đúng mức, chi ra hàng trăm đô cho một buổi tiệc. Nhưng tất cả đều chấm dứt khi anh gặp một bà già lao công tại một trường tiểu học. Bà sống trong một túp lều rách nát phía sau trường và lương hàng năm của bà chỉ khoảng một trăm đô, số tiền không là chi với Prasad. Bà là một người đàn bà góa, không con cái, muốn giúp đỡ người khác nhưng chẳng có gì để cho. Một bữa, Prasad đi làm công tác xã hội theo phân công của Đại học. Anh được phái tới trường tiểu học nơi bà già quét rác. Anh mượn thư viện một cuốn sách về cuộc đời của thánh Gandhi để đọc cho học sinh nghe. Giáo sư Nguyên Phong kể tiếp: *"Khi trẻ em tụ tập quanh Prasad ở thính phòng của trường, em bắt đầu đọc: "Gandhi thường viết nhiều thư. Một hôm, Kalelkar, một tác giả Ấn Độ nổi tiếng, thấy ông đang viết bằng chiếc bút chì ngắn và lập tức đưa tặng cho Gandhi chiếc bút chì dài hơn từ túi ông ta. Gandhi lễ phép nói rằng ông ấy không cần nó. Ngày hôm sau, Kalelkar thấy Gandhi lục túi tìm bút chì cũ nên ông ta lại đưa ra chiếc bút chì dài hơn: 'Dẫu sao bút chì của ông ngắn quá rồi, viết rất khó khăn'. Gandhi dịu dàng đáp, 'Nhưng một đứa trẻ đã cho tôi bút chì đó.' Và ông ấy cứ tìm chiếc bút chì đó. Điều Gandhi dạy là ở một nước nghèo, người ta phải tằn tiện, không nên phí phạm bất cứ thứ gì và không nên cư xử như các nước giầu khác...".* *Prasad mỉm cười: "Câu chuyện này được viết ra cho học sinh tiểu học. Nó không quan trọng với em vào lúc đó nhưng điều em không chú ý là người đàn bà quét rác cũng nghe em đọc. Câu chuyện mà em đọc có tác động lên bà ấy".* Xã hội Ấn Độ có hai giai cấp rõ ràng: giai cấp quyền quý giầu có và giai cấp bần cùng không ai muốn đụng vào *untouchable*. Từ khi nghe lén câu chuyện về thánh Gandhi, bà già bắt đầu thu thập những mẩu bút chì, cái gọt bút chì, cục tẩy mà học sinh vứt bỏ trong lớp để mang tới các xóm nghèo cho các trẻ em bất hạnh. Khi, trong một lần đi làm công tác xã hội, Prasad quay lại ngôi trường tiểu học xưa. Bà già tìm tới cám ơn anh vì câu chuyện bà nghe lén anh đọc đã giúp bà ý tưởng giúp đỡ người khác mà trong nhiều năm bà vẫn muốn làm nhưng không có phương tiện. Bà mời anh tới túp lều để bà đãi một bữa cơm đạm bạc như một lời cám ơn anh. Bữa cơm quả rất đạm bạc nhưng anh thấy ngon hơn bất cứ bữa tiệc sang trọng nào mà anh vẫn thường tham dự. Khi Prasad ra về, bà đưa cho anh một túi nhựa nhỏ gần rách trong đó chứa đầy những mẩu bút chì ngắn, những cục tẩy đã mòn. Bà nhờ anh tới xóm nghèo trao cho các trẻ em ở đó vì chân bà bị tê thấp không thể lội bộ tới đó được. Giáo sư John Vũ nhắc lại lời của anh Prasad trong phần cuối bài viết: *"Không thành vấn đề giầu hay nghèo, lòng cảm thông và từ bi với người khác là quan trọng. Không phải cứ giầu mới cho được người khác. Chừng nào còn biết quan tâm tới người khác, chừng nào trái tim còn biết rung cảm với sự khổ đau của người khác, nó là trái tim thuần khiết. Tất nhiên, em hoàn thành lời hứa với bà ấy bằng việc phân phối món quà của bà cho trẻ em nghèo ở khu nhà ổ chuột. Từ đó, em không bao giờ vứt đi bất kì gì, kể cả những chiếc bút chì đã dùng rồi. Em giữ chúng trong túi để em cũng có thể đem chúng cho trẻ em nghèo nữa. Hành động khiêm tốn đầy vị tha của bà ấy đã làm thay đổi cuộc đời em. Bà ấy đã làm thay đổi cách suy nghĩ của em về cuộc sống và hành vi của em cũng thay đổi hoàn toàn. Cha mẹ em đã vui mừng khi thấy em chăm chỉ học hơn trong trường và đã thôi đi dự tiệc tùng ăn nhậu cuối tuần."*

Nói tới Ấn Độ không thể nào không nhắc tới mẹ Teresa, một người suốt đời sống cho những người nghèo. Tôi nghĩ không cần phải kể ra những việc thiện mà Mẹ đã làm vì chúng ta ai cũng đã từng nghe kể. Mẹ đã được gọi là "thánh" khi còn sống ở trần gian và đã thực thụ là "thánh" trên Thiên Đường khi được Giáo Hoàng Francis phong thánh vào ngày 4 tháng 9 năm 2016 tại Vatican, 19 năm sau khi Mẹ giã từ cõi thế. Nếu cần nhắc lại một câu nói của Mẹ Teresa, tôi sẽ chọn câu: *If you are not poor enough to take charity, you are rich enough to give.* Nếu bạn không nghèo đủ để xin tiền từ thiện thì bạn đã giàu đủ để đóng góp làm việc từ thiện!

01/2017

THƯỞNG

Thế vận Hội Rio đã đi vào quá khứ. Giờ mà còn phiếm phiếc là...chậm tiến. Nhưng cái đuôi của thế vận hội bốn năm mới có một lần vẫn còn dài. Ít nhất dài tới ngày 25 tháng 8 vừa qua. Đó là ngày mà Thủ Tướng Nga Dmitry Medvedev chủ tọa buổi lễ trao tặng các lực sĩ đoạt huy chương vàng Nga mỗi người một chiếc xe BMW đắt tiền. Món quà khá hậu hĩnh này hình như không thích hợp với nhiều lực sĩ. Chỉ 24 giờ sau khi nhận phần thưởng, một chiếc xe đã được một lực sĩ rao bán trên mạng. Chủ bán đã *post* bức hình chiếc xe còn nguyên miếng dán tặng cho lực sĩ đoạt huy chương thế vận hội. Giá bán chiếc BMW X6 là 4 triệu 670 ngàn rúp, tương đương với 72 ngàn đô Mỹ. Chẳng biết vì lý do gì mà người bán không để tên và quảng cáo bị rút xuống chỉ một ngày sau. Theo như tiết lộ của cửa hàng bán xe *R-Sport* với hãng truyền thông *Associated Press* thì người bán cho biết chiếc xe quá lớn và không thích hợp.

Không thích hợp ra sao, lực sĩ Maxim Trankov, người được thưởng một chiếc Mercedes-Benz SUV vào năm 2014, tiết lộ là phần lớn các lực sĩ không đủ khả năng cưu mang chiếc xe đắt tiền như vậy. "Không ai không biết là chiếc xe được thưởng này không những bị đánh thuế theo mặt hàng xa xỉ mà còn không dễ để sở hữu nó với thu nhập của một lực sĩ". Không nuôi nổi chiếc xe nên họ phải mại dzô! Cô bé lực sĩ Seda Tutkhalyan cũng không dùng được chiếc xe BMW mới được tặng vì cô mới 17 tuổi, chưa đủ tuổi để lấy bằng lái!

Nhiều người dân Nga phàn nàn là trong một đất nước đang gặp khủng hoảng về tài chánh, tại sao chính phủ lại trình diễn màn tặng những chiếc xe đắt tiền tại điện Kremlin như vậy? Kênh truyền hình *Rossiya 24* của nhà nước gián tiếp trả lời là những chiếc xe BMW đắt tiền này do quỹ Bảo Trợ Các Lực Sĩ Thế Vận Hội tặng. Tiền do các tỷ phú Nga góp mua. Nhiều địa phương cũng ồn ào tặng tiền cho các lực sĩ cư dân trong vùng đoạt huy chương những món quà hậu hĩnh tuy gặp khó khăn về ngân sách. Chẳng hạn vùng Bắc Ossetia hứa tặng mỗi lực sĩ đoạt huy chương một căn nhà. Hoặc vùng Dagestan tặng vô địch môn đánh vật Abdulrashid Sadulaev 6 triệu rúp (93 ngàn đô Mỹ).

Các lực sĩ, thi đấu phờ râu mới chiếm được chiếc huy chương thế vận, mừng hết lớn. Danh dự là lúc đứng trên bục nhận huy chương. Nếu nặng về tinh thần thể thao thì như vậy đã là đủ. Dễ chi mà vượt qua mặt được hàng hàng lớp lớp các lực sĩ thuộc mọi quốc gia tới tranh tài để được đeo lủng lẳng chiếc huy chương trước ngực. Nhưng họ thi đấu đại diện một quốc gia nên khi lá cờ của nước nào được kéo lên trong lễ phát huy chương thì nước đó thường phải thưởng cho lực sĩ đã nêu cao tên tuổi đất nước. Phần thưởng bằng tiền hay hiện vật tùy theo từng nước. Nga tặng xe hơi loại xịn, tuy không thực tế, nhưng rất ăn điểm về phần trình diễn. Đức là nước nổi tiếng về bia nên họ thưởng các lực sĩ đoạt huy chương phần thưởng bia: các lực sĩ được uống bia miễn phí suốt đời! Nước Belarus nổi tiếng về món xúc xích nên các lực sĩ đoạt huy chương cũng suốt đời được ăn xúc xích miễn phí. Phần thưởng này rất thực tế nhưng coi bộ nguy hiểm. Ăn uống *free* như vậy liệu có thể còn tham dự được các kỳ thế vận hội tới hay không? Nếu may ra lại chiếm được huy chương trong các thế vận hội tới thì các lực sĩ phải sắm thêm một chiếc miệng để có thể "ăn" hai giải thưởng suốt đời chăng? Đại Hàn coi bộ thực tế hơn khi miễn quân dịch cho lực sĩ đoạt huy chương thế vận. Thực tế quá nên mất vinh dự. Chẳng phải "đi quân dịch là yêu nòi giống" sao? Giải thưởng chi mà tước quyền yêu nòi giống! Thực tế hơn nữa là Thái Lan và Phi Luật Tân, các lực sĩ được nhận tiền thưởng trong suốt 20 năm. Nghe thấy đã chưa? Không thực tế nhưng khoái chí tử là tuyển thủ túc cầu nữ của Canada, cô Rhian Wilkinsen. Đội túc cầu nữ Canada hai lần đoạt huy chương đồng liên tiếp tại Thế Vận Hội Luân Đôn 2012 và Rio 2016. Tại sanh quán của cô, Baie-d'Urfé, trong tỉnh bang Quebec chúng tôi, tên cô đã được đặt cho một cái *park* mà cô thường chơi đùa ngày còn thơ ấu!

Tấm huy chương mà các lực sĩ đeo lủng lẳng trước ngực chỉ có giá trị tinh thần. Quy ra thành tiền thì rẻ òm tuy huy chương kỳ thế vận Rio này lớn hơn huy chương các thế vận hội trước. Huy chương vàng được đúc bằng 1% vàng, 92,5 % bạc và 6,16 % đồng. Theo tạp chí chuyên môn về tiền bạc Forbes đánh giá thì huy chương vàng chỉ trị giá 564 đô Mỹ. Huy chương bạc gồm 92,5% bạc và 7,16% đồng, trị giá 305 đô. Huy chương đồng gồm 97% đồng, 2,5% kẽm và 0,5% thiếc, giá bèo hết cỡ, chỉ có 3 đô Mỹ. Vậy mà các lực sĩ è cổ ra tranh dành, khi dành được chiếc huy chương trị giá chỉ có 3 đô cũng sung sướng đến nhẩy cẫng lên được!

Kể ra có nhẩy cẫng lên cũng đúng vì, đi kèm với huy chương, dù vàng hay đồng, đều có tiền thưởng của quốc gia họ đại diện. Món tiền thưởng này thật ngược đời. Những nước nhỏ thưởng thưởng nhiều hơn những nước lớn. Nhỏ tí ti như Singapore tặng lực sĩ huy đoạt huy chương vàng số tiền được coi là lớn nhất thế giới. Lực sĩ bơi lội Joseph Schooling ôm gọn 1 triệu đô Mỹ. Anh đoạt được chiếc huy chương vàng duy nhất cho Singapore sau khi vượt qua con kình ngư Mỹ Michael Phelps ở môn bơi 100 thước bướm.

Ai cũng tưởng là Singapore chơi ngon nhất thế giới nhưng theo một nguồn tin mới được tiết lộ thì Georgia chơi ngon hơn. Họ thưởng cho huy chương vàng tới 1 triệu 200 ngàn đô lận! Cũng một huy chương nhưng giá trị tính theo tiền khác nhau. Hai vận động viên nữ Sopita Tanasa và Sukanya Srisurat của Thái Lan đều giành được huv chương vàng về cử tạ ở Rio. Cô Sopita ở hạng 48 ký và cô Sukanya ở hạng 58 ký. Mỗi cô ẵm 28 triệu *bath,* tương đương 800 ngàn đô Mỹ. Số tiền lớn lao này do chính phủ tặng 10 triệu *bath* và các doanh nghiệp trong nước tặng 18 triệu *bath.* Hai lực sĩ Indonesia đoạt huy chương vàng giải cầu lông hạng đôi nam nữ là Tontowi Ahmad và Liliyana Natsir nhận mỗi người 383 ngàn đô Mỹ. Đó mới là phần thưởng của chính phủ. Không biết các doanh nghiệp sẽ tặng thêm bao nhiêu.

Chắc ít người trong chúng ta biết các nước Azerbaijan và Kazakhstan nằm ở đâu trên bản đồ thế giới. Vậy mà các lực sĩ đoạt huy chương vàng của Azerbaijan cũng ẵm được 255 ngàn đô và của Kazakhstan được 230 ngàn đô. Xạ thủ Việt Nam Hoàng Xuân Vinh, huy chương vàng giải bắn súng, ôm gọn 200 ngàn đô do chính phủ và các thương nghiệp tặng.

Các lực sĩ đoạt huy chương vàng của các nước giầu mạnh, tưởng sẽ ẵm số tiền lớn hơn, nhưng thực ra lại thua xa các nước nhỏ kể trên.

Nước thuộc loại công nghiệp phát triển mạnh, nằm trong khối các nước hùng mạnh G7 như nước Ý, huy chương vàng cũng chỉ được thưởng 185 ngàn đô Mỹ. Pháp cũng chỉ chi cho huy chương vàng 66 ngàn đô và Nga 61 ngàn đô. Huy chương vàng của Mỹ được thưởng 25 ngàn đô, Đức 20 ngàn đô, Canada cũng 20 ngàn đô và Úc chỉ có 15 ngàn đô. Nhưng vận động viên Anh mới cơ khổ. Dù có bợ được huy chương vàng về cho đất nước cũng chẳng được chính phủ chi cho đồng nào!

Trong bộ môn quần vợt tại Thế Vận Hội Rio de Janeiro năm nay, tay vợt Anh Andy Murray đã đoạt huy chương vàng sau khi vất vả trong trận chung kết với tay vợt người Á Căn Đình Juan Martin del Potro. Trận đấu rất gay cấn tuy chỉ diễn ra trong bốn hiệp. Tôi ngồi coi cũng hồi hộp, nói chi đứng trên sân. Del Potro trước đó đã hạ tay vợt số một Novak

Djokovic, người Serbia, ngay trong vòng đầu tiên. Tay vợt người Á Căn Đình này, năm 2009, đã nổi đình nổi đám trong giải US Open, khi là người duy nhất từ trước tới nay hạ hai tay vợt sừng sỏ trong cùng một giải loại xịn *Grand Slam* là Rafael Nadal, trong vòng bán kết, và Roger Federer, trong vòng chung kết, để ẵm chiếc cúp quý giá năm đó. Thế Vận Hội năm nay, Andy Murray đã đoạt huy chương vàng tạo nên thành tích bất hủ chưa có một tay vợt nào, cả nam lẫn nữ, đoạt được: huy chương vàng liên tiếp trong hai thế vận hội. Tại thế vận hội trước diễn ra tại Luân Đôn vào năm 2014, Murray cũng đã đoạt chiếc mề-đay vàng!

Hai lần huy chương vàng, vậy mà Murray chẳng được một xu từ chính phủ Anh! Thiệt tội nghiệp! Nhưng của đáng tội, các lực sĩ đoạt huy chương Anh cũng chẳng tội nghiệp lắm. Họ đã được các nhà tài trợ thưởng tiền hoặc thuê họ quảng cáo. Tiền quảng cáo mới là món tiền khổng lồ.

Tại sao lại có chuyện nghèo chi nhiều, giầu chi ít, tréo cẳng ngỗng như vậy? Nó như vậy, chẳng ai biết tại sao. Thôi thì đành đoán mò. Có thể là vì, với một đoàn vận động viên tham dự khổng lồ lên tới vài trăm người, số huy chương đoạt được rất lớn. Nếu chính phủ ban thưởng hậu hĩnh thì tiền đâu mà chịu cho nổi. Hoặc là chuyện các lực sĩ của các nước lớn đoạt huy chương là chuyện bình thường, chẳng có chi mà ồn ào. Năm nay Mỹ đoạt tới 121 huy chương, Anh 67 huy chương, Nga 56, Đức 42, Pháp 42, nếu rộng tay thưởng, có mà vỡ nợ! Trái lại, các nước nhỏ, họa hoằn mới vớ được chiếc mề-đay, mát mặt đất nước, có thưởng hậu hĩnh cũng là chuyện bình thường. Việt Nam từ trước tới nay toàn tham dự thế vận hội cho vui thôi, có huy chương huy chiếc gì đâu, nay có được hai chiếc huy chương vàng và bạc do tay súng Hoàng Xuân Vinh mang về, tạo nên lịch sử, quý muốn chết, báo chí lề phải thổi lên tới trời, thì tiền thưởng không tiếc là phải.

Nghe thấy mà tội nghiệp cho con dân nước lớn. Nhưng tội nghiệp hơn nữa là những món tiền thưởng này đều phải đóng thuế!

Thuế! Cái chữ nghe mà thấy ghét. Thường thì chúng ta chẳng ai có cảm tình với cái chữ tốn tiền này. Đành rằng nếu không có tiền thuế thì chính phủ lấy đâu ra ngân khoản để điều hành đất nước. Mùa hè tại thành phố Montreal chúng tôi là mùa sửa đường. Chạy xe trong thành phố có nhiều đoạn tưởng như đang dự thi lái khéo tay! Bảng và hàng rào cấm tràn lan khắp nơi khắp chốn. Nhiều vị lái xe nóng tính chửi thề vung vít. Nạn này là do tiền thuế của chúng ta tạo ra đó. Nếu không có tiền thuế, lấy chi mà sửa với sang? Nói vậy để chọc quê các vị có máu Trương Phi này chứ nếu không sửa đường, ổ gà ổ voi chằng chịt, thì chúng ta phải sửa…xe. Thứ nào xót ruột hơn?

Đụng tới chuyện thuế ít người giữ được bình tĩnh. Tiền từ trong túi tuôn ra làm sao mà giả ngơ được. Nhưng tiền từ những chiếc huy chương vàng, bạc, hay đồng của Thế Vận Hội ra thì lại khác. Trên đây tôi chí nói tới thứ hạng xịn nhất là huy chương vàng. Thực ra huy chương bạc hay đồng đều có thưởng cả. Tại Mỹ, huy chương bạc được thưởng 15 ngàn đô và huy chương đồng 10 ngàn đô. Tại Canada cũng rứa. Đồng tiền thưởng cho những người kiên trì tập luyện và cố gắng thi đấu để mang vinh dự về cho tổ quốc tại sao lại bị ông thuế vụ hỏi thăm, nhiều người vấn như vậy. Đây là đồng tiền thấm sự tự hào dân tộc, sao lại coi như những đồng tiền khác được. Đồng tiền giống nhau nhưng cũng khác nhau. Tại Mỹ cũng như tại Canada nhiều người đã lên tiếng.

Nói chuyện Canada trước. Luật thuế Canada quy định tất cả các giải thưởng bằng tiền do công dân Canada đoạt được đều phải đóng thuế, trừ giải xổ số! Giải thưởng cho các lực sĩ đoạt được trong các kỳ thế vận hội cũng vậy. Không có ngoại lệ. Nhưng có tranh cãi. Ngay trước thế vận hội mùa đông tổ chức tại Vancouver vào năm 2010, Ủy Ban Thế Vận Hội Canada (*Canadian Olympic Committee)* đã nêu vấn đề thuế đánh vào tiền thưởng cho các vận động viên. Sở thuế tỉnh bơ cho biết là luật thế đã đủ để hiểu một cách rộng rãi là cứ thưởng là phải răm rắp đóng thuế. Năm 1986, khi nhà khoa học John Polanyl đoạt giải Nobel về Hóa Học, vấn đề cũng đã được nêu lên nhưng chuyện thuế vẫn…vũ như cẩn! Mới đây hơn, tháng 3 năm 2014, một công dân lấy tư cách là người đóng thuế, đã gửi một bức thư lên Thủ Tướng lúc bấy giờ là ông Stephen Harper hài rõ “các vận động viên thành công trong các thế vận hội phải được miễn thuế trên số tiền thưởng mà họ nhận được”. Sở thuế, được Thủ Tướng chuyển thư để trả lời, đã cho đây là một “vấn đề tế nhị được nêu ra trong mỗi kỳ thế vận hội”. Họ vuốt đuôi khi cho rằng “thể thao là một phần trong căn cước của Canada” nhưng thuế vẫn cứ phải đánh. Không thấy họ nói tới việc trúng số có là “căn cước của Canada” để miễn thuế cho tiền trúng số không!

Các lực sĩ Mỹ cũng cùng chung số phận như vận động viên Canada. Họ cũng bị đè đầu ra nộp thuế sau khi đã vất vả đua tranh để làm rạng danh cho đất nước. Báo *USA Today* đã bình luận: *"Michael Phelps bơi rất nhanh nhưng vẫn chưa đủ nhanh để đánh bại Chú Sam đang đợi sẵn ở đích tới, sau mỗi lần con kình ngư 31 tuổi giành được một huy chương tại Rio de Janeiro*". Tay bơi huyền thoại này không chỉ dành một mà tới 5 huy chương vàng và một huy chương bạc tại kỳ thế vận hội này, nâng tổng số huy chương thế vận mà anh đoạt đuọc qua các kỳ thế vận hội lên tới 28 huy chương trong đó có tới 23 huy chương vàng! Thành tích này phá mọi kỷ lục thế giới từ xưa tới nay. Tổng số tiền thưởng tay bơi này nhận được trong kỳ thế vận năm nay là 140 ngàn đô. Sở thuế trừ nghiến của anh 55 ngàn đô!

Đưa ra trường hợp của Michael Phelps, tay bơi mà hầu như khắp thế giới biết đến tên tuổi, báo chí muốn nhấn mạnh tới chuyện đánh thuế trên tiền thưởng của huy chương mà các lực sĩ đoạt được. Hầu hết các quốc gia khác biết "kính trọng" thành tích cúc các lực sĩ hơn khi sở thuế các nước này không sờ tới tiền thưởng của các lực sĩ.

Trong nhiều năm qua, các chính trị gia Mỹ cũng như công dân Mỹ đã kêu gào tới khản cổ yêu cầu không đánh thuế trên tiền mồ hôi của các lực sĩ. Ông Jim Leahy, Giám Đốc Điều Hành của Ủy Ban Olympic Mỹ đã nhận xét: "Việc đánh thuế như hiện nay đặt ra khó khăn lớn cho các vận động viên của chúng ta. Thật không công bằng khi đánh thuế những người đại diện cho đất nước thi đấu ở đấu trường quốc tế và đạt tới đỉnh cao của môn thể thao mà họ theo đuổi".

Các dân cử Mỹ đã vào cuộc một cách tích cực. Tháng 7 năm nay, dự luật về chấm dứt đánh thuế đối với các vận động viên Thế Vận Hội và Thế Vận Hội Người Khuyết Tật đã được ThượngViện Mỹ bỏ phiếu thông qua. Thượng Nghị Sĩ Schumer phát biểu: "Khi các vận động viên giành chiến thắng sau cuộc tranh đua vất vả, thật không đúng khi chính phủ Mỹ đón chào họ trở lại quê hương bằng một khoản thuế đánh vào chính thắng lợi của họ. Các vận động viên của chúng ta có lẽ lo toan về việc phá các kỷ lục thế giới hơn là đi phá ngân hàng!". Người ta đang chờ Hạ Viện thông qua dự luật này trong khóa họp bắt đầu vào tháng 9 này.

Xỉa tiền ra trả thuế là một việc không vui chi. Ai cũng nghĩ như vậy dù biết đóng thuế là bổn phận của mỗi công dân. Biết là một chuyện, vùng vằng là chuyện khác. Nhưng nếu coi việc tranh đua quốc tế để giành huy chương là lợi tức thì cách kiếm tiền này vô cùng vất vả. Người ta nhìn vào danh dự của huy chương hơn là nhìn vào tiền bạc thưởng cho lực sĩ đoạt huy chương đó. Huy chương không phải là thứ để kiếm tiền, vậy mà tại Mỹ, ngoài việc đánh thuế vào tiền thưởng cho huy chương, họ còn đánh thuế ngay vào chiếc huy chương. Trị giá chiếc huy chương vàng tại thế vận hội Rio 2016, tính theo kim loại chế tạo là 564 đô, huy chương bạc là 305 đô và huy chương đồng là 3 đô. Số tiền trị giá này cũng bị đánh thuế nhập khẩu!

Thuế mà đến thề thời thôi! Huy chương không còn là phần thưởng mà là một món đồ thương mại như các món đồ khác. Thưởng mà hại nhau dữ!

09/2016

TỊCH

Ông nhà thơ Hoàng Lộc được biết như một nhà thơ tình. Thơ của ông rặt thơ tình. Ông cũng thuộc loại nòi tình. Tình từ đầu tới chân. Vậy mà trên *Facebook,* bỗng nhiên ông *post* một bài thơ đi xa chủ đề thường ngày. Không phải là thơ tình mà là thơ…tịch!

rồi ta nằm với gió
đầu kê lên đồi tây
xám chiều, run bóng phố
thân đắp mùa lá bay

rừng phôi rừng trơ xương
trắng mờ cây thập tự
hãy còn kia thiên đường
cho chiếc hồn lạc xứ?

Thế hệ chúng tôi, thất thập cổ lai hi tất cả rồi, ông bạn Hoàng Lộc lâu lâu có lơ đi chuyện tình, đá qua chuyện tịch, âu cũng là thường tình.

Chuyện tịch không phải chuyện nói là xong. Nó lằng nhằng lắm. Chó chết hết chuyện nhưng người tịch thì chuyện còn dài dài. Chỉ một sát na, con người chu du một đoạn đường dài mà chẳng biết đi về mô. Người đi, ừ, người buông tay bỏ lại hết. Người ở lại phải hốt tất cả. Nặng nề chứ không phải chơi. Chẳng vậy mà "tang gia bối rối". Có những người lo xa, thu vén mọi chuyện từ trước để tang gia yên tâm khóc lóc. Như ông Tiến Sĩ Tâm Lý Học Nguyễn Hữu Chi ở Ottawa chẳng hạn. Ông gọi nhà đòn tới, tính toán xong xuôi cho nhẹ gánh người ở lại. "*Để biết rõ chi tiết của vấn đề, tôi bèn mời một đại diện Nhà Đòn quen biết ở Ottawa tới bàn chuyện ma chay cho tôi. Ông "tiếp thị" (salesman), quần áo chỉnh tề, mặt trang nghiêm và đầy kính cẩn, ăn nói nhẹ nhàng và từ tốn trong khi trình bày giá cả cho tôi nghe. Tập tài liệu về giá biểu in rất đẹp như tờ thực đơn của một tiệm ăn sang trọng ở Paris (năm sao). Điều quan trọng mà mọi người nên biết là "người mua" không được kỳ kèo về giá cả, vì Nhà Đòn làm ăn đàng hoàng "trước sau như một". Tôi đọc kỹ tờ giá biểu, rồi tham khảo với các bạn bè, tôi thấy rõ phí tổn nặng nề mà "người ở lại" phải chi cho Nhà Đòn ở Canada (có lẽ cũng tương tự như ở bên Mỹ)*".

Chi phí nhà đòn Tubman cho rất chi tiết. Tổng cộng một đám tang phải chi ra khoảng 13 ngàn đô! Cái thân xác đã bất động đâu có đắt đến thế, ông Chi hỏi anh chàng tiếp thị: "Mai táng kiểu nào rẻ tiền nhất?". Dân buôn bán, ngay cả buôn bán xác chết, phải tính sao cho càng nhiều lợi nhuận càng tốt. Ông Nguyễn Hữu Chi hỏi một câu "rẻ tiền" như vậy, nét mặt anh con buôn có thay đổi cũng chẳng có chi lạ. Anh buông thõng: "Ông thích chơi trò rẻ tiền thì ông nên chọn con đường hỏa táng, vì ông sẽ không mất tiền chi phí chôn cất và mua đất ở nghĩa địa". Bớt được một món tiền vô ích. Đã vô tri vô giác thì oằn mình với lửa hay làm thực phẩm nuôi giun dế cũng vậy thôi. Cho chắc ăn, ông hỏi còn chi phí nào khác không? Chàng tiếp thị…tiếp thị: "Có chứ! Thân xác của ông sẽ được tắm rửa, thoa son đánh phấn, và được đặt trong một cỗ quan tài thiệt đẹp. Chúng tôi sẽ tổ chức linh đình cho ông. Ai trông thấy ông nằm đó cũng thèm địa vị của ông!". Ông Chi đã định trong đầu là đám tang ông sẽ giản dị hết mức, không thuê đất chôn, không vẽ mặt vẽ mày, không trưng bày ở nhà quàn. Cứ sạch sẽ đi vào lò thiêu là xong. Kết quả, đám tang của ông (không thể gọi là đám tang mà chỉ có hỏa thiêu) rút lại chỉ còn có 2,709.24$. Ông chi li cho biết chi tiết số tiền trên gồm: tiền giấy tờ (khám nghiệm xác chết, giấy khai tử), tiền đưa xác từ nhà xác tới nhà đòn, tiền hòm bằng giấy cứng (50$) đựng xác chết để mang đi hỏa táng, tiền đưa xác tới nơi hỏa táng, tiền đốt xác, tiền hũ đựng tro loại bèo nhất (20$), tiền thuế trả thành phố, tỉnh bang và liên bang. Vậy là xong một cuộc đời. Tránh được cảnh mà ông đã thơ:

Khi một thằng nằm xuống
Lại có thằng luống cuống đứng lên
Vái lậy thằng nằm xuống
Hy vọng khi mình nằm xuống
Lại có thằng khác luống cuống đứng lên.

Sẽ không có "thằng khác luống cuống đứng lên" để vái

ông. Từ 13 ngàn đô, ông chỉ phải chi có trên 2700 đô, chết mà sinh lợi được 10 ngàn đô, kể cũng đáng chết! Ông ký chi phiếu cái rụp mà trong lòng hân hoan vô tả. Chờ vợ về, ông khoe liền về món lợi 10 ngàn đô. Đang chờ một lời khen, ông chỉ nghe tiếng khóc và lời trách móc: "Trong cả cuộc đời của anh, anh chỉ thích chơi sang. Tại sao đến cuối cuộc đời, anh lại định chết một cách rẻ tiền như vậy?".

Tôi nghĩ chuyện tang ma không chỉ là chuyện của người chết mà còn là chuyện của người sống. Mà có lẽ chuyện của người sống nhiều hơn chuyện của người chết. Người chết nằm đó, im thin thít, biết mô tê chi nữa đâu, nhưng người sống còn muốn nở mày nở mặt với mọi người. Đám tang kiểu ông Nguyễn Hữu Chi thì nở được với ai. Thời buổi sống không cho mình mà cho cái tôi trong mắt người khác, ông Chi là người lỗi thời. Cho ông sống vào thời kỳ xưa, khi chúng ta còn quy tụ trong làng xóm, chắc hợp hơn.

Tôi nhớ ngày đó, làng tôi chết rất bình đẳng. Làng có dăm lá cờ tang, một cái kiệu màu đen và một ban kèn đám ma mà lũ trẻ chúng tôi gọi là đội kèn "bu dích" (đọc trại chữ *musique)*. Giàu nghèo lớn bé, ai cũng được đưa ra nghĩa địa làng giống nhau. Quan tài nằm trên kiệu, trước quan tài là lũ nhóc cầm cờ, theo sau là đội kèn toàn những ông già, gọi là già nhưng ngày đó người ta già sớm, chỉ chừng 45 tuổi đã ra dáng cụ rồi. Ông bác tôi, cỡ tuổi đó, mỗi khi có đám ma là phùng môi trợn mắt lên thổi kèn, thổi xong ghé vào nhà tôi uống bát nước chè tươi, ăn miếng trầu, nói vài ba câu chuyện rồi về. Ban nhạc đám ma không lương lậu chi. Thổi kèn như một nhiệm vụ với bà con làng nước. Ngày đó, cái chết hết sức bình đẳng và quy củ. Đám nào cũng chỉ có thế, không có chọn lựa nào khác.

Ngày nay chết cũng được chọn lựa. Ít ra là có hai món ăn chơi: chôn hay thiêu. Có nhiều người chọn lựa mà nghĩ như người sống. Người thì không muốn chôn vì sợ nằm trong huyệt ngột ngạt lại giao du với giun dế chẳng vui chút nào. Người thì sợ thiêu nóng nẩy đau đớn thân xác. Để chiều lòng người chết, ngày nay chúng ta vừa có một chọn lựa thứ ba: thiêu bằng chất lỏng. Tiếng Anh là *alkaline hydrolosis* hay *liquid cremation.*

Môi trường là thứ mà người ta chú ý nhất hiện nay. Làm chuyện chi cũng phải nghĩ tới môi trường. Như vậy mới hợp thời. Thiêu bằng chất lỏng hay thủy phân là thứ thích hợp với môi trường nhất so với hai cách cổ điển là mai táng và hỏa thiêu.

Ngay từ thập niên 1990, một số trường Đại học và cơ quan nghiên cứu của Mỹ đã áp dụng thủy phân để tiêu hủy xác động vật và, đôi khi, cả những bộ phận của cơ thể con người. Ngày nay, họ muốn áp dụng phương pháp này với thi thể con người. Lý do họ đưa ra là phương pháp này, so với hỏa thiêu, có lợi cho môi trường hơn. Giảm được 35% hiệu ứng nhà kính so với hỏa thiêu mà kết quả cuối cùng cũng biến xác chết thành tro bột như hỏa thiêu. Về phương diện tâm lý, đưa xác người vào một lò thiêu coi bộ ngại ngùng hơn đưa vào chiếc máy thủy phân. Thường khi hỏa thiêu xác chết, nhà quàn để cho gia đình người chết tự tay bấm nút cho lửa phụt lên. Đây là công việc đứt ruột không ai muốn làm. Người nọ đùn cho người kia. Cuối cùng thì thường là người thân cận nhất với người chết phải ấn nút với ý nghĩ người chết sẽ không "giận" vì tình thương rõ ràng của người này.

Với phương pháp thủy phân, thi thể người thân của chúng ta sẽ tan rã một cách êm ả. Chiếc máy bằng thép không gỉ có thể phân hủy một xác chết trong vòng ba tiếng đồng hồ. Xác được nhấn chìm vào dung dịch *potassium hydroxide* đã được điều áp rồi làm nóng tới 150 độ C trong vòng từ hai tiếng rưỡi đến ba tiếng. Tất cả những phần mềm trong người như da thịt, lục phủ ngũ tạng, được phân hủy thành một thứ nước màu nâu như nước cà phê có chứa *amino acids, peptides,* đường và muối. Dung dịch màu nâu này sẽ được sàng lọc và cho chảy vào hệ thống cống rãnh của thành phố. Thành phố Ottawa đã khảo sát và thấy thứ nước này không có hại chi cho môi trường và các nguồn nước gia dụng. Xương cốt còn lại đã giòn tan, dễ tán thành bột, được trả lại cho gia đình để chôn cất, hoặc đựng vào hũ, hay trải trên biển. Theo một bài báo của BBC, phương thức trên còn được gọi là *Resomation,* từ tiếng Hy Lạp *resoma,* có nghĩa là "tái sinh thể xác".

Người sáng lập ra *Resomation* là Sandy Sullivan nói rõ: "Không có sự ra đi nào là nhẹ nhàng. Bạn sẽ phải đi từ thứ giống như hình hài con người tới tro và xương, bất kể bằng lửa hay phân hủy. Nếu dùng lò hỏa thiêu, với lửa và sức nóng, xem chừng rất bạo lực. Tuy nhiên, dùng chiếc máy làm bằng thép không gỉ và vô trùng xem ra rất nhẹ nhàng và nhanh chóng biến một thi thể thành một nhúm tro. Chúng tôi tiến hành công việc theo đúng đặc tính hóa học mà vi khuẩn tiến hành khi xác được chôn cất dưới đất, song thay vì vài tháng hoặc vài năm thì chiếc máy hoàn thành chu kỳ chỉ trong ba giờ đồng hồ!".

Phương pháp thủy phân sẽ là phương pháp của thời đại. Bà Roslyn Cassidy, Giám Đốc một công ty mai táng của Anh ở Green Endings nói: "Con người ta luôn suy nghĩ làm sao để có cuộc sống tốt đẹp nhất. Giờ đây người ta còn suy nghĩ làm sao để có thể có một cái chết hoàn mỹ nhất". Hãng này rất quan tâm đến yếu tố sinh thái trong việc chôn cất người quá cố.

Trò thủy phân văn minh cùng mình này đã được ông Dale Hilton mang vào Canada hồi tháng 5 năm 2015. Nhà quàn đầu tiên được giấy phép hành nghề thiêu không nóng này là nhà quàn Dale Hilton's Aquagreen Dispositions ở Smiths Falls, tỉnh bang Ontario. Phương pháp này cũng đã được chấp thuận ở các tỉnh bang Ontario, Saskatchewan, Quebec và 13 tiểu bang Mỹ gồm: Colorado, Florida, Georgia, Idaho, Illinois, Kansas, Maine, Maryland, Minnesota, Missouri, Oregon, Vermont và Wyoming. Ông nhà văn Nam Dao, coi mọi chuyện trên đời như pha, sống rất ngầu nhưng coi bộ cũng sợ nóng, khoái trò chơi mới này. Ông ngụ cư ở tỉnh Quebec và cho biết là tại Quebec đã có hai nhà quàn thiêu xác bằng phương pháp thủy phân.

Nhìn cái máy cồng kềnh kín mít, người ta hầu như không có ý niệm về hoạt động của máy. Người ta chỉ biết là đặt một thi thể vào máy, sau ba tiếng, máy nhả ra một nhúm xương trắng xóa, giòn tan. Tôi mới được đọc trong báo *The Gazette* ở Montreal, bài giải thích cặn kẽ với hình ảnh đàng hoàng, quá trình hoạt động từng bước của máy.

Xác được đặt trong một quan tài bằng lưới thép không gỉ.

Chuyên viên sẽ cân sức nặng của xác chết và tính toán khối lượng *potash* và muối cần thiết cho vào máy. Sau đó, thêm hỗn hợp kiềm vào máy, đút quan tài lưới vào máy. Để máy nghiêng 45 độ. Tại sao lại nghiêng như vậy? Vì có nhiều người, dù sau khi chết, họ vẫn sợ bị "chết đuối"! Nhập vào máy điện toán trọng lượng xác chết, máy sẽ tính toán số lượng nước cần thiết đổ vào máy. Thường khoảng từ 265 đến 185 lít. Dung dịch này được nén ép và làm nóng lên tới 150 độ C để tránh bị sôi. Khoảng từ 1 đến 2 giờ sau, thịt và nội tạng sẽ tan rã làm nước có màu nâu. Vì máy nằm nghiêng nên phần dưới cơ thể tan rã trước, phần trên sẽ tuột xuống và tan rã tiếp. Quá trình này chỉ sử dụng có một phần tám năng lượng so với hỏa táng! Xương sẽ tụ tập dưới đáy của máy. Người ta lấy xương ra, cho vào máy sấy khô. Khoảng từ 10 đến 15 phút, toàn bộ xương cốt sẽ khô. Xương khô được đưa vào máy xay tán thành tro bột. Số xương thu được thường nhiều hơn số xương được hỏa táng tới 20%.

Nghe thấy máy móc chắc nhiều người trong chúng ta tưởng chi phí thủy phân xác chết sẽ đắt lắm. Quý vị cứ yên chí lớn. Chúng ta chỉ phải chi có 520 đô Canada! So với các phương pháp tiêu xác cổ truyền từ 600 đô đến 1000 đô thì phương pháp thủy phân này rẻ hơn. Vừa êm ái, vừa gọn gàng, vừa rẻ, dại chi mà không mại dzô!

Giới thiệu được phương pháp thủy phân xác chết có nhiều lợi điểm, tôi thấy chuyện tịch coi như đã được giải quyết. Nhưng thật là một thiếu sót nếu không bàn tới một phương pháp khác cũng rất thân thiện với môi trường nhưng ít được phổ biến. Đó là phương pháp sinh thái học do nhà sinh học

Thụy Điển Susanne Wiigh-Masak phát minh ra. Bà đã mất 20 năm nghiên cứu và phát triển quy trình mai táng này. Bà giải thích: "Mai táng sinh thái học sẽ giảm bớt tác động đến môi trường, đặc biệt là các tài nguyên như nước, không khí và đất. Phương pháp dựa trên việc lưu giữ cơ thể con người theo dạng sinh học sau khi chết mà không sử dụng các chất ướp tẩm. Sau đó, xác có thể được đưa trở lại chu kỳ sinh thái trên trái đất". Để thực hiện, thi hài sẽ được làm đóng băng ở nhiệt độ -18 độ C. Nhiệt độ được điều chỉnh giảm đi khi xác được đưa vào một quan tài bằng khí *nitrogen* (ni-tơ) lỏng. Do tác động của ni-tơ, xác sẽ giòn và dễ vỡ. Người ta bỏ quan tài bằng ni-tơ này vào một máy rung để làm tan rã thành bột hữu cơ. Bột này sẽ được đưa vào một buồng chân không để làm bay hơi nước. Thủy ngân và các kim loại khác được phân loại và loại bỏ bằng từ trường. Bột thi hài còn lại khoảng từ 25 kí đến 30 kí sẽ được đưa vào một quan tài nhỏ bằng tinh bột ngô. Bột không bị phân hủy khi vẫn giữ khô ráo. Công việc mai táng được thực hiện ngay trên lớp đất mặt. Các loại vi sinh sẽ chuyển đổi quan tài và bột hữu cơ thành *compost* trong vòng từ 6 đến 12 tháng. Bà Wiigh-Masak cho biết là bột hữu cơ này không gây tác động nào đến môi trường. Vì vậy việc mai táng có thể diễn ra tại các khu mộ gia đình và chỉ cần một diện tích đất rất nhỏ.

Tịch như vậy, sướng chết. Chẳng giao du với giun dế, cũng chẳng uốn mình trên lửa hồng. Không biết có ai nôn nóng muốn chết không?

Lỡ đọc bài thơ…tịch của ông bạn Hoàng Lộc, tôi bị ảnh hưởng nên rủ rê thiên hạ tới chỗ tịch. Chẳng nên! Dù thế nào, sống vẫn vui hơn. Ông bạn Hoàng Lộc có lỡ dại làm thơ tịch nhưng tôi vẫn khoái thơ tình của ông.

có những thứ tóc xanh phải lòng đầu bạc
thì mắc chi thiên hạ phải lo phiền?
ví mớ tuổi đời này
rứt ra – mà bán được
thì chắc buổi chiều anh xuống phố cùng em...

08/2016

TIẾC

Thương xá Tax vừa bị xóa sổ. Vậy là thêm một mảng Sài Gòn xưa bị vỡ vụn. Dân Sài Gòn chúng ta ai cũng tiếc nuối trước sự vong thân của thành phố thân yêu. Sài Gòn đang bị dày vò, không còn là Sài Gòn của chúng ta. Nhớ về Sài Gòn, chúng ta có nhiều thứ để vịn vào. Nhưng có một thứ không thuộc về Sài Gòn mà mỗi khi nhớ về chúng ta ngẩn ngơ. Trong bài *"Đêm, Nhớ Trăng Sài Gòn"*, nhà thơ Du Tử Lê nhớ lung tung: Thị Nghè, Hàng Xanh, Trương Minh Giảng. Toàn những địa danh nẫu lòng. Nhưng nhiều người, trong đó có tôi, nhớ da diết như nhà thơ: *Nhớ nghĩa trang quê hương bạn bè / Nhớ pho tượng lính buồn se bụi đường.* Pho tượng lính ngồi buồn rầu ngay trước nghĩa trang quân đội ở Biên Hòa. Pho tượng đầy biểu tượng này đã làm bất tử tên người khai sanh ra nó: điêu khắc gia Nguyễn Thanh Thu.

Sự ra đời của pho tượng lính, nhiều người đã nói, chúng ta đã nghe nhiều. Tôi nghĩ chẳng cần nhắc lại. Nhưng chuyện về sự hình thành pho tượng bất tử này, dù nghe nhiều, nhưng mỗi người nói mỗi khác nên chuyện kể cứ như…huyền thoại! Tôi cố tìm xem câu chuyện thực sự ra sao nên kiếm đọc được những gì do chính tác giả bức tượng nói trong bài phỏng vấn của nhà truyền thông Lê Xuân Trường.

Khi được Tổng Thống Nguyễn văn Thiệu giao nhiệm vụ thực hiện sơ đồ nghĩa trang Biên Hòa trong đó có bức tượng mà theo gợi ý của ông Thiệu thì là cảnh chiến trường, ông Thu đã tới nghĩa trang quân đội Hạnh Thông Tây để tận mắt chứng kiến cảnh chuyển xác từ chiến trường về, cảnh khóc lóc của vợ con tử sĩ, cảnh an táng. Ông quan sát trong suốt một tuần lễ. *"Tôi ở đó được sáu ngày như vậy, khi ở được sáu ngày rồi , ngày mai nữa là hết ngày, đến ngày phải trình Tổng Thống, cho nên đến buổi trưa thứ sáu, đây là câu chuyện thật, tôi cứ nôn nóng như vậy. Trưa thứ sáu thì tôi từ nghĩa trang Quân Đội Hạnh Thông Tây, tôi về Gò Vấp. Ở vùng Gò Vấp, nắng quá, tôi mới vô kiếm nước uống. Tôi quẹo đại vào một cái quán gần căn phố. Vô tình , tôi kêu một ly nước chanh uống, bỗng nhiên, tôi thấy một anh lính Nhảy Dù, ảnh vô đó từ trước, ảnh cũng từ Nghĩa trang Hạnh Thông Tây về trước đó. Khi tôi bước vô thì tôi dòm qua ảnh, thấy ảnh đã uống đâu bốn năm chai bia rồi, thì thôi, tôi cũng không nói gì. Nhưng có một điều lạ, tôi thấy ảnh đang nói chuyện với cái ly, ảnh là binh chủng Nhảy Dù, ảnh để cái nón nhảy dù trên cái bàn, mặc áo nhảy dù đàng hoàng, ảnh đang uống và đang buồn, đang nhớ bạn. Một ly ảnh uống, một ly ảnh cúng, ảnh rót bia vào cái ly cúng đó, rồi ảnh nói chuyện với cái ly như có người bạn trước mặt ảnh vậy, ảnh cằn nhằn, ảnh đau đớn cho người bạn của ảnh đã mất. Khi tôi dòm thấy được cái hình ảnh mà ảnh vừa nói vừa gục đầu xuống bàn, vừa khổ sở với cái ly đó, ảnh vừa uống vừa cúng. Tôi chờ một chút nữa rồi bước qua làm quen. Tôi cầm cái ly nước chanh, bước qua, tôi đứng kề ảnh, bên cái bàn của ảnh, tôi xin phép ảnh: "Anh à, tôi muốn ngồi kề với anh, uống với anh được không? Thấy anh buồn, tôi muốn ngồi với anh". Tôi thấy ảnh không trả lời tui, ảnh ngồi gục trên cái bàn, ảnh hất cái mặt lên, có vẻ như không bằng lòng khi có người thứ hai quấy rầy ảnh... Mặt tôi hơi sượng, mấy cô trong quầy cười khúc khích, nãy giờ, cái anh nầy nói chuyện với cái ly không, mà bây giờ có thêm một thằng điên qua nói chuyện với ảnh, mấy cô chắc nghĩ như vậy, thấy mấy cô cười khúc khích với nhau. Nhưng mà trời thương, tôi có hỏi giấy tờ của ảnh, ảnh gục cái đầu xuống, tôi đứng trơ trẽn ở đó. Bỗng nhiên, ảnh móc ở túi sau, ảnh móc giấy tờ, ảnh đưa cho tôi. Tôi đâu có phải Quân Cảnh mà hỏi giấy tờ của ảnh, thế mà ảnh đưa cho tôi. Tôi cầm cái bóp rồi trở về cái bàn của tôi, tôi lấy giấy tờ ra hết. Tôi ghi tên của ảnh, ảnh là Võ văn Hai, hạ sĩ Võ văn Hai, tôi nhớ rõ như vậy. Ở tiểu đoàn nào tôi quên rồi, tôi ghi hết cái KBC. Xong rồi, tôi đem cái giấy đến trả lại, ảnh cũng không cần biết nữa, lấy bỏ túi thôi, không nhìn tôi. Tôi trở về bàn, tôi ngồi để nhìn một chút xíu nữa. Trưa đó tôi về, dĩ nhiên là ảnh còn ngồi đó, tôi lo đi về, tên tuổi của ảnh tôi còn để đây".*

Buổi sáng bữa vào trình sơ đồ tượng, ông được Đại Tá Võ văn Cầm, Chánh Văn Phòng, tiếp trong khi chờ gặp ông Thiệu. Trong lúc ngồi đợi, ông Nguyễn Thanh Thu sực nghĩ tại sao không vẽ cảnh anh hạ sĩ Hai ngồi uống bia? Ông vội phác họa trên mặt sau miếng giấy bạc trong bao thuốc. Khi vào trình Tổng Thống, ông trải các bức vẽ cảnh chiến trường trên sàn nhà. Khi được ông Thiệu hỏi ý kiến, ông đã rụt rè đưa ra bức phác họa trên giấy trong bao thuốc lá. Ông Thiệu ưng ý và muốn ông vẽ lớn ra ngay. Ông ra ngoài xin Đại Tá Cầm vật liệu để vẽ. Khi đó ông Thu mới thấy cần vẽ chi tiết hơn. Ông ngỏ ý cần người mẫu. Đại Tá cầm bối rối hỏi: "Tôi được không?". Tới lượt ông Thu bối rối: áo quần láng coóng, tóc tai mượt mà đâu có giống lính chiến. Nhưng rồi ông Đại Tá "hóa trang" với súng ống, nịt đạn, bi-đông nước, nón sắt. Ông Thu phác họa xong, Tổng Thống Thiệu ký chấp thuận. Ông Thu có ba tháng để hoàn tất tượng.

Ông tìm tới đơn vị của anh Võ văn Hai để xin anh về làm mẫu. Thiếu Tá chỉ huy khoái chí đề nghị: "Ông yêu cầu gặp anh Hai nhưng tôi thấy chưa hay đâu. Tôi nói thật với anh, tôi cho anh một Đại Đội, mặc sức mà chọn. Nhiều thằng một thước bảy, một thước tám thước chín, mề đay đầy người, to lắm, chiến công dữ dằn lắm!". Ông Thu nhấn mạnh chỉ xin anh Hai nhưng ông Thiếu Tá vẫn tập họp một Đại Đội cho ông chọn. Chính ông Thiếu Tá lựa ra bốn người. Ông Thu gọi anh Hai ra. Vậy là năm người được tập trung trong câu lạc bộ với ông Thu. *"Tôi nói với mấy ảnh như thế này: "Thật sự tôi chỉ cần anh Võ văn Hai thôi, nhưng ông Thiếu Tá tốt bụng cho thêm bốn anh nữa. Thôi mấy anh về nghỉ đi, cứ nghỉ ba tháng nhưng đừng ra ngoài đường, đừng mặc đồ lính quân cảnh nó bắt, tôi không có thời giờ đi lãnh về".* Vậy là chỉ có anh Hai phải ngày ngày đến ngồi làm mẫu, bốn anh còn lại được chơi thả cửa trong ba tháng! Sau ba tháng ròng rã, tượng coi như hoàn thành nhưng ông Thu vẫn chưa hài lòng. Ông không tìm được nét buồn của anh Hai khi ngồi trong quán nước trước đây. Một bữa, ông để anh ngồi, không nói gì và bỏ vào trong nhà. *"Tôi vô trong nhà, dòm lén qua lỗ gió. Khi ngồi lâu, anh Hai mới nhớ lại, hoàn toàn trở lại hồi cũ ở quán nước, nét mặt ảnh buồn như trước. Khi ảnh buồn thật sự, tôi lấy cây viết chì với miếng giấy ghi lại chỉ nét mặt thôi. Nó rũ xuống như thế nào tôi vẽ như thế nấy. Tôi chỉ vẽ cái môi, cái miệng, cái mũi thôi"*. Ông cho anh Hai về. Ba giờ khuya, ông tắt hết đèn, cầm đèn cầy ra tạc chi tiết trên mặt bức tượng. *"Không có gì bằng đêm khuya vắng vẻ, mình nói với tượng khi soi đèn cầy để tìm ánh sáng. Khi tôi cầm cây đèn cầy bên này thì ánh sáng bên này tạt qua, khi tôi cần ánh sáng bên kia thì tôi đưa cây đèn cầy qua bên đó. Tôi đưa lên đưa xuống, một tay tôi cầm đèn di chuyển, một tay tôi làm. Làm tới sáu giờ sáng, tôi thấy đẹp quá, nét mặt của tượng buồn quá, buồn lắm. Nhưng mà thôi, tôi đi ngủ"*. Tám giờ sáng, khi mặt trời đã lên, ông Thu ra coi nét buồn dưới ánh sáng mặt trời có đạt như dưới ánh nến không. Ông thấy y chang!

Nghệ sĩ đích thực luôn cầu sự toàn mỹ. Điêu khắc gia Nguyễn Thanh Thu đã tự làm khó mình để đạt tới đỉnh cao của nghệ thuật. Tính ông như vậy. Một học trò của ông từ hồi trung học, anh Nguyễn Tuấn Khoa, đã kể lại. *"Thầy Thu tuổi Giáp Tuất (1934), dạy môn hội họa cho tôi tại trường Võ Trường Toản từ năm 1958. Ông có dáng người chắc khỏe, tầm thước,có cá tính rất mạnh, nghiêm khắc, khó gần. Ông dạy học trò cầm bút chì theo kiểu cầm archet khi chơi violon. Ông dễ nổi nóng và đánh đòn học sinh nào cầm bút theo kiểu viết, dùng thước "vẽ" đường thẳng. Mỗi buổi học ông chọn ra hai, ba bài vẽ tệ nhất, dùng dây kẽm cột chổi để treo bài lên cổ người vẽ, bắt đứng trước lớp cho đến khi hết giờ. Nguyễn Minh Trí, bạn học của chúng tôi từ lớp 6, cũng là con trai của ông, thường xuyên bị đòn đau. Lớp tôi ai cũng thương nó vì nghĩ rằng nó chịu đòn thay cho cả lớp. Có lẽ nhờ sự nghiêm khắc của ông mà trình độ hội họa của chúng tôi lúc đó như người khổng lồ so với các học sinh cấp 2 bây giờ?"*.

Tháng 12 năm 1975, tại lớp 10C5 trường Võ Trường Toản, đứa con trai "chịu đòn thay cả lớp" bị gọi mang cặp lên văn phòng Hiệu Trưởng. Nguyễn Quang Hồng, dân Nam tập kết, lạnh lùng ra lệnh đuổi học vì "ba em có nợ máu với nhân dân". Anh Khoa kể tiếp: *"Linh cảm chuyện không lành, tôi đợi Trí tại nhà xe. Trí lầm lũi, khóc nấc và nói: "Tao bị đuổi học!". Trí giấu mẹ nó vì sợ bà buồn, sinh bệnh mà chết. Mỗi sáng nó vẫn ra khỏi nhà, chui lỗ chó vào sở thú ngồi cho đến giờ về, nhìn buồn sang trường cũ, nơi có tượng cụ Võ Trường Toản do ba nó tạc năm 1972"*.

Cùng thời gian này, tại trại cải tạo Hàm Tân, ông bị quản giáo gọi lên vì không khai trong lý lịch việc tạc tượng Thương Tiếc. Sáu tên cán bộ đã thay nhau đánh ông trong ba ngày liên tiếp. Chúng đập mạnh vào hai mang tai ông đến chảy máu tai và điếc luôn từ ngày đó. Sau đó ông bị giam trong *conex* tám tháng không thấy ánh mặt trời.

Một ngày nọ, khoảng bốn giờ sáng, cửa *conex* mở, một

họng súng AK chĩa thẳng vào ông, giọng tên cán bộ ra lệnh cho ông bước ra ngoài. Chiếc còng được khóa vào tay ông. Chúng dẫn ông đi về phía cổng trại để vào khu rừng chuối kế bên. Bỗng có một chiếc xe *jeep* chạy tới, đèn pha sáng rực. Hai bên nói chuyện với nhau khoảng năm phút. Ông tiếp tục bị kéo vào khu rừng và bị nhốt vào trong một nhà cầu của khu gia binh của quân đội quốc gia bị bỏ trống từ lâu. Ông nằm thiếp đi vì quá mỏi mệt. Ông không biết là ông được tha chết vào giờ chót. Tới trưa, một cô gái mang cơm tới cho ông. Từ đó cô gái Bắc kỳ này là chị nuôi của ông. Ít lâu sau, cô gái nói với ông: "Em thương mấy anh sĩ quan cải tạo các anh lắm. Kể từ nay, em sẽ để một chút thịt nằm dưới chén. Anh hãy ăn chút thịt này trước để đề phòng cán bộ khỏi bắt gặp làm khó dễ". Tại sao cô gái này lại có cảm tình với ông như vậy? Tại vì bức tượng Thương Tiếc! Cô cho biết là, thấy ông bị phạt nặng, cô hỏi các bạn tù của ông. Họ cho biết ông là tác giả bức tượng Thương Tiếc. Cô là con của một bộ đội ngoài Bắc xâm nhập vào Nam, bị tử thương trong một trận đánh. Mẹ cô gánh cô vào Hố Nai sinh sống. Nơi cô ở rất gần nghĩa trang quân đội, cô thường cùng các bạn tới chơi nơi bức tượng nên biết rất rõ bức tượng lính này.

Vì biết tài nặn tượng của ông nên cán bộ chỉ huy trại tù đề nghị ông tạc tượng Hồ Chí Minh để trưng bày trong trại. Ông suy nghĩ và đồng ý với một điều kiện: ông được về nhà ở Gia Định để lấy đồ nghề. Trong thâm tâm ông muốn trốn trại. Chúng chấp thuận đưa ông về cư xá Việt Nam Thương Tín ở Hàng Xanh. Trong khi bốn tên an ninh dẫn giải ông ngồi nói chuyện với cô em gái ông tại phòng khách, ông xuống bếp với mẹ. Mẹ ông nghiêm khắc nói với ông: "Mẹ đẻ ra con, mẹ hiểu giờ con muốn gì. Nếu trái ý mẹ, mẹ sẽ tự tử ngay. Cố gắng ở thêm ít năm rồi về". Ông đành trở lại trại tạc tượng trong sự ghẻ lạnh và xỉ vả của bạn đồng tù. Ông nuốt hận làm việc. Trong khi đó, cán bộ trong trại dàn cảnh cho vợ con ông được phép thăm đặc biệt. Tuy túng bấn nhưng gia đình cũng mua thịt vịt quay với bánh mì khi tới thăm. Ông liếc thấy trong tờ báo Tin Sáng dùng để gói thịt quay có tấm hình của Tổng Thống Thiệu, ông vội xé ra, gấp nhỏ, đút vào túi.

Khi bức tượng gần hoàn tất, đám tù nhân đi qua nhìn thấy, xầm xì với nhau khi thấy khuôn mặt tượng giống mặt ông Thiệu. Mấy tên "ăng-ten" vội báo cáo. Khi ông đang gắn một bên râu mép bức tượng thì một cán bộ tới làm bộ hỏi chuyện, tay thọc vào túi áo ông lôi ra bức hình ông Thiệu. Vậy là chết! Ông bị giam vào *conex* và bị hành hạ đủ điều. Bốn tháng sau ông kiệt sức, bất tỉnh, được đưa tới trạm xá. Trạm xá lúc đó do Đỗ Cao Đẳng (phi công?), chú của Trung Tướng Đỗ Cao Trí, làm trạm trưởng nên ông được ông này cùng các học trò cũ của ông từ thời trung học Võ Trường Toản tận tình chăm sóc. Ba ngày sau ông mới tỉnh lại.

Tới năm 1983 ông được thả sau tám năm trong tù. Bốn năm sau, ông vượt biên bằng đường bộ tới Thái Lan trong túi không có một xu. Tại Mỹ, trong một lần tới Cali nói chuyện, ông Thiệu đã xuống tận chỗ ngồi của ông thăm hỏi khi được nghe chuyện tạc tượng của ông trong tù khiến ông rất cảm động.

Sau mười năm ở Mỹ, ông trở lại Việt Nam. Người ta đồn

ông về để dựng lại tượng Thương Tiếc khi nghĩa trang Biên Hòa được phục hồi. Tháng 3 năm 2007, hai nhà văn Văn Quang và Thái Phương tìm tới thăm ông. Cơ ngơi của ông ngày nay là tiệm cà phê vườn "Tượng Đá". Văn Quang kể lại: *"Nhận ra người quen, anh Thu rời cây kéo tỉa hoa, vui mừng ôm vai bạn. Kiểu "ăn diện" của Nguyễn Thanh Thu bao giờ cũng giản dị đến...quá bình dân. Cái "mũ nồi" từ đời tám kiếp nào vẫn chùm hụp trên đầu, có vẻ cố giấu cái đầu hơi lớn. Nhưng đó là "dấu ấn đặc biệt made in Nguyễn Thanh Thu", không lẫn đi đâu được. Cứ như, nếu không có cái "mũ nồi đen" và không có vẻ lam lũ thì không phải là Nguyễn Thanh Thu!"*. Khi được hỏi về dư luận đồn ông về làm lại tượng Thương Tiếc, ông cười hà hà: *"Ai cho làm mà làm?...Người nghệ sĩ chỉ sáng tạo một lần. Lần thứ hai không thể làm như lần thứ nhất. Nhưng nó sống được trong lòng mọi người thì tự nó còn mãi. Tôi tự hào về tác phẩm này. Dựng lại là một điều chẳng hay ho gì. Nó sống trong lòng mọi người là đủ!"*.

Tôi ở Thị Nghè như Du Tử Lê nên khi Lê *nhớ mưa buồn khắp Thị Nghè* và *nhớ em Xa Lộ nhớ nhà Hàng Xanh,* nỗi nhớ lây sang tôi. Những địa danh nơi chốn cũ như xát muối trong lòng. *Xa Lộ* của chúng tôi dẫn tới bức tượng Thương Tiếc. Tượng như người nhà. Trời vừa vào thu, nơi tôi ngụ cư lá đã rơi vàng mặt đường. Trời đất ẩm ướt gọi nỗi buồn dậy men trong lòng mọi người. Nỗi buồn đã đưa tôi về lại chốn xưa. Tôi nghĩ tới bức tượng đồng trước nghĩa trang giờ chẳng biết đã nhão ra, hóa thân vào chốn nào. Và nghĩ tới người tạc tượng. Kể từ năm 2007, khi Văn Quang và Thái Phương tới gặp điêu khắc gia Nguyễn Thanh Thu, tính tới nay đã gần một thập niên, ông hiện nay ra sao? Tôi liên lạc với Thái Phương để nhờ anh một lần nữa tới quán cà phê "Tượng Đá" của ông Thu thăm hỏi. Người nghệ sĩ ở tuổi 82 vẫn còn đó, vẫn sống với tượng lính cũ. Ông cầm tay Thái Phương luôn miệng nói: "Tôi nhớ cái tượng Thương Tiếc lắm!".

Nỗi nhớ của ông cũng là nỗi nhớ của tất cả con dân đất Việt còn ở trong nước cũng như đang sống tại đất nước người. Nhớ mà thương! Thương mà tiếc!

10/2016

TÓC

Tôi nghĩ khi ông Donald Trump đắc cử Tổng Thống, mấy anh vẽ hí họa mừng rơn trong bụng. Công việc từ nay nhẹ nhàng hơn nhiều. Muốn vẽ Tổng Thống, chẳng tốn mấy mực, chỉ vẽ phác một mái tóc là ai cũng thấy ngay ra ngài *tonton.* Mái tóc của ông Trump là thứ độc đáo, thế gian chỉ có một. Tôi không phải là thầy bói thầy tướng, nhưng có thể có máu thầy…bàn. Mái tóc vàng cam như lông gà con của ông Trump có hình một chiếc thuyền đang lướt sóng. Hình dáng chiếc thuyền được cái miệng như lúc nào cũng đang thổi phù phù phụ họa vào thì nhất định là lướt tới đích. Màu vàng là màu hoàng gia. Vậy nên ông làm…hoàng đế là đúng phóc. Ý trời!

Nhưng chiếc thuyền trên đầu ông Trump bị thiên hạ nghi là chiếc thuyền giả. Đó là một mái tóc nhân tạo. Ông trời không có đủ máu tếu để úp lên đầu người ta mái tóc không giống ai này. Ông Trump là người thích cãi cọ. Thứ cha sinh mẹ đẻ đã có, vậy mà chúng bảo là đồ giả, ông nhịn chi nổi. Vậy là trong một lần tranh cử, ông cho một bà lên rờ đầu tóc của ông. Chuyện xảy ra vào ngày 27 tháng 8 năm 2015 tại Greenville, tiểu bang South Carolina, khi ông còn đang tranh cử để được đảng Cộng Hòa đề cử làm ứng viên đại diện đảng ra tranh chức Tổng Thống. Trên sân khấu, ông cầm tờ báo *The New York Times,* đọc một bài đề cập tới việc xướng ngôn viên phát thanh Ricardo Sanchez, trong một chương trình phát thanh bằng tiếng Tây Ban Nha, đã gọi ông Trump là *"el hombre de peluquín",* người đội tóc giả. Ông trách là chuyện này không nên có trong một bài báo nằm ở trang nhất của một tờ báo lớn. Ông nói thêm: "Tôi không đội tóc giả. Đây là tóc thực của tôi. Tôi thề như vậy!". Và ông mời một người trong đám đông lên kiểm chứng. Ông vẫy một bà đứng phía dưới và nói: "Bà lên đây, lên đây! Chúng ta sẽ chứng thực việc này. Bà sẽ kiểm tra tóc tôi. Thật là một chuyện điên rồ. Tôi không muốn bà xới tung lên quá đáng vì tôi có dùng keo chải đầu! Bà coi có phải đúng là tóc thật không? Đúng không? Bà nói đi!". Bà này xoa đầu ông Trump, tiến về phía máy vi âm và nói: "Tôi tin đây là tóc thật!". Để cho mọi người tin đây không phải là một màn trình diễn có sắp đặt trước, ông Trump yêu cầu bà xác nhận là hai người không hề quen biết và chưa gặp nhau bao giờ.

Hơn một năm sau, ngày 16 tháng 9 năm 2016, khi đang là ứng viên của đảng Cộng Hòa tranh cử chức Tổng thống, ông lại cho xoa đầu lần nữa. Lần này là với diễn viên hài Jimmy Fallon trong chương trình truyền hình nổi tiếng *The Tonight Show.* Fallon nhại lối nói và cách biểu tỏ khuôn mặt của Trump rồi bất ngờ hỏi: "Tôi có thể xoa đầu ông được không?". Ông Trump bằng lòng. Fallon nhích người tới sát ông Trump và xoa mái tóc trong khi ông Trump cười chịu đựng. Không một sợi tóc nào rụng nhưng tóc của ông dựng đứng lên một cách vô trật tự.

Nhưng người mà tôi nghĩ rất có thẩm quyền để nói về tóc của ông Trump là người làm tóc cho ông. Đó là bà Amy Lasch, một người đã có ba chục năm thâm niên trong nghề chải tóc cho các diễn viên truyền hình và phim ảnh. Bà đã chải tóc cho ông Trump khi ông xuất hiện trên chương trình truyền hình *The Apprentice* trong hai năm đầu của chương trình. Bà bác bỏ chuyện ông Trump đội tóc giả và ngay cả chuyện cấy tóc cũng không có. Bà cho tóc của ông là một "thiên tai" và ông đã phải dùng rất nhiều keo để giữ tóc cho đứng. Theo bà thì tóc của ông Trump rất dài khiến ông có thể chải tóc xuôi theo suốt chiều dài của đầu. Bà nói với báo *The Mirror:* "Nếu tôi thấy tóc của ông chổng lên mà máy quay phim sẽ quay được thì tôi hỏi ông: 'Ông có muốn tôi chải lại không? Tôi biết là phải hỏi ông trước khi đụng tay vào'".

Bà Amy tiết lộ một điều bí mật: ông Trump không muốn ai đụng tới tóc của ông. Bà cho biết: "Khi tôi nhìn vào đầu tóc của ông, tôi đoan chắc là không phải do thợ hớt tóc chuyên nghiệp cắt. Trông rất đáng sợ! Màu tóc được nhuộm cẩu thả. Chỉ nhuộm phía trên chứ không nhuộm phía dưới chân tóc. Tôi nghĩ một người trong gia đình cắt và nhuộm tóc cho ông. Có thể là vợ hay con gái của ông".

Tóc của ông là tóc...vua nên không phải ai cũng có thể đụng vào đầu ông được. Chúng ta biết được một điều chắc chắn: tóc của ông là tóc thật chứ không phải thứ tóc *made in China!*

Nhưng sao tóc của ông trông xác xơ và không giống ai như vậy? Báo *The New York Time* đã được Bác sĩ Harold Bornstein, gốc Do Thái, y sĩ riêng của ông Trump từ 36 năm qua, tiết lộ một số chi tiết liên quan đến mái tóc đặc biệt của ông. Cha của bác sĩ Harold Bornstein, bác sĩ Jacob Bornstein, đã săn sóc sức khỏe cho ông Trump trước đó rồi truyền *job* này cho con. Hai đời thân cận với ông Trump khiến những tiết lộ của ông này thêm phần chính xác. Ông *tonton* mới của Mỹ quả có vấn đề về mái tóc. Tóc ông rất hiếm nên ông phải dùng thuốc để nuôi tóc. Thuốc ông nuốt mỗi ngày là một liều nhỏ *finasteride,* tên trên thị trường là *Prospecia*, một loại thuốc trị hói đầu. Thuốc giúp ngăn chặn kích thích tố *testosterone* biến thành một kích thích tố được gọi là DHT *(dihydrotestosterone).* Chính kích thích tố DHT này gây ra chứng hói đầu nơi các ông khi ngăn chặn sự hấp thụ chất dinh dưỡng cần thiết cho các nang tóc.

Finasteride có tác dụng hạ thấp chỉ số PSA *(prostate-specific antigen).* Các ông ngày nay đều biết tới chỉ số này. Đó là chỉ số dùng để định bệnh phì đại tuyến tiền liệt hoặc bệnh ung thư tiền liệt tuyến, loại bệnh các ông thường hay vướng khi có tuổi. Chính vì có chỉ số PSA thấp nên người ta đồn là ông Trump đang chữa trị một hoặc hai chứng bệnh trên. Thật oan cho ông. Nhưng *finasteride* có tác dụng phụ là làm giảm hứng thú tình dục Tôi không nghĩ là thứ tác dụng phụ rất ư khó chịu này bắt nạt được ông Trump!

Qua hai người thân cận với mái tóc đầy huyền thoại của

ngài tân Tổng Thống Mỹ, người ta có thể đồng ý là mái tóc màu cam trên đầu vị nguyên thủ quốc gia là tóc thật. Nhưng thật tới đâu?

Tháng 5 năm 2016, báo mạng Gawker loan báo họ có được một nguồn tin riêng về mái tóc thực của ông Trump. Đó là mái tóc được cấy và nối dài. Người nối tóc cho ông Trump là chủ nhân của viện cấy tóc *Ivari International.* Phương pháp dùng là *microcylinder.* Để kiểm chứng, báo mạng Gawker đã hỏi ngay hai ông Trump và Ivari nhiều lần nhưng không nhận được câu trả lời. Một tháng sau khi báo Gawker đưa chuyện này ra công khai, họ nhận được hồi âm từ luật sư của ông Ivari: "Ông Trump chưa bao giờ là thân chủ của Ivari. Ivari không săn sóc tóc của ông Trump bằng bất cứ phương cách nào, trong bất cứ thời điểm nào". Nhưng sau khi tìm hiểu kỹ càng về tiểu sử của Ivari, công việc điều trị của Ivari, và phân tích các hình ảnh chụp mái tóc của ông Trump, báo Gawker đã nghĩ khác.

Trên *website* của *Ivari International* có giải thích về phương pháp *microcylinder* của họ. Phương pháp tinh tế này được áp dụng theo nhu cầu của khách hàng. Tóc sẽ dầy hơn, tóc ngắn sẽ được nối dài và các khoảng hói sẽ được tái tạo lại. Thứ tóc được thêm vào này trông rất tự nhiên như tóc nguyên thủy trên đầu. Cửa hàng của *Ivari International* có tại nhiều nơi trên thế giới. Riêng cửa hàng tại New York được đặt ở tầng thứ 25 của Trump Tower. Tầng này chỉ gồm văn phòng của các doanh nghiệp của con cái ông Trump nên việc ra vào bị hạn chế rất nhiều. Tầng làm việc của ông Trump ở sát ngay trên, tầng lầu 26.

Dịch vụ cấy và nối tóc của Ivari không rẻ. Giá vào năm 2007 thường bắt đầu cỡ 60 ngàn đô với dịch vụ chăm sóc hàng tháng từ 300 đô đến 3000 đô. Với cái giá này, Ivari cam kết khách hàng sẽ có mái tóc "hoàn toàn giống như tóc nguyên thủy; tóc cấy trộn lẫn với tóc thiệt một cách hài hòa khiến chủ nhân mái tóc nhanh chóng quên mình có mái tóc trộn. Họ có thể gội đầu, tha hồ chải và làm mát-xa da đầu thoải mái".

Theo tin riêng của báo Gawker, ông Trump đã bắt đầu làm tóc với Ivari từ năm 2000. Tới năm 2005, Ivari không quảng cáo cho cơ sở trên tầng 25 của Trump Tower nữa. Kể từ năm 2011, không ai có thể lên lầu 25 nếu không có nhân viên an ninh đi kèm. Theo hồ sơ chính thức của thành phố thì Ivari không ngưng hoạt động. Như vậy làm sao sống còn? Phải có một đại gia bao trọn gói cho cửa hàng này để chỉ săn sóc kín đáo cho một mình ông ta thôi. Đại gia đó không ai khác ngoài ông Trump ở tầng lầu trên.

Nói về mái tóc độc đáo của ông Trump như vậy đã là đủ. Quá đủ! Tóc có bao lăm mà nói rườm rà. Có một điều tôi nhận thấy là tóc, thứ nằm tít tận trên đầu, lại có liên quan tới chuyện tuyến tiền liệt là thứ thuộc hạ tầng cơ sở.

Báo chí Canada ra ngày 24 tháng 1 năm 2017 vừa qua đều có đề cập tới một nghiên cứu của Đại học Toronto về sự liên hệ này. Bác sĩ Neil Fleshner của Trung Tâm Ung Thư Princess Margaret, một thành viên trong nhóm nghiên cứu, đã phát biểu: "Nếu một người bị hói đầu sớm thì có nhiều nguy cơ bị ung thư tiền liệt tuyến". Cứ nhìn vào tóc là biết bệnh. Bác sĩ Fleshner cũng cho biết là tuy ủng hộ việc đo chỉ số PSA để tìm bệnh ung thư nhưng ông thấy việc đoán bệnh bằng chứng rụng tóc trầm trọng cũng là một chỉ dấu đáng chú ý tới. Nhóm nghiên cứu cho rằng không nhất thiết cứ hói đầu là bị ung thư nhưng sự gia tăng của kích thích tố nam như *testosterone* liên hệ tới cả hai việc: rụng tóc và bệnh tiền liệt tuyến. Cuộc nghiên cứu được thực hiện trên 400 tình nguyện viên. Họ được hỏi về độ hói vào năm 30 tuổi và bây giờ. Độ hói được đo bằng bảng Norwood. Bảng này chia ra làm năm mức độ đánh số từ 0 đến 4. Mức 0 là không hói, mức 4 là hói thứ nặng đô. Mức độ Norwood vào năm 30 tuổi là do tình nguyện viên tự đánh giá. Mức hói hiện nay thì do các chuyên gia đánh giá. Kết quả chỉ có dưới một nửa bị ung thư tiền liệt tuyến. Các chuyên gia nhận xét là càng ít tóc càng có nguy cơ bị ung thư nhiều hơn. Bác sĩ Fleshner đề nghị các bác sĩ, thêm vào việc đo chỉ số PSA, nên nhìn vào cái đầu hói của bệnh nhân để coi đó như một yếu tố định bệnh. Ngày nay người ta nhận ra việc đo chỉ số PSA để tìm bệnh phì đại tuyến tiền liệt và ung thư tiền liệt tuyến không hẳn là chính xác.

Bạn tôi có nhiều ông tóc đi chơi theo tuổi. Chúng tôi vốn là những người thích đùa nên gọi những ông này là thành phần "rửa mặt thì lâu, chải đầu thì chóng". Cũng là vui thôi. Nhưng cười xong bỗng thấy khựng lại. Tưởng là chuyện đùa nhưng có thể đó không phải là chuyện đùa. Từ chuyện thẩm mỹ có thể lan ra tới chuyện bệnh tật. Bệnh tật thì có bao giờ vui! Nhưng hói đầu là chuyện đầy rẫy. Bộ ung thư cả sao? Vậy nên Viện Ung Thư Quốc Gia mới khuyên là không nên chỉ chú ý đến cái đầu không còn bao nhiêu tóc mà lo lắng.

Các bạn ta ơi, cứ vui lên mà sống dù mùa đông phải đội chiếc mũ dày cộm thay cho mớ tóc thiếu hụt!

Tôi rất vui khi biết tới nghiên cứu mới này của Đại Học Toronto. Dù chưa đủ chính xác, người ta cũng thấy quả có sự liên hệ giữa cái đầu hói và cái tuyến bé tí xíu nằm phía dưới của mấy ông. Mười bảy năm trước, khi chúng ta bước qua thiên niên kỷ mới, tôi có viết truyện ngắn *"Bốn Người Một Bàn"*.

Trong truyện có bốn nhân vật cùng làm chung một hãng xưởng. Họ ngồi ăn cơm trưa với nhau mỗi ngày. Mỗi người là một thế giới. Nhân vật xưng "tôi" là một người trung niên Việt Nam, bà Thanh là người Hoa, Jo là một thanh niên Tiệp Khắc, và Ozgur, trẻ nhất, người Thổ Nhĩ Kỳ. Bốn người, bốn quốc gia, bốn quan niệm sống. Riêng về vấn đề con cái, bà Thanh tin là con đàn cháu đống là chuyện hạnh phúc nhất của một đời người. Trái lại, Jo và Ozgur nhất định không con cái chi cả. Tuy cùng chung một "chí hướng" nhưng lý do khác nhau: Jo không muốn có con vì tính hà tiện, Ozgur vì không có một tuổi thơ hạnh phúc. "*Bà Thanh chắc chẳng thể nào hiểu được những ý nghĩ của Ozgur và Jo. Bà vẫn nghĩ là hạnh phúc cuộc đời là con cháu đầy đàn quây quần bên bà. Niềm vui không đi ngược lên mà chảy xuôi xuống. Thế hệ sau tiếp nối thế hệ trước. Như những bàn tay nắm lấy nhau tạo thành một dòng hạnh phúc lấp lánh đổ xuôi. Thấy bà tức tối với cái lý sự mà bà cho là kỳ cục của hai tên ngồi chung bàn, tôi nửa đùa nửa thật ghé tai nói nhỏ với bà. "Chắc hai đứa đó tịt ngòi không thể có con rồi bịa chuyện ra chứ không phải chúng không muốn có con đâu bà ạ!". Mặt bà ngớ ra, đỏ lên. Tôi chẳng hiểu bà đang nghĩ gì trong cái đầu mang mớ tóc xơ xác của bà. "Thật thế à? Tụi nó thú thật với ông như vậy à?". Tôi thú vị với trò chơi của tôi. Ít ra cũng làm bà Thanh có được một bộ mặt vừa hồi hộp vừa thích thú. "Không. Đời nào chúng nó nói ra cái tịt của chúng nó.". Bà Thanh thất vọng thấy rõ. "Cái ông này! Vậy mà cũng nói!". Tôi mồi thêm ngọn lửa hồi hộp nơi bà Thanh. "Nhìn tụi hắn tôi biết.". Bà Thanh quả là người hồn nhiên. Bà lại tíu tít. "Sao ông biết?". Tôi nhỏ giọng. "Bà có thấy hai đứa đều hói đầu không? Cái thứ không có tóc là không có con nổi đâu!". Bà Thanh xì một tiếng lớn. Đôi môi kéo dài cái bĩu như khinh bỉ. "Ông chỉ được cái đoán mò! Ông nhà tôi đầu có mấy sợi tóc đâu!".*

Khi viết màn đối thoại này trong truyện, tôi chỉ muốn đùa vui chút đỉnh. Tới nay, biết được sự liên hệ giữa tóc và cái tuyến phía dưới chỉ có các ông mới có, tôi thấy mình chẳng phải chỉ là thầy bàn mà còn là thầy…bói! Huênh hoang hơn nữa, có thể nhủ thầm, thầy mà chi, mình đích thực là một thứ…nhà: nhà tương lai học!

02/2017

TRĂM

Trăm là con số chẵn. Chẵn hết mức, chẵn đến không thể chẵn hơn được. Đó là con số đã được người ta vo lại thành một thế kỷ. Đó cũng là mơ ước của con người cho cuộc sống của mình. Thọ tới một thế kỷ, nghe rong rêu bám đầy!

Nguyễn Du mở đầu Đoạn Trường Tân Thanh bằng câu: *"Trăm năm trong cõi người ta"*. Tú Xương trong bài "Chúc Tết" cũng...trăm năm: *"Lẳng lặng mà nghe nó chúc nhau / Chúc nhau trăm tuổi bạc đầu râu"*.

Ngày xưa đời người trăm năm là ước mơ khó biến thành hiện thực. Người ta chỉ mơ có vậy. Nhưng loại người...xịn như Tần Thủy Hoàng thì giấc mơ cũng dài hơn: trường sinh bất tử. Cứ lột da sống đời. Ông vua khét tiếng thời Chiến Quốc trong sử tàu này đã tiêu diệt các nước chư hầu, thống nhất đất nước, sáng lập ra nhà Tần, xây Vạn Lý Trường Thành, đốt sách, chôn sống học trò. Say mê quyền lực, ông đã quất quay tìm thuốc trường sinh để muôn đời cưỡi đầu cưỡi cổ dân đen. Chuyện tìm thuốc trường sinh của ông cũng vui lắm. Năm 219 trước Công nguyên, Tần Thủy Hoàng cho vời vào cung một người tên Từ Phúc, người đất Tề, để trao cho ông này nhiệm vụ đi tìm thuốc trường sinh. Từ Phúc là một phương sĩ vô cùng thông minh, tinh tế và gan dạ. Ông tự nguyện rong thuyền ra biển Đông, tới ba hòn đảo Phùng Lai, Phương Trượng và Doanh Châu để tìm thuốc trường sinh cho nhà vua. Ông đã thất bại và quay về. Ông trình bày với nhà vua là muốn có được thần dược cần phải có đủ lễ vật là ba ngàn đồng nam đồng nữ để tặng thần tiên. Ngoài ra, trên đường đi còn có cá kình cản đường nên cần cung lớn và vũ khí để đuổi cá. Tần Thủy Hoàng chấp nhận cung cấp tất cả. Từ Phúc ra đi lần thứ hai và không bao giờ trở về. Theo các nhà nghiên cứu thì ba hòn đảo tiên này chính là các đảo Honshu, Shikoku và Kyushu của Nhật. Từ Phúc quả đã tới các hòn đảo này và xưng vương. Ông chính là vị thiên hoàng đầu tiên tên Jinmu của Nhật Bản. Thứ thuốc trường sinh bất tử ông tìm kiếm là một loại trái cây có tên là "khoa khoa". Sách cổ của Nhật Bản gọi thứ trái này là "Thiên Tuế". Đó là một loài thực vật quý hiếm có tên khoa học là *Actinidia-chinensis Pianch,* thuộc loại cây bụi thân leo, ruột màu xanh lục, vỏ mềm có lông. Thời ông Từ Phúc đi kiếm, trái này có kích thước nhỏ bằng hạt đào, vị ngọt đậm. Ngày nay, do lai tạo giống, kích thước của trái đã tăng lên rất nhiều. Đó chính là trái...*kiwi*!

Không biết có phải vì Từ Phúc đã...di tản qua Nhật Bản và không trở về, Tần Thủy Hoàng không được ăn *kiwi* nên ông đã thăng hà vào năm 210 trước công nguyên. Thọ 49 tuổi!

Tuổi 49 thời trước công nguyên có thể coi là thọ được chăng? Dám lắm! Gần hai ngàn năm sau, cụ Nguyễn Công Trứ, được coi là nhà thơ có tuổi thọ khá cao, sống được tới tám mươi năm cuộc đời. Cụ sanh năm 1778 và mất năm 1858. Tôi khoái cụ này khi cụ khai tuổi với một em đào non: *ngũ thập niên tiền nhị thập tam.* Năm chục năm trước ta 23 tuổi!

Sống sau cụ Nguyễn Công Trứ một chút có cụ Nguyễn Khuyến. Cụ sanh năm 1835, mất năm 1909, thọ 74 tuổi. Hai cụ có lẽ là người sống thọ hiếm thấy trong số những nhà Nho thời đó. Thời mới 55 tuổi, cụ Nguyễn Khuyến đã vui mừng cáo với làng nước…lên lão.

Ông chẳng hay ông tuổi đã già,
Năm lăm ông cũng lão đây mà.
Anh em làng xóm xin mời cả,
Xôi bánh, trâu heo cũng gọi là.

Năm cụ sống tới 74 tuổi, cụ đã coi đó là một điều ghê gớm. Cụ mần ngay bài thơ "Đại Lão" để tự mừng tuổi thọ.

Năm nay tớ đã bảy mươi tư
Rằng lão, rằng quan tớ cũng ừ
Lúc hứng, uống thêm dăm chén rượu
Khi buồn, ngâm láo một câu thơ
Bạn già lớp trước nay còn mấy ?
Chuyện cũ mười phần chín chẳng như
Cũng muốn sống thêm dăm tuổi nữa
Thử xem trời mãi thế này ư ?

Chuyện sống trên đời tới tuổi trăm, ngày đó, coi như bất

khả. *Thất thập cổ lai hi!* Bảy chịch cái xuân già coi như của hiếm, xưa nay ít thấy. Vậy mà hai cụ đã vượt chỉ tiêu. Sống thọ như hai cụ Nguyễn Công Trứ và Nguyễn Khuyến được coi là chuyện gần như bất khả. Ngày nay sống tới trăm tuổi là chuyện hà rầm. Người Nhật được tiếng là có nhiều người trăm tuổi nhất. Theo thống kê mới nhất vào năm 2015 thì các cụ ông cụ bà bách niên giai lão tại Nhật đã lên tới 65 ngàn người. Cái chi càng nhiều càng…rẻ. Đó là quy luật. Cho tới năm 2014, cụ nào đạt trăm tuổi đều được chính phủ tặng một chén rượu *sake* bằng bạc để chúc thọ. Công quỹ đã tốn tới mỗi năm tới 2 triệu 100 ngàn đô Mỹ để chúc thọ các cụ. Số các cụ trăm tuổi ngày càng tăng nên việc chúc thọ phải xuống giá. Từ năm 2016, các cụ không còn được chén bạc nguyên chất nữa mà chỉ được tặng chén mạ bạc rẻ tiền hơn.

Chén bạc hay chén mạ bạc đâu thành vấn đề. Cứ thọ là vui rồi. Tuổi trăm là thứ quý, chẳng phải ai cũng được. Vậy thì làm sao mà…trăm? Tại Montreal chúng tôi, tháng 10 vừa qua, có một cuộc thuyết trình về tuổi trăm của Giáo sư Thomas Pearls, Giám Đốc *New England Centenarian Study* (Viện Nghiên Cứu Trăm Tuổi vùng New England) tại Đại Học Boston. Nói chuyện tại bệnh viện *Jewish General Hospital* (dân Việt tại Montreal thường gọi là bệnh viện Do Thái), ông đã giới thiệu cuộc nghiên cứu về tuổi trăm do ông khởi xướng. Trong cuộc nghiên cứu này, họ đã theo dõi 2500 cụ trăm tuổi từ năm 1995. Thực ra khi bắt đầu cuộc nghiên cứu vào năm đó, các cụ tham gia chưa đạt tuổi trăm. Nhưng các cụ ông phải ít nhất 95 tuổi và các cụ bà ít nhất phải 99 tuổi. Ngày nay muốn ghi danh vào chương trình nghiên cứu này, các cụ ông phải ít nhất 103 và các cụ bà 105 tuổi.

Nói về lý do tại sao mà một người có thể kéo dài tuổi thọ tới con số trăm, ông cho biết: *"Dù họ đều có tiền sử những chứng bệnh liên quan tới tuổi tác như trụy tim, đột quỵ, tiểu đường và ngay cả ung thư, nhưng thường cho tới khoảng trên 90 tuổi họ chưa có các chứng bệnh này. Họ chỉ hơn chúng ta là họ thu xếp với bệnh tật tốt hơn chúng ta thôi. Tôi gọi những người có bệnh trước tuổi 80 là những người "sống sót", sau tuổi 80 là những người được "tạm hoãn", và một số chừng 15% những người đạt 100 tuổi, không có bệnh liên quan tới tuổi già, là những người "thoát hiểm". Đó là những người có thể sống tới 105 tuổi hoặc hơn nữa. Họ là những khuôn mẫu sống khỏe và chúng tôi muốn tìm hiểu xem tại sao và bằng cách nào họ có thể đạt được như vậy. Thí dụ như khi một cụ trăm tuổi bị ung thư chẳng hạn thì bệnh cũng không hoành hành như những người ít tuổi khác. Ung thư có khuynh hướng không lan tràn ra các bộ phận khác, ngay cả những khối ung lớn cũng có thể giải phẫu lấy ra được khiến họ lành bệnh. Đó là một hướng nghiên cứu mới mà chúng tôi hướng tới. Không chữa trị ung thư cho những người trăm tuổi nhưng coi xem có thể giúp rút ra được bài học nào vào trường hợp các bệnh nhân bị ung thư vào tuổi trẻ hơn không"*.

Thường người ta tin rằng sống thọ là chuyện di truyền. Vậy di truyền đóng vai trò gì trong việc sống tới trăm tuổi? Có chuyện người trăm tuổi có những *gene* thuận lợi mà chúng ta không có chăng? Giáo sư Thomas Pearls tiết lộ là không những nhóm của ông mà hai nhóm nghiên cứu khác cũng đi tới kết luận là mọi người đều có những *gene* liên quan tới bệnh tật như nhau. Nhưng chính những *gene* sống thọ làm nên chuyện khác biệt. Có nhiều *gene* sống thọ giữ nhiều vai trò khác nhau. Người nào có thể lập được một tổng hợp tốt thì đạt được kết quả tốt. Cứ như chúng ta chọn những con số thành một tổng hợp khi mua số, như số 6/49 của Canada chúng ta vậy. Nếu chỉ trúng một hay hai số thì bù trất, chẳng ăn thua chi. Nhưng nếu trúng cả sáu con số thì…giầu sang mấy hồi! Có một điều rõ ràng: 50% những bậc trăm tuổi đều có cha mẹ hoặc ông bà đã sống thọ. Nhưng chúng ta không nên bi quan. Hầu như tất cả chúng ta đều có *gene* sống tới ít nhất 90 tuổi. Nhưng thay vì lợi dụng có *gene* này để lai rai tới trăm tuổi, nhiều người đã xổ toẹt bằng những thói hư tật xấu: hút thuốc, béo phì, không vận động, thiếu chăm sóc cơ thể, *stress*…Vậy nên thay vì sống hùng sống mạnh tới tuổi giáp trăm, họ chỉ trụ được tới 60 hoặc 70 tuổi. Trong các thứ tai hại kể trên, *stress* là hại nhất. Nó mời các anh cao máu, tim mạch, đột quỵ, ung thư và Alzheimer vào nhà.

Muốn sống còn, người ta phải biết quí trọng sức khỏe của mình. Đừng buông thả. Phải biết quý những giây phút hiện tại mình đang sống. Bác sĩ Đỗ Hồng Ngọc nói theo cách của ông: từ bi với chính mình. *"Không có già, không có trẻ, không có quá khứ vị lai. Dĩ nhiên, không phải trốn chạy già mà hiểu nó, chấp nhận nó, thưởng thức nó. Khi biết "enjoy" nó thì quả có nhiều điều thú vị để phát hiện, để khám phá. Một người 60, tiếc mãi tuổi 45 của mình, thì khi 75, họ sẽ tiếc mãi tuổi 60, rồi khi 80, họ sẽ càng tiếc tuổi 75 ! Vậy sao ta đang ở cái tuổi tuyệt vời nhất của mình lại không yêu thích nó đi, sao cứ phải....nguyền rủa, bất mãn với nó. Có phải tội nghiệp nó không ? Ta đang ở cái tuổi nào thì nhất định tuổi đó phải là tuổi đẹp nhất rồi, không thể có tuổi nào đẹp hơn nữa!"*

Tuổi nào cũng là tuổi tuyệt vời nhưng nếu tới tuổi trăm thì…trên cả tuyệt vời! Trăm hay không trăm, chúng ta có thể định doạt được phần nào bằng lối sống của chúng ta.

Đầu xuân, nói tới tuổi trăm là chuyện hợp thời. Người ta đã chẳng chúc nhau trăm tuổi vào những ngày nguyên đán đó sao? Nhưng tôi bỗng viết về chuyện…khú đế này là vì chút chuyện cá nhân. Bà nhạc tôi, cụ bà Lê Nguyên Diệm, đạt tới tuổi trăm vào ngày 10 tháng 1 năm 2017 này. Cụ ông ra đi ngay từ năm 1977 tại Sài Gòn, chỉ hơn hai năm sau khi miền Nam thất thủ, vì một lầm lẫn y khoa. Lúc sinh thời, cụ từng là Hiệu Trưởng trường Hàm Nghi, Huế và trường Võ Tánh, Nha Trang.

Ở tuổi trăm, cụ bà Lê Nguyên Diệm còn rất khỏe mạnh. Lưng vẫn thẳng, đi đứng đàng hoàng tuy vẫn dựa vào chiếc xe đẩy cho vững tâm, kể từ hai năm nay, khi cụ bị một cú té nhẹ. Giáng Sinh năm nay, cụ đã được chọn bồng Chúa Hài Đồng từ cuối nhà nguyện tiến lên đặt vào máng cỏ, bằng đôi chân của mình. Đó là dịp cử hành thánh lễ tại nhà già *Providence* ở Montreal. Cơ sở này nguyên là một tu viện Công giáo của các sơ dòng *Providence*, nay cải tiến thành một nhà già rất đẹp. Nhà già này có hơn chục cụ người Việt, trong đó có một số cụ chắc nhiều người biết tiếng. Trước đây, có học giả Lê Hữu Mục, nhưng thời gian gần đây ông đã được chuyển qua một cơ sở khác để được chăm sóc kỹ càng hơn.

Bác sĩ Nguyễn Tấn Hồng, Ủy Viên Thanh Niên của chính phủ Nguyễn Cao Kỳ trước kia, hiện cũng đang ở đây. Ông bà Giáo Sư Nguyễn Tá, giáo sư môn toán, còn được nhiều môn sinh nhớ tới. Ông có soạn chung với Giáo sư Nguyễn văn Phú một cuốn sách toán được coi như sách gối đầu giường của các sĩ tử Tú Tài trước đây. Giáo sư Nguyễn văn Phú đã quy tiên tại Montreal chúng tôi, phu nhân của ông hiện cũng có mặt trong số các cụ người Việt tại nhà già *Providence* này.

Cụ bà Lê Nguyên Diệm không vướng những căn bệnh già được kể ở trên như cao mỡ, tiểu đường và Alzheimer. Trí óc cụ rất sáng suốt, không quên chuyện chi, rất nhạy bén trong đối đáp, chẳng có triệu chứng chi của một người già, nhất là già tới trăm tuổi. Như Bác sĩ Đỗ Hồng Ngọc viết: *Ta đang ở cái tuổi nào thì nhất định tuổi đó phải là tuổi đẹp nhất rồi, không thể có tuổi nào đẹp hơn nữa!* Cụ nhạc tôi đang toại nguyện trong cái tuổi nhiều người mơ ước.

Ông bạn thân Luân Hoán của tôi có duyên với cụ. Ông cũng sanh ngày 10 tháng 1 như cụ, cũng tuổi Thìn như cụ. Ông là con rồng con, kém cụ đúng hai giáp. Nhân ngày cụ nhạc tôi đạt tuổi trăm, ông gửi tới một bài thơ.

tôi vẫn còn một mẹ hiền
thương đời chưa nỡ quy tiên về trời
cụ sinh ngày tháng trùng tôi
mùng mười tháng một tuyệt vời ghê chưa
hơn tôi hai giáp không thừa
tuổi rồng quả thật mây đưa bềnh bồng
năm nay mẹ đầy tuổi trăm

con và hai bạn thắp lòng dâng hoa
bà tiên không ngự đâu xa
thảnh thơi trong mỗi sát na đời thường

Ông bạn ghé chung với vợ chồng tôi niềm vui, nhân thêm ngày vui của đại gia đình chúng tôi lên bội phần. Tây có câu: *jamais deux sans trois.* Ông đã có hai cái giống cụ, cái thứ ba chắc cũng xảy ra. Ông Luân Hoán mà tới tuổi trăm thì tha hồ thơ thẩn tiễn bạn bè!

Ngày nay trăm tuổi chẳng có chi ghê gớm nhưng cũng là một chặng đường đáng ghi nhận. Đó là một con số tròn, tròn đến có thể vo thành một thế kỷ!

01/2017

TWEET

Nếu phải bầu một vua *tweet*, chắc chắn phần thắng sẽ về tay ông Donald Trump. Ngày còn là ứng cử viên, ông Trump *tweet* hầu như hàng ngày, vào lúc sáng sớm. Có khi vào lúc 3 giờ sáng. Bộ ông này không biết ngủ sao? Không hiểu ông ngủ ngáy ra sao nhưng có thể ông vừa ngủ vừa *tweet* chăng? Vậy nên nhiều cái *tweet* của ông trật lất. Ông nghĩ sao *tweet* vậy, chẳng cần dựa trên sự thực. Vậy nên ngoài danh hiệu vua *tweet*, ông còn là vua nói dối.

Tới khi đã đặt được chiếc bàn tọa vào cái ghế của tòa nhà trắng, ông vẫn chứng nào tật nấy. Người ta tưởng khi đặt chân vào chốn nghiêm trang, làm sếp của dân Mỹ, được coi như sếp cả thế giới, ông sẽ bỏ đi cái lối ngồi trong phòng phóng *tweet* ra khắp bốn phương trời. Nhưng, ghế vẫn ngồi, *tweet* vẫn *tweet*. Từ chuyện quốc gia đại sự tới những chuyện tẹp nhẹp tủn mủn. Cứ như một mụ nhà quê càm ràm quanh năm suốt tháng. Cứ *tweet* cho sướng tay, đúng sai không *care*. Thiệt chẳng ra cái…tổng thống gì cả!

Vụ càm ràm vui nhất có lẽ là vụ ông đôi co với cô đào Meryl Streep. Trong lễ trao giải Oscars 2017 vừa qua, bà Streep mặc chiếc áo màu xanh hở cổ hở vai do Elie Saab vẽ kiểu. Năm nay là lần thứ 20 bà được đề cử giải Oscar. Thông tin trước đó cho biết chiếc áo này do Elie Saab vẽ kiểu nhưng em-xi của chương trình, ông Jimmy Kimmel, vẫn lớn tiếng hỏi trên sân khấu: "Có phải áo mác Ivanka không vậy?". Mọi người cười ồ. Đó là một câu nói giỡn rất thâm thúy. Ivanka là con gái của ông *tonton* không giống ai Donald Trump. Cô là một thương gia như bố. Tên cô được đặt cho thương hiệu thời trang do cô sản xuất. Mới đây, công ty bán lẻ Nordstrom đã không nhận bán thương hiệu này vì ế. Sau đó là một loạt các hệ thống bán lẻ khác cho quần áo Ivanka đi chỗ khác chơi. Đó là T.J. Maxx, Neiman Marcus, Belk, Marshall's, Burlington Coat, và Saks Off Fifth. Ký giả Hà Giang của báo Người Việt tại Cali đi thực tế ngay: *"Một buổi trưa cuối tuần đẹp trời cách đây không lâu, sau khi đọc tin cửa hàng T.J. Maxx ra lệnh cho nhân viên vứt bỏ bảng hiệu có tên Ivanka Trump được phổ biến, tôi chạy đến tiệm T.J. Maxx ở gần nhà để xem xét tình hình. Hôm ấy T.J. Maxx có cuộc bán đại hạ giá kéo dài hai ngày. Theo chân nhóm phụ nữ vào một khu hàng bán hạ giá, tôi thấy hai bà Mỹ trắng trung niên đứng bên cạnh mình nhanh tay moi ra được vài cái áo đầm trông khá xinh xắn, đang được hạ giá 40%, cầm ướm lên ướm xuống vào người có vẻ ưng ý. Bỗng một bà săm soi cái cổ áo, thốt lên: "Oops, Ivanka..." rồi vội vàng bỏ áo xuống. Bà đi bên cạnh nhìn vào cổ mấy cái áo nữa rồi thì thào "Oh, toàn là đồ Ivanka không...," sau đó hai người kéo nhau qua khu bên cạnh".*

Nordstrom một mực cho rằng vì hàng của Ivanka bán chậm nên họ không bày bán nữa. Lý do hoàn toàn thương mại. Nhưng cái lối phủi bỏ những chiếc áo mang nhãn hiệu Ivanka của hai bà Mỹ mà cô Hà Giang bắt gặp không có vẻ như vậy. Họ ghê tởm cái tên Ivanka! Thực ra có một phong trào mang tên *"Grab Your Wallet"* (Nắm Túi Tiền Của Bạn) tẩy chay tất cả những gì dính dáng tới cái tên Trump. Cái tên của phong trào cũng là một lối chơi chữ khôi hài đen. Chẳng là trước đây, trong mùa tranh cử, báo Washington Post đã tiết lộ một video được quay vào năm 2005 của chương trình *Access Hollywood*, trong đó ông Trump tự hào khoe người nổi tiếng như ông có thể *"grab their p...y"* (nắm chỗ kín của phụ nữ) bất cứ lúc nào.

Phong trào "Grab Your Wallet" ra đời vào ngày 11 tháng 10 năm 2016 khi cuốn *video* được tung ra, do hai bà Shannon Coulter và Sue Atencio thành lập. Mục đích là vận động các hệ thống bán lẻ không bày bán sản phẩm mang tên Trump. Được công bố trên mạng xã hội *Twitter*, chốn thân quen của ông Trump, *"Grab Your Wallet"* đã có 700 triệu người vô ủng hộ tạo nên một làn sóng tẩy chay thương hiệu Trump khiến các hệ thống bán lẻ ngưng bày hàng của Ivanka và các hàng mang nhãn hiệu Trump khác. Ông Trump, dù đã là Tổng Thống, nhưng vẫn là một người thù vặt, thù dai và luôn ăn thua đủ với những người không ưa ông, đã *tweet* ngay: "Con gái Ivanka của tôi đã bị Nordstrom đối xử tệ hại. Cô là một nhân vật lớn – luôn thúc đẩy tôi làm những việc phải!

Thật tệ!"

Không phải vô cớ mà chàng em-xi Jimmy Kimmel lôi diễn viên Meryl Streep vào chuyện cà khịa với ông Trump. Hai người đã có tiền sử đụng nhau. Từ bữa 8 tháng 1 tại buổi trao giải Golden Globes 2017 lận. Khi lên nhận giải thành tựu Cecil B. DeMille, bà đã phát biểu: *"Hollywood đầy rẫy những người ngoại quốc. Giấy khai sanh của họ đâu? Vậy nên, nếu trục xuất hết bọn họ thì chúng ta chẳng có chi để coi ngoài football và võ nghệ thuật. Đó không phải là nghệ thuật"*. Rõ ràng bà Meryl Streep nói tới vụ ông Trump khăng khăng trong 5 năm trời tung tin giả nói giấy khai sanh của ông Obama không đúng sự thực. Theo ông Trump, thực ra ông Obama không sanh tại Mỹ. Mà không sanh đẻ tại Mỹ thì không được mon men vô nhà trắng. Khi bị ép tới cùng ông mới chịu nhận là giấy khai sanh của ông Obama sanh tại Mỹ là thật! Chỉ trong một đoạn ngắn bà đã bắn hai phát tên: vụ giấy khai sanh của ông Obama và vụ ông Trump đòi đuổi di dân. Chưa hết! Bà chơi luôn vụ ông Trump nhái điệu bộ của phóng viên tật nguyền Serge Kovaleski của báo New York Times trên diễn đàn tranh cử. Ông này bị bệnh *arthrogryposis* khiến cử động khó khăn. Trên diễn đàn, ông Trump vòng hai cánh tay, gập hai bàn tay rũ xuống trước ngực, rung lên và hét to: "Bây giờ chúng ta có thể thấy anh này". Vụ này tôi có coi *video*. Không thể tưởng tượng được một ứng viên chức tổng thống mà có cử chỉ nhạo báng người tật nguyền, giống như của một đứa trẻ không được giáo dục tới nơi tới chốn. Bà Streep nói: *"Vô lễ mời gọi vô lễ. Bạo lực kích thích bạo lực. Khi người có quyền dùng địa vị của mình để nhạo báng người khác, tất cả chúng ta đều mất mát. Khi tôi coi cảnh này, tim tôi vụn nát, và tôi không thể rũ bỏ ra khỏi đầu, vì đó không phải là một cảnh trong phim. Đó là chuyện thật. Và cái bản tính này, sự nhục mạ người khác, khi được diễn ra trên một diễn đàn công cộng, bởi một người có quyền, sẽ thấm vào đời sống của mọi người, vì đó là cách cho phép mọi người có thể làm theo như vậy".*

Sáng sớm ngày hôm sau, Trump *tweet* liền. Ông gọi diễn viên 67 tuổi, ba lần chiếm giải Oscar và tám lần lãnh giải Golden Globes là "không xứng đáng". *Tweet* của ông như sau: "Meryl Streep, một trong những diễn viên không xứng đáng của Hollywood, không quen biết tôi nhưng đã tấn công tôi tại Golden Globes tối hôm qua. Bà này là người theo đuôi Hillary, kẻ thất bại lớn. Tôi nói lần thứ 100 là tôi không chế giễu một phóng viên tật nguyền (sẽ không bao giờ làm như vậy) nhưng chỉ cho ông ta biết ông ta nhúng bùn khi thay đổi một chuyện từ 16 năm trước để làm nhục tôi. Lại thêm một thứ truyền thông rất bất lương!". Chuyện ông nhái người tật nguyền rành rành trên truyền thông, giờ muốn coi cũng còn được. Nói dối cũng là một đặc tính của ông Trump!

Nếu để ý chút xíu, chúng ta thấy có nhiều diễn viên điện ảnh đeo chiếc nơ màu xanh trên ngực. Đó là biểu tượng của tổ chức *American Civil Liberties Union* tranh đấu cho dân quyền. Chiếc nơ đẹp đẽ đó được đeo trên ngực để chống ông Trump. Lại ông Trump! Quơ đâu cũng đụng tới ông nội này! Ngày 11 tháng 11 năm 2016, khi ông Trump vừa đắc cử Tổng Thống, tổ chức này đã gửi một bức thư cho ông Trump để yêu cầu ông xét lại và thay đổi những điều ông chủ trương khi tranh cử. Đó là: trục xuất 11 triệu di dân bất hợp pháp, cấm người Hồi giáo nhập cảnh, giới hạn quyền phá thai của phụ nữ, tái sử dụng các hình thức tra tấn dã man và giới hạn quyền tự do ngôn luận. Nếu thực hiện các điều này là hành động vi hiến và vi luật! Nghe chừng ông Trump, khi đã ngồi trong tòa Bạch Ốc, coi những khuyến cáo này như pha. Không biết những chiếc nơ xanh có nhắc nhở ông được điều này không? Coi bộ chẳng ăn thua chi.

Trước Oscars, phát ngôn viên tòa Bạch Ốc Sean Spicer đã cho biết là ông Trump không có dự định coi lễ phát giải Oscars lần thứ 89 này. Ông vốn không ưa giải này từ lâu. Năm 2015, sau lễ phát giải do Neil Patrick Harris làm em-xi, ông đã *tweet*: "Giải Oscars là một trò khôi hài buồn nản, rất giống như Tổng Thống của chúng ta. Rất nhiều điều sai!". Ông móc ông Obama là *tonton* lúc đó. Ông đề nghị em-xi cho Oscars năm 2016: chính ông! Ông là người tự vái mình. Ông tự hào khi điều khiển chương trình *The Apprentice* của chính ông. Khi tranh cử vào nhà trắng, ông phải bỏ cái *job* này. Người thay thế ông là tài tử Arnold Schwarzenegger. Dĩ nhiên, dưới mắt ông Trump, ông Arnold này không thể bằng ông được. Ông là số dzách! Ông than phiền từ khi trao *The Apprentice* cho Arnold, số người coi giảm hẳn đi. Trong buổi cầu nguyện *National Prayer Breakfast,* một tập tục để các chính khách, dân cử, quan khách ngoại quốc và lãnh đạo tôn giáo quên mọi hiềm khích và chú tâm cầu nguyện, Trump, lúc đó đã nhậm chức Tổng Thống, bất ngờ chơi Arnold. Ông yêu cầu mọi người cầu nguyện cho Arnold để số người coi *The Apprentice* gia tăng! Mọi người sững sờ. Ngồi coi *video*, tôi bấu vào tay coi xem mình tỉnh hay mơ. Bộ đây là cung cách của một vị đứng đầu cường quốc số một thế giới sao? Giữa khung cảnh trang nghiêm nơi chốn thờ phượng, giữa những tai to mặt lớn của đất nước, ông đã trả thù riêng! Arnold trả đũa bằng một *video post* trên Twitter: "Này Donald, tôi có một ý kiến hay: tại sao chúng ta không đổi *job* cho nhau? Ông làm lại truyền hình vì ông là chuyên viên, và tôi lấy cái *job* hiện tại của ông. Như vậy mọi người có thể ngủ yên". Người chuyên cà khịa, dù đang giữ vai Tổng Thống, đâu có chịu thua. Trump *tweet* tiếp: "Arnold Schwarzenegger khi làm Thống Đốc California đã rất tệ hại, tệ hơn cả khi làm *The Apprentice*...nhưng ít ra ông ta cũng có cố gắng!". Arnold chơi lại. Ông gửi cho ông Trump bài báo của Los Angeles Daily News vào năm 2006 nói về việc ông đã đưa ra công khai bản khai thuế của ông. Ý ông chê Trump không dám công bố cho mọi người bản khai thuế dù bị gí tới cùng! Tin mới nhất: Arnold đã bỏ không làm *The Apprentice* nữa! Vậy mới hiểu tại sao báo chí đã liệt ông Trump vào loại "vỹ cuồng" chỉ ngông nghênh cho mình là nhất.

Dù ông Trump không coi truyền hình giải Oscars, ông vẫn được nhắc nhở tới nhiều lần. Dĩ nhiên chẳng thân thiện gì. Đầu hết phải kể tới chàng em-xi Jimmy Kimmel. Phút vui nhất là khi anh chàng này đứng trên sân khấu *tweet* cho ông Trump. Trước khi *tweet*, anh nói: "Show của chúng ta đã dài hơn hai tiếng nhưng sao chưa thấy Donald Trump *tweet* cho chúng ta chi cả. Tôi thấy hơi lo ngại cho ông ta". Trên màn hình, chiếc điện thoại của Jimmy được chiếu lớn. Anh *tweet* cho ông Trump: "Này ông Donald Trump, ông có lên không?". Cái *tweet* ngắn này được bàn dân thiện hạ khoái chí. Chỉ trong vài giờ đã được 230 ngàn người *tweet* lại và 400 ngàn người *like* (thích). Cũng chàng em-xi này *tweet* thêm cho ông Trump: "Meryl gửi lời chào ông". Meryl đây là Meryl Streep! Cái *tweet* này cũng đã được 188 ngàn người *tweet* lại.

Trong lời mở đầu cho buổi lễ, em-xi Jimmy đã khai pháo: "Buổi lễ này được hàng triệu người trên 225 quốc gia đang ghét chúng ta coi. Tôi muốn nói lời cám ơn tới Tổng Thống Trump. Tôi muốn nhắc tới chuyện năm ngoái ông nói giải Oscars là kỳ thị chủng tộc (khi không có người da màu nào được trúng giải). Năm nay không còn chuyện đó, nhờ ông ta. Ở Hollywood, chúng tôi không phân biệt dựa trên việc người ta tới từ nước nào. Chúng tôi chỉ phân biệt dựa trên tuổi tác và cân nặng".

Gael Garcia Bernal, khi lên nhận giải phim hoạt họa hay nhất, đã móc ông Trump: "Nhân danh một người Mễ, một người Nam Mỹ, một công nhân di dân, một con người, tôi chống lại bất cứ hình thức xây bức tường nào chia cách chúng tôi". Đạo diễn phim *The Salesman*, được giải phim ngoại quốc hay nhất, ông Asghar Farhadi, quốc tịch Iran, đã không tới nhận giải để phản đối lệnh cấm công dân bảy nước Hồi giáo nhập cảnh vào Mỹ của ông Trump. Ông gọi sắc lệnh này là "vô nhân đạo".

Đang lúc tôi viết bài này, thứ bảy ngày 4 tháng 3 năm 2017, ông Trump *tweet* một loạt 5 cái *tweet*, từ 6 giờ 35 phút tới 7 giờ 02 phút, trong khi ông đang nghỉ cuối tuần tại biệt thự của ông ở Florida. Lần này ông tố cáo cựu Tổng thống Obama đã nghe lén điện thoại của Trump Tower trong thời gian ông tranh cử. Chuyện lớn chứ không phải chơi! Vụ nghe lén điện thoại trụ sở của đảng Dân Chủ tại tòa nhà Watergate vào năm 1972 đã khiến Tổng Thống Nixon phải từ chức để tránh bị Quốc hội đàn hạch. Nhưng hình như ông vẫn chơi ông cựu *tonton* dù không đưa ra một bằng chứng nào cả. Nói không có bằng chứng, nói vung xích chó rồi nói lại là nghề của chàng. Lần này ông không dùng súng lục bắn từng viên mà nã luôn một tràng liên thanh. Trình độ *tweet* của ông đã...thăng hoa! Để mừng cho ông, tôi ghi ra đây cả năm phát liên thanh.

Phát thứ nhất bắn ra vào lúc 6 giờ 35 sáng: *"Kinh khủng! Vừa phát hiện ra là Obama đã nghe lén ở Trump Tower trước khi tôi đắc cử. Không nghe được chi cả. Đây là chủ nghĩa McCarthy*!". Chủ nghĩa McCarthy *(McCarthysm)* đại khái là dùng những phương tiện kỹ thuật một cách thiếu chính đáng để thăm dò đối thủ.

Phát thứ hai: *"Chính ông Đại sứ Nga, người đã gặp Jeff Session, đã vào tòa Bạch Ốc để gặp Obama 22 lần, chỉ nguyên năm ngoái là 4 lần"*. Chuyện Đại sứ Nga chính thức vào dinh Tổng Thống khác với chuyện gặp lén lút giữa ban vận động của một ứng viên Tổng Thống Mỹ, ông Trump không phân biệt được chính tà.

Phát thứ ba: *"Có hợp pháp không khi một Tổng Thống tại chức nghe lén một ứng cử viên trước cuộc bỏ phiếu? Trước đó tòa đã bác bỏ. MỘT SỰ HÈN HẠ MỚI"*.

Phát thứ tư: *"Tôi đánh cuộc là một luật sư giỏi có thể tạo nên một ca lớn trước sự kiện Tổng Thống Obama nghe lén điện thoại của tôi vào tháng 10, ngay trước cuộc bỏ phiếu!".*

Phát chót: *"Tổng Thống Obama hèn hạ đến thế nào khi nghe lén điện thoại của tôi trong khi cuộc bầu cử diễn tiến. Đây là loại Nixon/Watergate. Một gã tồi (hay bệnh hoạn)!"*

Dịch và ghi lại 5 cái *tweet* của ông Trump phát ra trong vòng 27 phút của một buổi sáng thứ bảy, tôi thấy rõ sự lèm bèm của một người bộp chộp. Dân biểu Adam Schiff của tiểu bang California, thành viên của đảng Dân Chủ trong Ủy Ban An Ninh Hạ Viện, bình luận: "Mặc dù không biết bao nhiêu hy vọng và lời cầu nguyện cho ông tổng thống này có thể trở thành một người đáng kính và thông hiểu bản Hiến Pháp về sự phân quyền, vai trò của truyền thông tự do, trách nhiệm của một người cầm đầu thế giới tự do, hoặc ngay chỉ chứng tỏ có cái nhìn căn bản về sự thực, chúng ta phải công nhận Tổng Thống Trump sẽ không bao giờ thành nhân!".

Trong buổi lễ phát giải Oscars vừa qua có một tiết mục vui nhộn. Đó là màn thả những túi kẹo xuống tặng khán giả. Nhìn cảnh những túi kẹo bám dưới những chiếc dù trắng tí hon bay lơ lửng xuống các hàng ghế, khán giả quần là áo lượt tranh nhau bắt kẹo như bày con nít ngây thơ chơi đùa, tôi thấy thật vui và đẹp. Nếu tôi có mặt bữa đó, tôi sẽ cố gắng chộp được một túi kẹo. Để mang tặng ông Trump!

04/2017

XUÂN

Xuân là chuyện của trời đất nhưng cũng là chuyện của con người. Trời phải hơn người nên năm nào trời cũng vào xuân, trời quang, mây trắng, hoa muôn sắc. Người thì chỉ có một mùa xuân. Xuân đi là đi một đường thẳng không hẹn ngày quay lại. Vậy nên cụ Nguyễn Công Trứ mới xúi *chơi xuân kẻo hết xuân đi / cái già xồng xộc nó thì theo sau.*

Cụ Tản Đà Nguyễn Khắc Hiếu, phụ họa theo bậc tiền bối, xúi bạo hơn nữa:

Người ta sống đủ trăm năm thời có trăm lần xuân
Nhưng xuân thời xuân, nhưng người không xuân
Vì thế cho nên
Chị em ơi, người ta bảo rằng:
"Chơi xuân kẻo hết xuân đi"
Nhời nói ấy ý nhị lắm.

Nhà thơ khét tiếng vì "đức tính" hưởng thụ cuộc sống dễ chi mà dừng xúi người ta được. Ý nhị như thế nào? Cụ Tản

Đà xúi tiếp:

Mỗi năm một tuổi
Như đuổi xuân đi
Măng mọc có lứa
Đôi ta có thì
Chơi đi thôi!
Chơi mau đi thôi!
Cho trống thủng
Cho chiêng long
Cho cờ quấn ngược
Kẻo cái già xồng xộc nó thì theo sau.

Tôi vốn trọng tài hai cụ Nguyễn nên hai cụ phán thế nào cứ thế mà làm. Nói vậy cho oai chứ theo chân được hai cụ có mà khướt! Lũ hậu sinh ngày nay coi bộ khôn hơn. Coi lời phán của hai cụ như pha. Họ tạo nên một thế hệ lười "chơi". Xuân đến xuân đi, thây kệ nó!

Cuối tháng 8 vừa qua, đài truyền hình CNN đưa ra kết quả một cuộc khảo sát của tạp chí *Archives of Sexual Behavior,* theo đó thì 15% số người trong độ tuổi từ 20 đến 24 chưa hề biết xuân tình. Vẫn cứ *khi đó em còn thơ ngây.* Thế hệ trước đó, con số này chỉ có 6%. Người cầm đầu cuộc khảo sát này, Giáo sư Jean Twenge của Đại Học San Diego State, vạch ra những nguyên nhân của tình trạng chay tịnh này. Thủ phạm chính phải kể tới là *internet.* Bà Jean lý giải: "Mạng ảo đã chiếm hết thời gian của con người trong thời đại này. Giới trẻ dành nhiều thời giờ nhắn tin với bạn bè mà it gặp gỡ, ít có thời gian để gần gũi người bạn đời hay người yêu của mình. Điều này có nghĩa rằng thời nay người ta có nhiều lựa chọn hơn để giải trí, và việc quan hệ tình dục trở thành thứ yếu". Việc lười yêu này xảy ra ở nữ giới nhiều hơn nam giới, da trắng nhiều hơn da đen, trình độ trung học nhiều hơn trình độ đại học. Theo dữ liệu của Trung Tâm Phòng Chống Bệnh Tật Mỹ thì giới trẻ ở độ tuổi trung học có quan hệ tình dục giảm từ 54% trong năm 1991 xuống còn 41% trong năm 2015. Bà Jean Twenge bình: "Số liệu giảm xuống rất nhiều theo thời gian. Giới trẻ ngày nay coi tình dục có cũng được mà không cũng chẳng sao!".

Giới trẻ Mỹ như vậy, giới trẻ Mỹ gốc Việt có như rứa không? Nhà báo Đằng Giao của Người Việt ở Cali đã có cuộc phỏng vấn nhiều nam thanh nữ tú ở Cali. Anh Bean Ngô, 31 tuổi, cư dân Westminster, có bạn gái là cô Phoebe Trần, 25 tuổi. Họ quen nhau từ lâu nhưng nhín lại chuyện chung sống. Họ mới góp gạo nấu chung được một năm nay. Được hỏi sao không vội vã trong vấn đề tình dục, anh trả lời: "Lúc mới quen nhau, chúng tôi ai cũng lo chuyện học hành, chỉ mong ra trường có điểm cao, tìm được việc làm tốt. Bây giờ thì, nói thật, đi làm về, cả hai chúng tôi đều mệt nhoài nên cũng không ai đoái hoài đến chuyện ấy cả. Thương nhau là chính".

Cô Anh Trần, 27 tuổi, sinh sống tại Fountain Valley, làm việc tại một công ty quảng cáo của Mỹ, tâm sự: "Tôi và bạn trai dọn về ở chung gần hai năm và chúng tôi rất hạnh phúc. Chúng tôi không đặt nặng chuyện phải thường xuyên ân ái vì chúng tôi có rất nhiều thứ để làm cùng nhau như nấu ăn, xem phim, leo núi. Nhiều khi chỉ đơn giản là sau khi đi làm về, mỗi tối nằm trên ghế *salon* cùng nhau coi một chương trình TV là đủ lắm rồi".

Chuyện vất vả làm ăn hình như là nguyên nhân chính dẫn tới tình trạng lười…xuân. Cô Jasmine Hoàng công nhận như vậy: "Thử nghỉ đi, cả tôi và chồng đều đi làm từ sáng đến tối mới về, nhiều khi anh ấy còn phải làm phụ trội, có khi khuya mới xong. Về đến nhà là đã mệt rã rời rồi, vội ăn uống rồi đi ngủ để sáng mai còn tiếp tục đi làm, còn hơi sức đâu mà làm chuyện kia. Đôi khi những việc bên ngoài đã chiếm hết thời gian của vợ chồng tôi nên chúng tôi phải ráng chờ tới cuối tuần mới có thời gian bên nhau". Thực trạng xã hội đã đánh bạt chuyện xuân tình bồ bịch, chồng vợ. Chung quanh chúng ta nhan nhản những cặp chung sống nhưng đi làm trái ca nhau. Người này về thì người kia đi. Cứ như mặt trăng mặt trời. Có trường hợp khi người này về được nhìn thấy người kia ngủ đã là may mắn. Ít nhất cũng nghe được tiếng ngáy của nhau cho thêm phần thân mật. Một tuần có bảy ngày. Đi đứt mất năm ngày mặt trăng mặt trời. Chỉ cùng chung quỹ đạo có hai ngày. Chuyện nhà cửa, chợ búa, con cái, chuyện ngủ bù, chuyện mệt mỏi vì bị công việc hành suốt tuần đã mất đứt đi một khoảng thời gian dài của hai ngày nghỉ. Còn chút xíu giờ giấc, vui thì cờ người bày ra, bã quá thì phớt lờ cho…phẻ! Anh Quang Thái, 34 tuổi, thổ lộ: "Quan hệ tình dục là bản năng của con người nhưng nó phải phát xuất từ tình yêu và từ tâm trạng thoải mái của cả hai phía. Chúng tôi có quá nhiều thứ để quan tâm đến nên chuyện này lâu lâu có cũng được, không có cũng chẳng sao. Miễn sao chúng tôi có trách nhiệm và luôn thương yêu nhau".

Anh Larry Bùi, cũng ngụ tại Westminster, nói về chuyện

xuân tình một cách chán chường: “Tôi không có quan hệ tình dục cho tới năm 27 tuổi. Trước đó tôi không nghĩ tới việc này có lẽ vì tôi không thấy sự lôi cuốn, thôi thúc của tình dục như thường được mô phỏng trong sách vở hay phim ảnh. Ý tôi nói là tôi có nghĩ tới chuyện này, nhưng nó không phải là ‘chuyện phải làm’”. Anh bông đùa tiếp: “Hay là vì điện thoại di động có phát ra chất phóng xạ hủy diệt hết sức sống của chúng tôi rồi? Không, chúng tôi không quan tâm tới chuyện này vì cho rằng còn con nít mà đã tay cắp nách mang là một căn bệnh xã hội đáng tởm: bệnh ngu!”.

Ngu chi mà trai gái sớm cà khịa với nhau, thế hệ trẻ hôm nay coi bộ chững chạc hơn các bậc tiền bối. Nói gì ngay, thế hệ chúng tôi, để chuyện làm người lớn tới cái tuổi “băm” là chuyện hiếm hoi. Hay là vì thời chúng tôi, chiến tranh triền miên, cuộc sống vội vàng hơn, Tuổi 18 hay 20 là cuộc chiến đã khoác cho chúng tôi bộ đồ lính, sống nay chết mai, sự bấp bênh của cuộc sống làm chúng tôi vào đời sớm hơn. Cũng có thể là thời đó, các cụ là những người thiếu nhẫn nại luôn giục giã chúng tôi sớm yên bề gia thất. Yên rồi các cụ cũng chưa hài lòng, tiến thêm một bước, giục giã chúng tôi sản xuất cháu cho các cụ, hầu bàn tay ưa bế bồng của các cụ không còn trống trải. Chúng tôi không có cái thảnh thơi của thời gian như thế hệ thanh niên thiếu nữ bây giờ. Cô Monique Nguyễn vừa cười vừa nói: “Thực ra chúng tôi thường xuyên nói chuyện có liên quan đến tình dục hàng ngày nhưng chỉ là để nói cho vui chứ không ai làm gì hơn cả. Với chúng tôi, tình dục là một đề tài bàn cãi chứ không phải là ‘công việc’ hay ‘hành động’”.

Chuyện xuân tình leo tuốt lên đầu thành một chuyện nói cho vui thì còn nước non chi nữa. Nhưng nếu nhìn qua giới trẻ Nhật, giới được coi là "tinh khiết" nhất thế giới, mới... hỡi ôi! Thế hệ trẻ Nhật ngày nay được đặt tên là thế hệ "thanh niên ăn cỏ". Một thế hệ chay tịnh: không yêu, không tình dục, không hôn nhân.

Chúng ta nhìn vào những con số thống kê trước. Một cuộc khảo sát của Viện Nghiên Cứu Quốc Gia về Dân Số và An Sinh Xã Hội Nhật Bản (NIPSSR) vào tháng 6 năm 2015 cho thấy có tới 42% thanh niên Nhật Bổn và 44,2% nữ giới từ 18 tới 34 tuổi chưa từng biết chuyện mây mưa là cái chi chi. Con số này đã tăng một cách dữ dội. Trong cuộc khảo sát tương tự vào năm 2010, tỷ lệ chỉ là 36,2% cho nam giới và 38,7% cho nữ giới. Có 8754 người độc thân và 6598 cặp vợ chồng trên khắp nước Nhật trả lời cuộc khảo sát này.

Nhận định về những con số trên, ông Futoshi Ishii, người cầm đầu cuộc khảo sát lo ngại về hậu quả của chuyện lười biếng của thanh niên Nhật: dân số Nhật sẽ giảm một cách đáng kể. Số thống kê chính thức cho biết dân số Nhật hiện nay là 127 triệu 100 ngàn người, giảm đi tới 0,7% trong thời gian từ năm 2010 đến năm 2015. Trong khi đó, số sinh của những cặp vợ chồng đã kết hôn từ 15 đến 19 năm chỉ là 1,94. Mặt khác, theo khảo sát của Ủy Ban Kế Hoạch Hóa Gia Đình Nhật (JFPA) thì tỷ lệ các thanh niên không muốn con cái chi phiền phức là 15,8%. Nếu so với tỷ lệ 8,6% trong cuộc khảo sát năm 2002 thì con số này gia tăng khá nhiều. Tương tự, bên nữ giới tỷ số là 11,6% so với 7,2% của năm 2002.

Lý do của sự sa sút xuân tình này trước hết là sự mệt mỏi

của cuộc sống hiện tại. Tháng 4 vừa qua, tôi đã tận mắt nhìn thấy sự mệt mỏi này. Trên xe lửa, *métro*, xe buýt, thanh niên thiếu nữ thi nhau ngủ. Ngủ đứng ngủ ngồi. Họ quá mệt mỏi với công việc. Họ phải làm việc bốn năm chục tiếng một tuần, làm đêm làm ngày. Ngay chuyện ăn uống họ cũng chỉ qua loa cho xong. Cảnh tôi thường mục kích là một thanh niên tan sở làm, vội vàng vào một quán ăn đứng, húp vội tô mì, trả tiền và hối hả ra cửa. Tất cả chỉ khoảng không đầy chục phút. Ăn còn vậy huống chi đánh cờ người!

Một lý do khác là *internet.* Sa vào chốn…điện tử này thì còn biết trời đất chi nữa. Như cậu sinh viên 18 tuổi Nakamura của Đại học Tokyo. Chẳng bồ bịch, chưa hề biết chuyện gối chăn, nhưng có hề chi. Cứ ôm cái *computer* chơi *game,* tán dóc với bạn bè là đủ hết thời giờ một cách thích thú rồi. Cần chi phải bồ bịch, cần chi phải ôm một thân hình đàn bà. Cậu chỉ mê các nhân vật nữ trong các phim hoạt hình: "Trong phim hoạt hình, tất cả mọi thứ đều hoàn hảo. Con gái thì xinh xắn yêu kiều, con trai thì bô trai và mạnh mẽ. Đời thực làm chi có những con người như thế!".

Suy giảm kinh tế kéo dài cũng làm thối chí thanh niên trong việc bồ bịch. Muốn đi chơi với bồ phải có tiền trong khi lương tiền chỉ vừa đủ sống. Điển hình là Yosuke Hiwatashi, 23 tuổi, ở Kagoshima, làm việc cho một hãng bắt cáp truyền hình. Lương tháng của anh chỉ 150 ngàn *yen.* Tiền ăn ở đã nuốt mất gần hết số tiền này khiến anh chỉ còn từ 20 ngàn tới 50 ngàn tiền tiêu vặt. Anh than thở: "Với số tiền kiếm được, tôi phải dành dụm từng đồng. Giờ đến mua một bộ quần áo cũng phải cân nhắc thì ma nào thèm ngó ngàng tới tôi!".

Nói chuyện xuân với các anh chị tre trẻ ngày nay thật chán mớ đời. Xuân của trời đất năm nào cũng tới nhưng xuân của đời người chỉ tới một lần. Sau đó sẽ thu tàn, đông tạ, tiếc nuối thời thanh xuân đến phát khóc. Tiếc nên nếu nghe được câu nói nào hợp ý thì bắt quàng ngay. Câu nói mới bắt được từ một bài viết của Bác sĩ Đỗ Hồng Ngọc làm tôi ưa ý bắt chết. Đó là: không có cái gọi là già, khi người ta 20-30 tuổi, người ta còn quá trẻ; 30-40 tuổi, đang trẻ; 40-50 hãy còn trẻ; 50-60 trẻ không ngờ; 60-70 trẻ lạ lùng; và trên 70 người ta trẻ vĩnh viễn!

Lứa tuổi chúng tôi đang trẻ vĩnh viễn. Ngày nay những xuân thì ở Mỹ, ở Nhật và cả những người trẻ Việt Nam ở Mỹ đều xuống cấp. Họ mất xuân ngay từ độ đương xuân. Thua xa cả ca dao xưa.

Cô Thỉ cô Thi
Cô đang đương thì, cô kẹo với ai ?
Cô tú kẽo kẹt cô cai
Vợ chồng thuyền chài kẽo kẹt dưới sông
Mâm cốm kẹo với mâm hồng
Bát bịt, mâm đồng kẽo kẹt một nơi
Mâm thịt kẹo với mâm xôi
Thịt bùi xôi dẻo kẹo nơi bà già
Cùi dừa kẹo với bánh đa
Cái đĩa thịt gà kẹo với lá chanh
Nồi cơm kẹo với nồi canh
Quả bí trên cành kẹo với tôm he
Bánh rán kẹo với nước chè
Cô kia cò kè kẹo với ai đây?

Bà cốt kẹo với ông thầy
Con chim loan phượng kẹo cây ngô đồng.

Vạn vật đua nhau kẽo kẹt vì sẽ không có xuân thứ hai. Đời…trời mỗi năm một xuân, đời người cả đời mới có một xuân. Vậy nên con người mới tiếc nuối. Thế hệ chúng tôi bây giờ tiếc hùi hụi những ngày tháng xuân thì xưa. Xuân mất hút từ khuya. Như xuân của Xuân Diệu.

Xuân đang tới, nghĩa là xuân đang qua,
Xuân đang non, nghĩa là xuân sẽ già,
Mà xuân hết, nghĩa là tôi cũng mất.
Lòng tôi rộng, nhưng lượng trời cứ chật,
Không cho dài thời trẻ của nhân gian,
Nói làm chi rằng xuân vẫn tuần hoàn,
Nếu đến nữa không phải rằng gặp lại.
Còn trời đất, nhưng chẳng còn tôi mãi,
Nên bâng khuâng tôi tiếc cả đất trời.

11/2016

YÊU

Valentine đã qua, giờ mới nói tới chuyện tình yêu coi bộ chậm lụt. Kể cũng chậm lụt thiệt nhưng đây là chuyện chậm lụt có toan tính. Chẳng là các bạn tôi, mấy ông thơ thẩn, năm nào cũng ăn theo *Valentine* để trương trái tim của mình ra trước công chúng. Các ông này, vì an toàn bản thân, nên thường gắn hình vợ vào tim. Quả đúng như suy nghĩ phục kích của tôi, các ông ấy lộ mặt hết, tôi chỉ việc ngồi rung đùi, viết một bài *belated Valentine.* Khỏe ru!

Biết tóm ông nào trước đây? Ông Phan Ni Tấn đi. Ông này râu ria trông rất ngầu nhưng cái bụng hiền như cơm nếp. Chuyện chi ông ấy cũng hề hề. Thơ "yêu" của ông tặng "con bạn vàng".

Nước trôi mất ngọn cây dừa
Cuốn theo Rạch Giá chỉ chừa mình em
Anh từ núi xuống không quen
Nổi trôi em vớt thấy lên tới giờ

Mấy kỳ gặp em ngồi mơ
Mặt sao giống hệt bài thơ anh làm

Ông Phan Ni Tấn vớt được "con bạn vàng" ở tuốt dưới Rạch Giá, ông Quan Dương rù quyến được "người dưng" ở xứ nẫu Quy Nhơn.

Em dân xứ Nẫu, Qui Nhơn
Anh ra trấn thủ tiền đồn gặp nhau
Đạn bom mặc kệ trên đầu
Chỉ loay hoay đỡ đường roi ái tình

Không máu mủ, không bà con
Đường roi danh bất hư truyền không tha
Người dưng em nhốt vô nhà
Ngủ chung một chiếu thành ra vợ chồng

Ngộ hè! Cứ ngủ chung một chiếu là thịt da thắm thiết. Đó là tình yêu. Yêu quá thành ra lụy. Như ông nhà thơ Hoàng Lộc.

anh lụy em là một kiếp lụy
em dè đâu anh có tấm lòng
lòng yêu là lòng không dời đổi
em không dè - làm anh rất buồn.

tình một bên mà em không hay
lễ tình nhân đời nghe mơ hồ
nói cùng em những lời vàng đá
cho dù cây hồng đã hết hoa

cho dù ngày xuân sắp đi biệt

anh cũng yêu lung em đó đa...

Ông nhà thơ ở gần xịt bên tôi, "thâm niên…yêu vụ" đã nửa thế kỷ vẫn cứ là một, nhất định không là nửa. Cái đức tán vợ của ông Luân Hoán cả làng thơ văn đều biết từ khuya.

50 năm chung sống
em vẫn là tình nhân
50 năm chồng vợ
ta vẫn là nhân tình

em không là một nửa
ta chẳng thể chia hai
chúng ta luôn nhị thể
nhất quán một tâm hồn

Cũng cùng chung một thành phố với tôi, ông Trang Châu tình chẳng kém, bỏ hết, chỉ còn em.

Dẫu ta cát bụi phong trần
Cũng xin rũ áo một lần nghỉ chân
Ta về bỏ gió băn khoăn
Bỏ mây lơ lửng, bỏ trăng ven đồi
Bỏ buồn, bỏ nhớ khôn nguôi
Làm con tim nhỏ cuối đời yêu em

Theo bước yêu của mấy ông bạn tự thú trước *Valentine,* tôi bỗng nghĩ tới…yêu. Đọc tiểu thuyết của các bạn văn, tôi bắt gặp thiếu chi nhân vật tỏ tình yêu. Nếu nàng là dân Bắc di cư, nàng sẽ thốt ra: "Em yêu anh!". Nhưng nếu nàng là người Rạch Giá như nàng của ông Phan Ni Tấn thì câu tỏ tình sẽ là: "Em thương anh!". Giữa "yêu" và "thương" có chi khác biệt? Tôi thấy cũng rứa. Nhưng dễ tính như tôi coi bộ không có lợi cho…ngữ học. Phải phân tích cho rạch ròi. Tính tôi ơ hờ, tìm vào những chốn rắc rối là không có tôi. Lại phải nhờ người khác. Người tôi kiếm được trên *internet* lại không để tên. Đó là tác giả bài viết "Sự Khác Biệt Giữa Thích – Thương – Yêu". *"Đầu tiên, hãy nói về "thích". Thích có hai loại : Thích từ tận trong lòng và thích nhất thời. Thích từ tận trong lòng, đúng với tên gọi của nó, chính là thứ tình cảm bắt nguồn từ trái tim, một cách chân thật thích một người nào đó. Nhưng thích từ tận trong lòng không có nghĩa là "thương" hay "yêu". Thích chỉ dừng lại ở mép ngoài trong vùng đất của tình yêu, nghĩa là muốn đến được "yêu", bạn phải vượt qua "thương" nữa . "Thích" bắt nguồn từ việc bạn bị ấn tượng bởi một hành động, một cử chỉ hay có thể là về ngoại hình của bất kì ai đó. Vậy là, từ cái gọi là ngưỡng mộ, bạn luôn để mắt đến từng bước chân của người đó. Cho tới khi nó trở thành một thói quen, bạn đột nhiên nhận ra là mình đã không thể thôi nghĩ đến người đó, không thể thôi nhung nhớ, rồi thì bạn nghĩ là mình đã 'yêu'"*.

Vậy chữ "thương" của người tình miền Nam không nặng đô bằng chữ "yêu" của người tình miền Bắc chăng? Tôi không nghĩ vậy. "Em thương anh" hay "em yêu anh" cũng ra riết như nhau. Nhất là chữ "thương" được người tình giọng Sài Gòn ỏn ẻn thì…yêu hết biết! Ông Tiến Sĩ Tâm Lý Học Huỳnh văn Sơn giải thích: *"Thương và yêu khác nhau như thế nào ư? Tại sao lại "căng" vào câu chữ để làm khó nhau và làm khổ nhau thế này! Thương hay yêu chỉ có thể phân biệt một cách rõ ràng và chính xác nhất khi chính người trong cuộc phải mô tả những biểu hiện của nó!*

Tuy vậy, nếu xét theo đúng nghĩa của từ thương và yêu trong tâm lý học thì thương và yêu đều là những thuật ngữ mô tả đời sống tình cảm hay trạng thái tình cảm của con người. Từ thương theo tiếng Việt thường dựa trên sự đồng cảm về tâm hồn là chủ yếu nên có thể dùng từ thương để nói về tình cảm của con đối với mẹ, của bạn bè đối với nhau hay cả trong quan hệ vợ chồng, yêu đương. Khi dùng từ thương với một đối tượng cùng tuổi trong mối quan hệ tình cảm thì có thể người ấy muốn nói mình rất rung động và chờ đợi thời gian sâu hơn cũng như sự hưởng ứng của đối tượng nhiều hơn. Khi nói rằng yêu có nghĩa là mình thực sự rất thích đối tượng kể cả về hình thức, nội dung cũng như sự hấp dẫn của người ấy về mặt giới tính đối với chính mình".

Tôi vốn dễ tính nên thương hay yêu cũng nhận tuốt. Cần chi phải lụy vào chữ nghĩa. Thương hay yêu đều nặng về tình cảm. Cả hai đều làm cuộc sống thăng hoa. Biết thương yêu, cuộc sống nở hoa, không biết thương yêu cuộc sống là âm ty địa ngục. Từ tinh thần, thương yêu ảnh hưởng vào thân xác.

Bác sĩ David Ramon Hawkins là một nhà tâm lý học rất nổi tiếng, không chỉ ở Mỹ mà hầu như khắp thế giới. Cuốn sách *Power vs. Force* của ông đã được dịch ra 25 ngôn ngữ với số bán lên tới nhiều triệu bản. Ông vừa là một bác sĩ, vừa là nhà tâm linh học. Ông đã giảng dậy tại các Đại Học danh tiếng Notre Dame, Stanford và Harvard. Ông đã nhiều năm nghiên cứu về tương quan giữa tinh thần và thể xác.

Ông đã tiếp xúc với nhiều bệnh nhân tới từ nhiều quốc gia trên thế giới và cách chẩn bệnh của ông rất độc đáo: ông chỉ cần nhìn bệnh nhân là biết tại sao người đó mang bệnh.

Mà bệnh loại dữ dằn: ung thư! Theo ông thì bệnh phát sinh bởi trên cơ thể người bệnh không xuất hiện chữ "yêu". Thay vào đó, họ chỉ có những chữ "khổ, hận, phiền muộn".

Có thể nhiều người trong chúng ta sẽ ngạc nhiên, khó chấp nhận ý tưởng này. Nhưng bác sĩ Hawkins đã dựa trên cơ sở khoa học để chứng minh. Sau 20 năm nghiên cứu, ông đã phát hiện ra ý nghĩa của sự rung động trong cơ thể con người, thứ mà chúng ta thường gọi là "từ trường". Ông đặt ra chỉ số cho sự rung động này từ 1 đến 1000. Người có chỉ số dưới 200 thường có những suy nghĩ tiêu cực như căm ghét, phẫn nộ, chỉ trích, trách móc, đố kỵ, ích kỷ, ham lợi cá nhân. Theo Tiến sĩ Hawkins, những người chỉ lo chuyện oán giận, chỉ trích, hận thù, luôn mang cả tầng hỏa ngục trong người, tần số của họ chỉ vào khoảng 30 hoặc 40. Bởi vì năng lượng của họ bị tiêu hao nhiều khi nuôi những hận thù, sân si. Đó là hạng người rất dễ mắc bệnh.

Tinh thần có chỗ đứng trong bệnh tật. Nếu chỉ số rung động trên 200, người ta ít có nguy cơ bị bệnh. Những người biết thương yêu, quan tâm đến người khác, giầu lòng từ bi, nhân ái, hướng thiện, bao dung, độ lượng thanh thản trong cuộc sống đều là những người có chỉ số rung động trên 200. Tuy trên lý thuyết, chỉ số rung động cao nhất là 1000, nhưng trên thực tế Tiến sĩ Hawkins chưa gặp được những…thánh nhân 1000 bao giờ. Năng lượng trong cơ thể của những người có chỉ số rung động cao rất dồi dào. Khi họ xuất hiện, năng lượng của họ sẽ ảnh hưởng tới từ trường của cả khu vực quanh họ. Một thí dụ rõ ràng là khi Mẹ Teresa lên nhận giải thưởng Nobel Hòa Bình, không khí hội trường rất tốt, tần số rung động cao, từ trường của bà tỏa ra làm mọi người có mặt cảm nhận được sự thánh thiện toát ra quanh bà.

Theo Tiến sĩ Hawkins thì điều mà tế bào ung thư ngán nhất chính là sự yêu thương. Ông đưa ra trường hợp của nhạc sĩ Sean, người chơi đàn *violoncelle,* của Nhật Bản. Khi ông Sean bị ung thư, mặc dù được chữa chạy rất chuyên môn, bệnh tình của ông vẫn ngày một nặng hơn. Cuối cùng ông quyết định thay đổi tâm trạng và chuyển sang yêu từng tế bào ung thư trong cơ thể mình. Ông sống một cách lạc quan, yêu đời, yêu mọi người và yêu luôn cả từng tế bào đang rũa mòn cơ thể của ông. Kết quả hết sức bất ngờ làm kinh ngạc mọi người: toàn bộ các tế bào ung thư biến mất! Theo các nhà khoa học, căn nguyên của bệnh tật là do trong cơ thể người bệnh thiếu sự yêu thương. Vậy nên, biết yêu và được yêu có thể đẩy lùi được bệnh tật.

Nhà văn Mai Thảo rất yêu thơ nhưng ít làm thơ. Cuối đời ông cho xuất bản tập thơ *"Ta Thấy Hình Ta Những Miếu Đền"*. Trong những bài thơ lúc cuối đời của người cả đời yêu thơ nhưng chỉ viết văn, có những bài cô đọng chỉ trong vài câu nhưng chữ nghĩa đã được chắt lọc tới tinh khiết. Cũng như nhạc sĩ người Nhật Sean, Mai Thảo cũng yêu luôn cả bệnh của mình:

Mỗi lần cơ thể gây thành chuyện
Ta lại cùng cơ thể chuyện trò
Dỗ nó chớ gây thành chuyện lớn
Nó nghĩ sao rồi nó lại cho
Bệnh ở trong người thành bệnh bạn
Bệnh ở lâu dài thành bệnh thân

Gối tay lên bệnh nằm thanh thản
Thành một đôi ta rất đá vàng

Phớt lờ anh bệnh thứ dữ là anh ung thư, yêu đời, sống với người, nhiều khi anh ung thư cũng phải xếp giáp quy hàng. Hai ông bạn tôi, nhạc sĩ Từ Công Phụng và nhà thơ Du Tử Lê, đều đã ép được anh ung đi chỗ khác chơi. Họ Từ hai lần ung: ung thư túi mật và ung thư gan. Họ Du không kém, cũng chạm mặt anh ung thứ dữ: ung thư ruột già. Đang khi bệnh, Từ Công Phụng vẫn coi bệnh như pha, hiên ngang trả lời cú điện thoại thăm hỏi của tôi: "Mình đánh nó, nó đánh lại mình, nó thua thì nó chạy, mình thua thì mình lui. Lui tới chân tường là cùng!". Trong cuộc phỏng vấn của cô Thúy Anh vào tháng 4 năm 2011, ông Du Tử Lê tỉnh bơ trả lời: "*Tôi may mắn được qua cơn bệnh hiểm nghèo là bệnh ung thư ruột. Theo nguyên tắc, các bác sĩ nói, khi qua được 5 năm thì coi như bệnh nhân không còn bị đe dọa bởi cơn bệnh nữa. Tuy nhiên chưa kịp vui trọn thì các bác sĩ lại khám phá trong phổi tôi có một cái bướu...Nhỏ thôi. Sau nhiều lần CT Scan vẫn không thấy cái bướu tăng trưởng, nên bác sĩ Lê Trần Hoàng, người theo dõi tình trạng phổi của tôi, cho hay, ông hy vọng không phải là một di căn của* cancer. *Kết luận tạm thời của bác sĩ Hoàng là một kết luận tốt. Vì tôi cũng mong là được như vậy. Tuy nhiên nếu có là* cancer *thì mình cũng vui thôi!...Sau khi tôi trải qua một cơn bệnh ngặt nghèo và, tôi sống được đến ngày hôm nay, tôi cho đó là một điều may mắn. Một sự kỳ diệu. Nên, mỗi ngày được sống thêm, tôi đều tận hưởng nó, như một* bonus, *với tất cả lòng biết ơn đời sống. Biết ơn trời đất. Biết ơn gia đình. Biết ơn vợ con. Biết ơn bằng hữu. Nên, tôi luôn thấy mình hân hoan. Mỗi buổi sáng, khi mở mắt ra, thấy mình còn sống, tôi lại nói: "Cám ơn Trời Đất đã cho con sống thêm một ngày". Và tôi mỉm cười với gia đình, với vợ con chung quanh sau câu cám ơn ấy".*

Tới giờ phút này, hai ông bạn tôi vẫn nhởn nhơ với đời. Còn thơ thẩn, còn hát hỏng. Như chưa bao giờ bệnh. Tôi nghĩ chỉ số rung động của các ông này cỡ…1000 không chừng!

Sau ngày *Valentine,* tính đùa vui chút đỉnh với mấy ông bạn mần thơ rối rít với tình yêu…vợ, ai ngờ lại bị anh thần chữ dẫn dắt đi tuốt tới chuyện bệnh tật của ông nhà thơ Du Tử Lê và ông nhà…nhạc Từ Công Phụng. Bạn bè trong giới văn thơ của tôi là những người lúc nào cũng đầm đìa tình yêu. Cần chi tới *Valentine* mới có trái tim đỏ. Như ông Quan Dương đã thơ:

Bởi lắm thứ giữa đời thường tất bật
Nên mới có ngày gọi là lễ tình nhân
Đâu có ai giống anh một năm mười hai tháng
Bất cứ tháng nào anh cũng lễ tình em.

03/2017

CÙNG MỘT TÁC GIẢ

Bỏ Chốn Mù Sương (tập truyện, Kinh Đô, Houston, Hoa Kỳ 1993)

Đong Đưa Cuộc Tình (tập truyện, Ngày Nay, Houston, Hoa Kỳ 1996)

Còn Đó Bóng Hình (tập truyện, Văn Mới, Los Angeles, Hoa Kỳ 1997)

Chân Mang Giầy Số 6 (tập truyện, Văn Mới, Los Angeles, Hoa Kỳ 1999)

Cuối Ngày, Một Lần Ngồi Lại (tập truyện, Văn Mới, Los Angeles, Hoa Kỳ 2001)

Bên Lưng Những Con Chữ (tập truyện, Văn Mới, Gardena, Hoa Kỳ 2003)

Phiếm 1 (Văn Mới, Gardena, Hoa Kỳ 2005)
(In lần thứ hai - Nhân Ảnh, Toronto, 2006)
(In lần thứ ba - Nhân Ảnh, Toronto, 2008)

Phiếm 2 (Văn Mới, Gardena, Hoa Kỳ 2005)
(In lần thứ hai - Nhân Ảnh, Toronto, 2006)
(In lần thứ ba - Nhân Ảnh, Toronto, 2008)

Phiếm 3 (Nhân Ảnh, Toronto, Canada 2006)
(In lần thứ hai - Nhân Ảnh, Toronto, 2008)

Chốn Cũ (tập truyện, Nhân Ảnh, Toronto, Canada 2006)

Phiếm 4 (Nhân Ảnh, Toronto, Canada 2007)
(In lần thứ hai - Nhân Ảnh, Toronto, 2015)

Phiếm 5 (Nhân Ảnh, Toronto, Canada 2008)
(In lần thứ hai - Nhân Ảnh, Toronto, 2015)

Phiếm 6 (Nhân Ảnh, Toronto, Canada 2009)
(In lần thứ hai - Nhân Ảnh, Toronto, 2015)

Phiếm 7 (Nhân Ảnh, Toronto, Canada 2009)

To the Top of Whistler (tập truyện chuyển sang Anh ngữ, Nhân Ảnh, Toronto, Canada 2010)
(In lần thứ hai - Nhân Ảnh, San Jose, 2016)

Phiếm 8 (Nhân Ảnh, Toronto, Canada 2010)

Phiếm 9 (Nhân Ảnh, Toronto, Canada 2011)

Phiếm 10 (Nhân Ảnh, Toronto, Canada 2011)

Phiếm 11 (Nhân Ảnh, Toronto, Canada 2012)

Phiếm 12 (Nhân Ảnh, Toronto, Canada 2012)

Tuyển Tập Truyện Ngắn Song Thao, Tập I

(Nhân Ảnh, Toronto, Canada 2013)

(In lần thứ hai - Nhân Ảnh, Toronto, 2015)

Phiếm 13 (Nhân Ảnh, Toronto, Canada 2013)

Tuyển Tập Truyện Ngắn Song Thao, Tập II

(Nhân Ảnh, Toronto, Canada 2013)

Phiếm 14 (Nhân Ảnh, Toronto, Canada 2014)

Tuyển Tập Truyện Ngắn Song Thao, Tập III

(Nhân Ảnh, Toronto, Canada 2014)

Tuyển Tập Truyện Ngắn Song Thao, Tập IV

(Nhân Ảnh, Toronto, Canada 2014)

Phiếm 15 (Nhân Ảnh, Toronto, Canada 2014)

Phiếm 16 (Nhân Ảnh, Toronto, Canada 2015)

Phiếm 17 (Nhân Ảnh, Toronto, Canada 2016)

Phiếm 18 (Nhân Ảnh, Toronto, Canada 2016)

Dấu Chân Lang Bạt (Nhân Ảnh, Toronto, Canada 2016)

Phiếm 19 (Nhân Ảnh, Toronto, Canada 2017)

Nhà xuất bản NHÂN ẢNH
375 Destino Circle
San Jose, CA 95133
U.S.A.
E-mail: han.le3359@gmail.com

Liên lạc với tác giả:
TẠ TRUNG SƠN
7805 Claire Fauteux, #1
Montréal, Qc., H1K 5B6 - Canada
Điện thoại: 514-354-5338
Email: tatrungson@hotmail.com

www.ingramcontent.com/pod-product-compliance
Lightning Source LLC
LaVergne TN
LVHW090223051026
849517LV00001B/172
* 9 7 9 8 3 4 9 2 4 1 5 5 0 *